# విషయ సూచిక

## సభా పర్వం

చిల్లర బాటలకు దారితీస్తున్న ప్రస్తుత భారతీయ సంస్కృతిని పునరుద్ఘాటించి మానవుల్లో శాంతి సంతోషాలను నెలకొల్పాలంటె పూర్వపు మన సంస్కృతిని తిరిగి సంతరించాలి. అందుకు నీతి లేదా ధర్మమనే పరిధిలోపల మన సామాజిక సంబంధాలు ఇమిడి ఉండాలి. మహాభారతంలో ఈ పరిధులేవో విస్పష్టంగా చెప్పి ధర్మమిదని సంతృప్తికరంగా చెప్పి ఉన్నది. దానిలోలేని విజ్ఞాన విషయం మరొకచోట ఉండదన్న సంగతి జగద్విదితమైన విషయం. మహాభారత కథల నెరుగనివాడు తన బ్రతుకులోని ఎత్తుపల్లాల స్వభావం ఎరుగనివాడె అవుతాడు. జీవితంలోని సుఖ దుఃఖాల విచారణ చేయలేడు. బ్రతుకులోని మహత్తును, అందాన్ని ఆనందాన్ని పొందలేడు.

మహాభారతం కేవలం పురాణంకాదు. మహాత్ములయిన వారి చరితలు ఇతిహాసాలుగాచెప్పి బ్రతుకునెలా నడపాలో సామాజిక ఆధ్యాత్మిక సంబంధాలు ఎలా ఉండాలో కాంతా సమ్మితంగా బోధించగలిగిన ఉద్గ్రంథము. భారతీయ సాంస్కృతిక గమనం విశిష్టమైన పంథా గ్రాహ్యానికి సర్వులూ మహాభారతకథా పఠనం చేయటం అత్యవసరం.

అందుకని, ముఖ్యంగా విద్యార్థులకు వీలుగా చిన్న పుస్తకాలుగా మహాభారత కథలు ప్రచురించి వీలయినంత తక్కువ ధరకు అందించే ప్రయత్నం చేస్తున్నాము. భారతీయులంతా ఈ పుస్తకాలను కొని తమ సంతానంచే చదివింపజేసి వారిని విజ్ఞానవంతుల జేసి మా ప్రయత్నానికి చేయూత నీయాల్సింది.

ఆదిపర్వంలో మొదటి నాల్గు ఆశ్వాసాలు అచ్చువేసి 108 పేజీల పుస్తకం 5 రు.లకు సరఫరా చేశాము. ఇప్పుడు 100 నుంచి 243 వరకూ కూడ అచ్చువేయించి ఆది సభాపర్వాలను పూర్తిగా సరఫరా చేస్తున్నాము.

—ప్రకాశకులు

# పురోవాచము

ఈ రచన ఎందుకు చేశాననేది తెలుపాలని ఇక్కడి ప్రయత్నం. ఇది వ్రాయటంవల్ల రచనను అర్థం చేసికోదలచేవాళ్ళకు ఏదృష్టితో దాన్ని అర్థం స్ఫురింప చేసికోవాలో తెలియజేయటం అవుతుందని నమ్మకం. అందుకె ఈ తొలిపలుకులు వ్రాస్తున్నాను.

భారతీయ సంస్కృతి పూర్వకాలంలో ఎలా ఉండేది అనే విషయం తెలియడానికి, అంటే సాంప్రదాయికమైన భారతీయ సంస్కృతి యేమిటి అనేది తెలియడానికి పూర్వగ్రంథాలు చదవాల్సి ఉన్నది. కాని అవి చదవడానికి వినడానికి ఈ నూతన ప్రపంచంలో చాల తక్కువ అవకాశంఉంది. సంప్రదాయికమైన సత్క్రతువులు, జ్ఞానయజ్ఞాలు సన్నగిలిపోయినవికదా! పైగా వాటిని చదివే అవకాశం కలిగినా వెంటనె వాటి తత్త్వం అర్థంకాదు. అందుకు కారణం ఆగ్రంథాలు నారికేళ పాకంలో ఉండటమయి యుండవచ్చు - పద్యరూపంలోనో లేక శ్లోకరూపంలోనో ఉండటమూ అయిఉండవచ్చు. అది ఒక్కటేకాదు. గ్రంథాంతరమయిన విషయానికి తగిన సంస్కారం లేకపోవటంచేత చదువరికి అవి అర్థంకాకపోవటంకూడ ముఖ్యకారణమె. ఆ సంస్కారం సంతరించుకొని గ్రంథపఠనంచేస్తె నిజానికి పూర్వగ్రంథాలు అర్థం కానంతటి అయోమయాలేమీకావు. అయితె తెలుగు లిపిలోఉన్నా సంస్కృత భాషలోనో పద్యరూపంగానో శ్లోకరూపంలోనో ఉండటంవల్ల పూర్వగ్రంథాలను చదివే సగటు తెలుగు చదువరి రెండు మూడు పేజీలు చదివి విసిగిపోవటం కలుగుతున్నది. ఆకారణంచేత పూర్వగ్రంధ విషయాలు వాడుకభాషలో చెప్తూకూడ సూచనప్రాయంగా మాత్రమె చెప్పి ఊరుకొనక విషయం విస్పష్టంగా చెప్తూ పుస్తకాలు వ్రాయటంవల్ల ఎంతో ప్రయోజనముందని అభిప్రాయపడుతున్నాను.

అందుకని ఈ రచనలో కేవలం కథలే చెప్తున్నానంటూ—గభీరాంతర్గర్భిత మహత్తర విషయాలు చెప్తున్నాను వినండి అనకుండా—బాబాయి చెప్పదలచిందేదో దాన్ని కాంతా సమ్మితంగా చెప్పేట్లు రూపొందించాలని ప్రయ

త్నంచేశాను. భారతం వేదార్థ బృంహితం ఎలా అయిందో తెలుపాలనె ప్రయత్నం చేశాను. వేదంలోని పూర్వమీమాంసలో చెప్పిన కర్మలు చేస్తూ చిత్తశుద్ధిని సంతరించి వేదాంత విషయ విచారణచేసి మననంచేసి మోక్షం పొందటం వేదఆశయం. వేదాంతం మోక్షమార్గాన్ని చెప్తుంది. అందుకె మోక్ష సాధన చెప్పటమె మహాభారతంలోని ఆశయం. దాన్ని వ్యాసమహర్షి ఈ భారత కథల్లోసాధించాడు. చెప్పిన కథలన్నీ శ్రీమదాంధ్ర మహాభారతంలో చెప్పిన వరుసనె నడిచినవి. వాటిని వార్తా పత్రికలో చదివినట్లే చదివినా వాటివెనుకనున్న అంతరాంతర ధర్మాఽధర్మాల నైశిత్యాన్ని తెలియాలనే ఆసక్తిని పెంచుకొని చదవటం తప్పకుండా చేయతగినట్టిది. వెల్లడి చేయబడిన తెలివిడిని మెట్టుగా ఉపయోగించుకొని చదువరులు ధర్మ సూక్ష్మాలను దర్శించాలి. అదే వికాసం! విద్యార్థులకు–అంటే పరీక్షితులకేననికాదు – బాలురకు జ్ఞానాన్ని కలిగించే పుస్తకంగా ఇది వెలుస్తుందనే ఆశతో వ్రాశాను.

డాక్టరు దివాకర్ల వేంకటావధానులవారు గురూణాంగురులు, ఒకసారి డా॥ ఇరివెంటి కృష్ణమూర్తిగారు అన్నారు–ఇందులోని విషయాల దృష్ట్యా గురువుగారి ఆశీర్వచనాలు తప్పక లభించగలవు అందులో సందేహం లేదని. ఆ ప్రోద్బలంతో శ్రీ అవధానుల వారి సన్నిధికి వెళ్ళాను. దయతో వారు తమ అభిప్రాయం వ్రాసి ఇచ్చారు. వారికి నా శతానేక హృదయపూర్వక నమస్కారాలు.

1982 లోనే డా॥ ఇరివెంటి కృష్ణమూర్తిగారు ఆదిపర్వంలోని కథా రచనను చూచినపుడు వారునాకిచ్చిన ఉత్తేజకరమైన ప్రోత్సాహంతో మొత్తం మహాభారతాన్ని పూర్తిచేశాను. అచ్చు వేయించండి అన్నారప్పుడాయన. ఆ ఉద్దేశ్యం నాకప్పుడు నాటలేదు. ఈవాటికి అనుకోకుండానే అధ్యాత్మయోగాలయ బ్రహ్మవిద్యా ప్రచార ట్రస్టువారు దీనిని అచ్చు వేయించడం శ్రీకృష్ణమూర్తిగారి మనస్సంకల్ప ప్రభావమె అనుకొంటున్నాను. వారిని తలచినపుడల్లా నా హృదయమె ఇవ్వటంకంటె–వారిని హృదయంగములుగా నెఱుగడంకంటె–ఇక్కడ నేనిచ్చే యీ ధన్యవాదాలూ గొప్పవని అనుకోను. వారు తమ అభిప్రాయాన్ని వ్రాసి అందించినందుకు నమస్కారాలు.

అధ్యాత్మ యోగాలయ బ్రహ్మవిద్యా ప్రచార ట్రస్టువారు దీనిని ప్రచురించి తమ ఔదార్యాన్ని నాపై ప్రసరింపజేసినందుకు నా వందనాలు.

విజయ ఆర్టు ప్రింటర్సు, చిక్కడపల్లి వారికీ సునీతా ఆర్టు ప్రింటర్సు, పంజగుట్ట వారికీ నా కృతజ్ఞతలు.

ఈ పుస్తకం చదివినవారు మహాభారత కథలను ఎలా అర్థం చేసికొనాలో తెలిసికొంటె–వారికి నా అభినందనలు. ఆ సంస్కార యుతమైన శక్తి గడించినవారై దీనిని చదివేవారికి నా ధన్యవాదాలు. శ్రీ వేదుల సూర్య నారాయణశర్మగారు అంతరార్థ భారతమనె గ్రంథం చూపినారు. అందులో మోక్షసాధనామార్గాన్ని మనసులో పెట్టుకొని వ్యాసమహర్షి భారతాన్ని ఎలా రచించాడో చెప్పారు. వారి భావం నాకు ప్రోత్సాహమిచ్చింది. వారికి నా నమస్సులు.

పి.జె. 49 పంజగుట్ట,
హైదరాబాదు-500 482.

ఇట్లు
కామరాజుగడ్డ రామచంద్రరావు

కళాప్రపూర్ణ డా॥ దివాకర్ల వేంకటావధాని,
ఎం.ఏ. (ఆనర్సు) పి.హెచ్.డి.,
హైదరాబాదు.

# అభిప్రాయము

మహాభారతము పంచమ వేదమను ప్రశస్తి గాంచినది. అందులో లేని విషయము మరెచ్చటను లేదని "ధర్మేచార్థేచ కామేచ మోక్షేచ భరతర్షభ, యది హాస్తి తదన్యత్ర యన్నేహాస్తి న తత్క్వచిత్" అని వేదవ్యాసుడే చెప్పియుండెను. నన్నయభట్టు "వివిధ వేదతత్త్వవేది, వేదవ్యాసుడు ఆది ముని పరాశరాత్మజుండు విష్ణుసన్నిభుండు విశ్వజనీనమై పరగుచుండఁజేసె భారతంబు" అని వ్రాసియుండెను. భారతము విశ్వజనీనమైన మహాగ్రంథము. వయోభేదము గాని లింగ భేదము గాని, వర్ణభేదము గాని లేకుండ అందరు చదివి అనుసరింపదగినది. పాండవ కౌరవుల కథను వ్యాజముగా గైకొని తద్రూపమున వ్యాస మహర్షి సకల నీతి ధర్మతత్త్వములను మానవలోకమున కందించి యుండెను. అందుచేతనే "మహత్త్వాత్ భారవత్త్వాచ్చ మహాభారత ముచ్యతే" అనుసూక్తి యేర్పడినది.

వ్యాసుడు భారతమును సంస్కృత భాషలో వ్రాసియుండుటచే అది విద్వదేక వేద్యము. అది అన్ని భాషలలోనికిని అనువదింపబడినమాట సత్యమే అయినను మహాకవులు ప్రౌఢమైన భాషలో వ్రాసి యుండటచేతను, పద్యమయముగా రచించి యుండుచేతను, అవి సామాన్యజనులకు అర్థము కావు. అందుచే అట్టి మహా గ్రంథములను సామాన్య జనులకుకూడ అందుబాటులో నుండునట్లు సులభమైన వ్యావహారికభాషలో వ్రాయవలసిన ఆవశ్యక మెంతైననున్నది. అట్టి ప్రయత్నము కొందఱు గావించిరి. ఇప్పుడు మహాభారత కథలు అనుపేర శ్రీ కామరాజుగడ్డ రామచంద్రరావుగారు దానిని సులభ సుందరమైన భాషలో వచనమున వ్రాయుచున్నారు. ఇది సామాన్య ప్రజల కెంతో ఉపయోగకరముగా నుండుననుటలో సందేహము లేదు. భారత భాగవత రామాయణములు, వేదోపనిషత్తుల వలెనే, మన భారతీయ సంస్కృతికి మూల

కందములు. అందుచే వాని నందఱును చదవలసిన యవసరమున్నది. అప్పుడుగాని "పరధర్మో భయావహః" అను గీతాసూక్తిని మనవారు గ్రహింపజాలరు.

శ్రీ రామచంద్రరావుగారు రచించుచున్న మహాభారత కథలలో ఇది మొదటి సంపుటము. వారు దీనిని ఆంధ్ర మహాభారతము ననుసరించి రచించి యున్నారు. వారీ సంపుటమును మొదలుపెట్టిన విధము అతి రమణీయముగా నున్నది. పూర్వము వృద్ధులును వృద్ధురాండ్రును భారతాదుల యందలి కథలు చెప్పుచుండగా బాలబాలికలు ఎంతో శ్రద్ధతో వినుచుండెడివారు. ఆ విధముగా వారికి మన సంస్కృతియందు అభిమానము ఏర్పడు చుండెడిది. ఆ విషయమై ఉపక్రమణికలో కలదు. ఆంధ్ర భారతమును బాగుగా చదివి జీర్ణించుకొని గ్రంథకర్తగారు ఈ వచన గ్రంథమును వ్రాయుచున్నారు. శ్రీ రావుగారు వృత్తిచే న్యాయవాదులైనను భాషా సాహిత్య విషయమునను గ్రంథ రచన విషయమునను అత్యంత శ్రద్ధ వహించుచుండుట ముదావహము. ఇందలి శైలి సర్వసుబోధ మగుటయేగాక, మనోహరముగాకూడ నున్నది. స్త్రీలును బాలబాలికలను కూడ దీనిని చదివి ఆనందింపవచ్చును. కథా కథనమున వారు చూపిన నేర్పు ప్రశంసనీయముగా నున్నది. ఇతర సంపుటములనుకూడ వారు చిరకాలములోనె ముద్రించి ఆంధ్రులకు మేలు చేయుదురని కాంక్షించు చున్నాను.

—దివాకర్ల వేంకటావధాని

డా॥ ఇరివెంటి కృష్ణమూర్తి. ఎం.ఏ., పి.హెచ్.డి.
రీడరు తెలుగుశాఖ, పోస్టుగ్రాడ్యుయేటు కాలేజి,
ఉస్మానియా యూనివర్సిటీ, హైద్రాబాదు.

# అభినందనము

పాతవే అయినా కొత్తగా కనిపించే గుణం పురాణేతిహాస కథలకున్నది. పురాణశబ్దానికి వ్యుత్పత్త్యర్థం ఈ సంగతినే చెప్పుతున్నది. నేటి మనదైనందిన జీవితంలో జరిగే ఎన్నో సంఘటనలకు పురాణ కథలకూ పోలికలున్నవి. ఏ విలువలకోసం, ఏ ఆదర్శాలకోసం మనం ప్రత్యక్షంగానో, పరోక్షంగానో పరిశ్రమిస్తున్నామో వాటితో ఈ కథలకు సంబంధమున్నది. పరంపరాగతంగా మనం నమ్ముతున్న ధర్మాలన్నీ ఈ కథలు బోధిస్తున్నవి. ఇవి పాతకథ లనుకోవడం పొరపాటు. ఆధునిక జీవిత సమస్యల స్వరూప స్వభావాలను తలస్పర్శిగా అవగతం చేసుకోదలచినవాడు ఈ కథల్లో అంతర్యాన్ని దర్శించవలసిందే. సత్య నిరతి, స్నేహధర్మం, భూతదయ, అస్తేయం, అన్యాయ నిరోధం, సత్యగవేషణ ఆత్మ విశ్వాసం, ఆప్తవాక్య ప్రాధాన్యం, ఇంకా ఇలాంటివెన్నో ధర్మాలు ఇప్పటికీ మనకుకావాలె. మనుషులను, సంఘాలనూ, ప్రభుత్వాధినేతలనూ, వాళ్ళ కార్యకలాపాలనూ విలువకట్టవలసి వచ్చినప్పుడు ఈ కథల్లోని విలువలనే మనం గీటురాళ్ళుగా ఉపయోగించుకుంటున్నాము.

ఇలాంటి కథలకు మహాభారతం ఒక గనివంటిది. మహాభారతంలో లేనిది మరెక్కడాలేదు అన్ననానుడి ప్రచారంలోకి వచ్చింది. మహాభారతం, భాగవతం రామాయణం చదివితేనేగాని మనకు నన్నయనుండి నేటిదాక వచ్చిన తెలుగు కావ్యాలు సమగ్రంగా అర్థంకావు. అధ్యయన దృష్టితో మహాభారతం ఒక ఉత్తమ పఠనీయ గ్రంథం.

మహాభారతాన్ని వ్యాసుడు సంస్కృతంలో వ్రాసినాడు. తెలుగులోనూ, ఇతర దేశభాషల్లోనూ, మరింకెన్నో ప్రపంచ భాషల్లోనూ వ్యాసుని మహాభారతం ఎన్నో సాహిత్య ప్రక్రియలుగా అవతరించింది. సంస్కృతం రాని భారతీయులకుకూడా వ్యాసుడు వాల్మీకివలె యావద్భారత కవి.

కవిత్రయంవారు వ్యాసుడు వ్రాసిన భారతేతిహాసాన్ని సంక్షిప్తంగా మలచినారు. ఎన్నోచోట్ల కుదించినారు. ఎన్నో కథలనూ, స్తోత్రాలనూ వదిలి పెట్టినారు. అయినా రసవత్తరములైన, ధర్మరహస్య ప్రతిపాదకములైన కథలను సాధ్యమైనంతవరకు తెలుగులోకి తెచ్చినారు.

కవిత్రయంవారు చంపూపద్ధతిలో వ్రాసిన మహాభారతాన్ని మూలంకషంగా చదివి, మిత్రులు శ్రీ కామరాజుగడ్డ రామచంద్రరావుగారు, కొన్ని కథలను ఏరుకుని అందరికీ అర్థమయ్యే శిష్టవ్యావహారిక భాషలో "మహాభారత కథలు"గా అందించినారు. వార, మాసపత్రికల్లో కథలూ, నవలలు చదువుకునే వారికి ఈయన అవలంబించిన భాష దగ్గరగా ఉన్నది. క్లిష్టమైన పద జాలంకాని, వాక్య రచనకాని ఇందులోలేదు. ఆయన ప్రభుత్వోద్యోగంలో ఉండి, న్యాయశాస్త్రంలో మంచి ప్రావీణ్యం సంపాదించి, తన మనస్సులో భారతాన్ని మననం చేసుకుంటూ, ఆ మహాగ్రంథంపట్ల శ్రద్ధాసక్తులను ఇనుమడింప జేసుకుని ఈ తరానికి నచ్చే పద్ధతిలో ఈ కథలను వ్రాసి ఎంతో మేలు చేసినారు. నిజానికి భారతం కథను జనమేజయునికి చెప్పిన వైశంపాయనుడు "పుణ్యకథా కథనదక్షుడ"ని నన్నయ పేర్కొన్నాడు. కథలు చెప్పడం, అందులో ధర్మానురక్తిని కలిగించడానికి కథలు చెప్పడం, సులభ భాషలో చెప్పడం కొంచెం కష్టసాధ్యమైన పని. శ్రీ రామచంద్రరావుగారు ఈతరానికి ఈ పుస్తకం అందించి ఉపకృతి చేసినారని చెప్పవచ్చును. ఆదిసభాపర్వాల కథలే ఈ సంపుటిలో ఉన్నవి. అన్ని పర్వాల్లోని కథలనూ పఠితృలోకానికి అందించే ఓపికనూ, శక్తినీ, అవకాశాన్నీ పరాత్పరుడు శ్రీ కామరాజుగడ్డ రామచంద్రరావుగారికి ప్రసాదించాలని హృదయపూర్వకంగా సంప్రార్థిస్తున్నాను. ఇలాంటి ఉత్తమ గ్రంథాలకు పాఠకులు ఇతోధికమైన ప్రోత్సాహాన్ని అందివ్వాలని అభ్యర్థిస్తున్నాను. వ్యాసుని సందేశాన్ని ఇంత సులభంగా అందిస్తున్న శ్రీ రామచంద్రరావుగారికి నా అభినందనములు.

—ఇరివెంటి కృష్ణమూర్తి

శ్రీరస్తు

# మ హా భా ర త క థ లు

## ఉ ప క్ర మ ణి క

"తింటే గారెలే తినాలి — వింటే భారతమే వినాలి" అని తెలుగు సామెత. చిన్నప్పుడు ఇంగ్లీషు చదువుకోసం ఇంకో ఊరువెళ్ళి ఉండేవాళ్ళం. సెలవులు రాంగానే మా ఊరువెళ్ళి కథల బాబాయిచుట్టూ మూగే వాళ్ళం "శాస్త్రం చెప్పు"మంటూ. ఆయన ఏవేవో కథలు చెప్పేవాడు. రాజులు-రాణీలు కొడుకులు-దేశం చూడ్డానికి వెళ్ళటం, పేదరాలు పెద్దమ్మ ఇంట్లో ఇమిడి ఉండటం-రాజకుమారుల సాహసాలు — ఇలా మనసుకు విస్తృతమైన రసోద్ధతి. ఇట్లా చెప్పిచెప్పి, "కథ కంచికెళ్ళింది, మీరింటికెళ్ళి పండుకోండి. ఝాము ప్రొద్దు పోయిందప్పుడే" అనే వాడు నక్షత్రాలు చూపుతూ బాబాయి.

అప్పటికి రాత్రి తొమ్మిదయేది. రోజుకు మూడు గంటలు అటూ ఇటుగ కాలక్షేపం జరిగేది. పడుకుంటే నిద్ర పట్టేంతవరకూ, ఆ రాజకుమారుడి నిజాయితీ, అతడు పాటించిన ధర్మం ఆధారంగా మొత్తం కథ నడవటం, మనసులో తిరుగుతుండేది. అందుకే బహుశ—ఆయన చెప్పే కథను "శాస్త్రం" అనే వాళ్ళం.

ఒకొక్కొక్కప్పుడు బాబాయి అనేవాడు "మీరు చరిత్రలూ, జాగ్రఫీలూ అన్నీ చదువుకొని వస్తారు. నేనేదో పురాణాలూ, భారతాలూ చెప్తాను. మీకు మీ చదువు లెందుకు తృప్తినీయటంలేదు? పల్లెటూరొచ్చి నా చుట్టూ మూగుతా రేమిటి?"

"ఆఁ, అవన్నీ పరీక్షలకు చదివేవిగా!" అన్నాడు శివుడు.

"మరి ఇవెందుకు వినటం?"

"భలే బాగుంటాయి కనక" అన్నాడు శివుడు నవ్వి.

"అదే! ఎందుకంత ఎక్కువ బాగుండాలి అని?" అన్నాడు బాబాయి.

సమాధానం ఏమీ మేము చెప్పలేదు. సంతోషాన్నిచ్చే చదువు పల్లెటూళ్ళ సందుల్లోకి వచ్చేసిందని చెప్పే సాహసం లేదు.

విద్యార్థులు విషయజ్ఞానంకోసం చదివితే, విషయం తెలిసిన క్షణం నుంచి సంతోషం వస్తుంది గాక. కానీ అది కేవలం పరీక్షల కోసమనీ, పరీక్షలు కేవలం డిగ్రీలకోసమనీ అనుకొంటూ చదువటం ఆరంభిస్తే, బుద్ధి చాకచక్యం, కసరతు మాత్రం లభ్యమవుతుందిగానీ, ఆ చదువు సంతోషాన్ని వ్వాల్సిన పనేమిటి? అది డిగ్రీల నిస్తున్నది గదా! చరిత్ర చదువుతాం. దానిని పరీక్షల్లో జ్ఞాపకముంచుకోటానికి మాత్రమే చదువుతాం గదా. అందుచేని సంతోషం యథాతథంగా కలుగదు. సినిమా వేరు—శాస్త్రం వేరు—కథ వేరు.

నిజానికి చరిత్రవేరూ కథవేరు. చరిత్ర దేశానికి సంబంధించింది. కథ ఒక వ్యక్తికి లేదా సంఘటనకు సంబంధించింది. చరిత్రలో అనేక వ్యక్తులు వస్తారు. వారి కథలూ వస్తాయి. అనేక సంఘటనలూ వస్తాయి. అవి దేశ చరిత్రకు ఎలా ప్రధానమై ఉంటాయో అలా చెప్పబడుతవి. చరిత్రలో ఒక వ్యక్తిని ప్రధానంచేసిచరిత్రలో చెప్పరు గాక. కథలోనయితే వ్యక్తిని ప్రధానం చేసి చూపుతారు. చరిత్రకు పయోగపడే కథకు సంబంధించని వ్యక్తులు చరిత్రహీనులనబడుతారు. వాళ్ళ కథలు దేశ చరిత్రగా రావు. కేవలం సంఘటనలుగా మాత్రం వస్తాయి గాక.

కథగాని సంఘటనగాని వ్యక్తిని ప్రధానంచేసి చెపుతవి. అవి చదువు కూడాను. అప్పుడే ఆ కథలోని వ్యక్తిని యెఱిగి, విషయం నేర్చుకొనవలసి ఉంటుంది. ఐతే ఇప్పుడువచ్చే కొన్ని కథల్లో నేర్చుకొవలసిన దానికంటే కేవలం వర్ణన, లేదా ఇంద్రియానుభూతి మాత్రమేఉన్న సంగతి కన్పడుతున్నది గాక. ఇంతకూ —

మహాభారతంలో ఎన్నో కథలున్నాయి. అది ఒక ఇతిహాసము. అంటే అర్థమేమిటంటే — మహావ్యక్తియొక్క జీవిత కథనం చదివి పాఠకులు ఏప

యోగాన్ని పొందేటట్లయితే అది ఇతిహాసమవుతుంది. మహాభారతంలో పాండవుల జీవితంలోగల ధర్మవర్తనం సంగతి తెలియజెప్పడం జరుగుతుంది.

ఆ ధర్మం అన్వయించుకొని జీవితాలను ఆదర్శంగా నడుపుకోవటం ద్వారా మనం లాభాన్ని పొందవచ్చు. అందుకనె దానివి ఇతిహాసమంటున్నాం. దానిని చదివితె, వింటె, వ్యాసంగంతోపాటు జ్ఞానంకూడ కలుగుతుంది" అన్నాడు బాబాయి. నిజానికి బాబాయికి పగలంతా భారతం చదవడమే పని.

మహాభారతాన్ని సంస్కృతంలో వ్యాసమహర్షి రచించాడు. ఈయన అసలు పేరు కృష్ణద్వైపాయనుడు. ఈయన బ్రహ్మర్షి. అంటె- బ్రహ్మపదార్థ తత్వజ్ఞానాన్ని తెలిసి, ఆచరణలో పెట్టుతున్న వాడన్న మాట. ఆయన పరాశరుడనే బ్రహ్మర్షికి సత్యవతి అనే దాశ కన్యకీ పుట్టిన వాడు.

ఆయన ఎంత గొప్పవాడంటే-ఆ రోజుల్లో కాగితాలూ కలాలూలేవు. పుస్తకాలకు బదులు తాటి యాకుల పొత్తులుండేవి. వాటి మీద ఇనప ఘంటంతోనో ఇత్తడి ఘంటంతోనో వ్రాస్తుండే వాళ్లు ఊరికొకరిద్దరు తెలిసినవాళ్లు. వారిలో యీయన ముఖ్యుడు. వేదాల్లో అన్నీకలగలుపుగ ఉండేవి. నోటితో చెప్పేవాళ్లు అలాగె కలగలుపుగా చెప్తుండేవారు. వ్యాసుడు అవన్నీవివి, విమర్శచేసి ఋక్కులను ఋగ్వేదంగా, మంత్రాలను యజుర్వేదంగా, సామాలను సామవేదంగా, తంత్రాలను అధర్వణ వేదంగా విభజించి పాఠక లోకానికి అమోఘమైన సౌలభ్యాన్ని చేకూర్చాడు. ఆ వేదాల్లో కొన్ని భాగాలు భగవంతుడ్ని పొగడుతుండేవి. కొన్ని ప్రకృతిని పొగడుతుండేవి. కొన్ని, క్రతువులు చేయడమెలాగో చెప్పుతాయి. ఆ క్రతువులవల్ల భౌతిక ఫలాలను పొందటమెలాగో ఉండేది. వీటిని మించి బ్రహ్మపదార్థ తత్త్వబోధ ఉండేది. వీటన్నిటినీ కూడ తగిన విధమైన విభజన చేసినవాడు యీ కృష్ణద్వైపాయనుడె. వేదాంతం, చివరి భాగంగ చేయబడి, తత్వజ్ఞానం అందులోనే చరమసందేశంగా చెప్పబడింది. దాని కోసమె యుగశాఖలన్నిని అనేది సూచింబారు. అలా విభజనం చేయడం వల్లనె ఆయనకు వేదవ్యాసుడని పేరు వచ్చింది. ఆయన అసలు పేరు ఎవరికీ తెలీదు

సాధారణంగా. వేదవ్యాసుడనే చెప్పుకొని ఎప్పుడో ఆయన పేరు ఫలానా అని చదివి తెలుసుకొంటూ ఉంటాం. ఆశ్చర్యపడుతూ ఉంటాం.

ప్రాక్కులు అంటె ప్రప్రథమంగా వచ్చిన లిఖితాలని అర్థం. సృష్టి అనేయంత్రాంగానికి అవి డాక్యుమెంటు: ఈ సృష్టియనే యంత్రంతో ఎలా వ్యవహరించాలో చెప్పే గ్రంథం-అప్పుడు గ్రంథం అనేది పుస్తకం కాదు- విజ్ఞానం! ఆపుస్తకాలు వేదాలే. అందుకని అవె ప్రాక్కులు. వాటిని విభజించి తెలియడానికి తయారు చేసిపెట్టినవాడు వ్యాసుడూ, అసలు ఆ జ్ఞానాన్ని తెలియజెప్పినవాడు సృష్టికర్త అయిన భగవంతుడూను. అందుకని భగవంతుణ్ని ప్రాక్కథన కర్త అంటూనె వ్యాస భగవానుని కూడ ప్రాక్కథన కర్త అనటం పరిపాటి అయింది.

బాబాయిని కథ చెప్పమని అడిగినట్లే, శౌనకుడూ మొదలైన కొందరు మునులు తెలిసిన వాళ్లనుపిల్చి ఈ మహాభారతకథలను అడిగి చెప్పించుకొంటూ ఉండేవారు. వారందరూ బ్రహ్మ పదార్థ తత్వవిషయం ఎరిగినవారే. ఎరిగినవారు ఆచరణలో పెట్టడం అవసరం గనుక ఆ తత్త్వ గుణకీర్తనం చేస్తుంటే వాళ్లు సామూహికంగా కూర్చొని. సూతుడనే మంచి పౌరాణికుడుండేవాడు. ఆయన్ను వారు పిల్చినవారై "బ్రహ్మ పదార్థ తత్వగుణ కీర్తనంచేసి, వృక్షానికి ఫలాన్ని పండించి ప్రజలకిచ్చినట్లు తత్త్వాన్ని ప్రసాదించవయ్యా" అన్నారు.

ఈ సూతుడు మహర్షే. ఆయన అసలుపేరు ఉగ్రశ్రవసుడు. రోమ హర్షణుడనే వానికొమారుడు. శౌనకాదులు ఈయన్ను పిల్చి తత్వవిషయం చెప్పవలసిందని అడిగారంటె ఆయన ఎంతటి విజ్ఞాని అయి ఉంటాడో ఊహించవచ్చు. ఆయన యే కులానికి చెందియున్నాడు అనే ప్రసక్తి ఆ అడిగిన మునులెవరికీ కలగలేదు. అది వారి గొప్పతనం. కులాభిజాత్యం, కులద్వేషం అప్పుడు లేవనే మాటకు ఇదినిదర్శనం.

ఇక మహాభారతాన్ని ఒక వృక్షానికి పోల్చారు. అందులో ఉన్న కథలన్నీ దానిశాఖలు. అందులో వేదార్థాలు వినబడుతాయి. అవి ఉద్యానవనంలో ఉండే "నీడల"తో పోల్చవచ్చునట. ఎందుకనంటే ఆ వేదార్థాలు ఫలరహిత

మైన చల్లదనాన్ని ఇస్తూ ఉంటయిగదా! ఇక భారత వంశరాజుల కీర్తనలు ఏవైతే ఉన్నాయో అవి పుష్పాలట. మరి ఫలమేమిటయి ఉంటుంది అని అడగాలని పిస్తుంది. అది ఏమిటంటే శ్రీ కృష్ణార్జునులు నానా గుణ కీర్తనం చేసిన భాగ మేదైతే ఉందో అదిట. ఈ గుణకీర్తన మేమిటి అంటే-మంచితనం-ఎప్పుడూ పని చేస్తుండేతనం-చెడ్డతనం అని మూడు గుణాలున్నాయి. వీటికి వేరే పేర్లు ఎన్నో చెప్పారుగాక. కాని ఈ మూడింటి కారణంగానే వ్యక్తి ఉన్నతికీ అథో గతికీ మధ్య తిరుగుతుండటం జీవితంలో ఉంటుంది. దానిని గురించి శ్రీ కృష్ణార్జునులు చర్చించిన సారాంశాన్ని పాఠకుని మేధకు ఎక్కించటమే ఈరచన ఫలం అన్నారు.

ఈ మహాభారతాన్ని ఎవరి సంస్కారాన్ని బట్టి వారు ఆయా విధంగా మన్నిస్తారట.

ధర్మ తత్త్వజ్ఞులు ధర్మశాస్త్రంబని
అధ్యాత్మ విదులు వేదాంత మనియు
నీతి విచక్షణుల్ నీతి శాస్త్రంబని
కవివృషభులు మహా కావ్యమనియు
లాక్షణికులు సర్వలక్ష్య సంగ్రహమని
ఐతిహాసికు లితిహాసమనియు
పరమ పౌరాణికుల్ బహుపురాణస
ముచ్చయంబని - ఇలా కొనియాడుతారు.

మహాభారతాన్ని వ్యాసుడు సంస్కృతంలో రచించాడు. దానిని వ్రాయ డానికి ఆయనకు మూడేండ్లు పట్టిందట. దానిని ఇతర్లకు చెప్పడానికిగాను ఎంతో మందిని ఈయన ఏర్పాటు చేశాడు. నారదుడు, దేవలుడు, శుకుడు, సుమంతుడు, వైశంపాయనుడు అనేవాళ్లు. నారదుడు దేవలోకంలో, వైశంపాయ నుడు మనుష్య లోకంలో, దేవలుడు పితృలోకంలో శుకుడు, మొదలగువారు గరుడగంధర్వ యక్షరాక్షసలోకాలలో దానిని ప్రచారం చేశారు.

భూలోకానికి వచ్చిన వైశంపాయనుడు జనమేజయునకు ఈ కథలను

వినిపించడమయింది. అప్పుడే సూతుడు విని వాటిని తెలుసుకొన్నాడు. అలా విని అందులోని అంతరాంతరమైన ధర్మాలను అవగాహన చేసుకొన్నాడు. అందుకనే నైమిశారణ్యంలోని మునుల గోష్ఠి నడప చేస్తుండేవాడు. ఇది ప్రాక్కథన కర్తయైన వ్యాసుని కథ.

* * *

వ్యాసుడు మహాభారతం ప్రచారం చేయడానికి అన్ని లోకాలకూ వ్యక్తుల్ని ఏర్పాటుచేసి, మనుష్య లోకంలో వ్యాప్తిచేయడానికి వైశంపాయనుడనే మునిని పంపాడు. ఆయనవచ్చి "నేను చెప్తాను నువ్వు వింటావా" అని ఎవర్ని అడిగితే ఎవరు సరేనంటారు? మాకు తీరికలేదంటారు జనాలు. అందుకని మహారాజుల్ని పట్టుకుంటే గోష్ఠి జరిపేటప్పుడు ఈ కథలను వివరించి పది మందికీ చెప్పవచ్చు అనుకొని ఆ ముని, జనమేజయ మహారాజు దగ్గరకు వచ్చాడు.

ఈ జనమేజయుడు కలియుగారంభంలో రాజుగా పనిచేసిన పరీక్షిత్తు కొమారుడు. ధర్మప్రకారం రాజ్యం చేస్తున్నవాడు. ఈ రాజులు పెద్ద గోష్ఠిని నడిపిస్తూ ఉండటం మామూలు. ఆయన దర్బారులో కూర్చొని ఉంటే ఆయన చుట్టూ ఎందరో చేరేవారు. మాటలు చెప్పేవారూ, కథలు చెప్పేవారూ, వినోద పరచేవారూ, తగాయిదాలు తీర్చుకునేవారూ, కవిత్వము చెప్పేవారూ ఇలా ఈ రసాలన్నింటినీ ఆ రాజుగారూ, చుట్టూ ఉండే వాళ్ళందరూ ఆస్వాదిస్తూ ఉండేవాళ్ళు.

ఇలా విజ్ఞాన విషయాలు తెలుసుకోవటం సత్వగుణ లక్షణం. చేయవలసిన కర్తవ్యం మాత్రం ఎవరూ వదలిపెట్టి వెళ్ళి కాలం గడిపే వాళ్ళుకాదు. ఖాళీ దొరికినప్పుడె యీ గోష్ఠిలో చేరి విజ్ఞాన విషయాలు బుర్రల కెక్కించుకొనేవాళ్లు. కర్తవ్యం చేయటం ఆసక్తితో చేస్తుంటె, అప్పుడు రజోగుణం పనిచేస్తున్నది—అంటాము. కర్తవ్యం చేయకుండా గోష్ఠికిపోయి కాలంగడిపే వాడు క్లబ్బులకు వెళ్ళేవారిలా తమోగుణంలో పడ్డారు అనటం కద్దు. కాని జనమేజయ మహారాజు దర్బారులో సత్వగుణ ప్రధానంగానే గోష్ఠి జరుగుతుండేది.

అలాంటి గోష్ఠిలో వైశంపాయనముని మహాభారత కథసుచెప్పడానికి ఆరంభించాడు. సూతమహర్షి ఆసంగతి మునులకు చెప్తున్నాడు.

"వెనక కృతయుగం పూర్తిఅయిపోయి త్రేతాయుగం రాబోయే ముందు దేవాసుర మహాయుద్ధం జరిగింది. అలాగే త్రేతాయుగం అయిపోయి ద్వాపర యుగం వచ్చేముందు రామరావణ సంగ్రామం సంభవించింది. ఇక ద్వాపర యుగం అయిపోయి కలియుగం రాబోయేముందు మహాభారత సంగ్రామం జరిగింది. ఇది పద్ధెనిమిది రోజులు జరిగింది. పద్దెనిమిది అక్షౌహిణుల బలం అల్లాడి పోయింది. ఈ యుద్ధం శమంతకపంచకమనే చోట జరిగింది.

ఆ భారత సంగ్రామ కథ చెప్తున్నాను వినండి. దీనిని వినడంవల్ల కలిగె ఫలితమేమిటంటే, అని, — శ్రద్ధగా వింటే కలిగే ఫలితం చెప్తున్నాను సుమా! — అన్నాడు సూతుడు శౌనకాది ఋషులతో,

"ఇది వింటే" ....

"విపుల ధర్మారంభ సంసిద్ధి యగు (బరమార్థం బయత్రమమున"

ధర్మంతో ఆరంభమయే పరమార్థం శ్రమలేకుండా కలుగుతుందట. అంటే ధర్మం, అర్థం, కామం అనే పురుషార్థాలేగాక పరమార్థమయిన మోక్షంకూడ సునాయాసంగా కలుగుతుందన్నాడు.

ఏదో చెప్పాడు అనుకోలేదప్పుడెవరూ. ఏ విషయమైనా ఎవరి సంస్కారానికి తగినట్లు వారి మనసుకు అందుతుంది. చెప్పేవిషయం తెలిసికొనాలనే శ్రద్ధలేకపోతె ఎగతాళి చేసేందుకు వీలయిన మాటలే చెవిలోపడతాయి. "పలువు రొకని కోడి పారుట, బల్లిదు లనదచేత చెడుటయును ఘటించు" అని భారతంలో శ్రీకృష్ణ రాయభారఘట్టంలో ఒక పద్యమున్నది. యుద్ధంచేసేటట్లయితె ఎక్కువ మంది ఒక్కడిచేత ఓడిపోయి పారిపోవటం, మహాబలవంతులమనుకొన్నవారు పిరికివానిచేత కొట్టబడటం జరుగుతుంది సుమా! అని పై పద్యభాగానికర్థం. ఒక విద్యార్థి హఠాత్తుగాలేచి అడిగాడు "సార్ కోడి, బల్లి రెండూ అర్థమయినాయిగాని యీ పారుట ఏమిటి సార్" అని! అందుకనె భారతం శ్రద్ధగా వినాలి అని సూతమహర్షి అన్న కారణం.

శ్రద్ధ అంటే నమ్మకమా అనిపిస్తుంది. కాని శ్రద్ధ వేరు, నమ్మకం వేరు. పదునైన తేడా ఉంది. ఏదో క్లాసు చదివే కుర్రవానికి తాను అలా బాగా చదివి, చదువసాగిస్తే ఎప్పుడో పి యచ్.డి. చేయగలననే నమ్మకం ఉంటుం దనుకొందాం. అది వట్టి నమ్మకం కాదు. తనపై తనకుగల విశ్వాసంతో కూడినట్టిది. ఆత్మబలంతో కూడుకొన్న నమ్మకం అదే 'శ్రద్ధ' అనేదానికి దగ్గరగా ఉండేస్థితి. అలాచేస్తూవున్నప్పుడు శ్రద్ధ అతడికి ఉన్నదంటాము. చేయకుండా పనివదలివేస్తే అతడికి వట్టి ఊపిరిలేని నమ్మకమే ఉన్నట్లు. శ్రద్ధ లేదన్న మాట. 'శ్రద్ధ' అనేదానికి అంత భావమున్నది. దానిని అలాగే అర్థం చేసికొనాలి.

అందుకే వినటంలో మెలకువ ఉండాలి. అర్థంచేసికొనటంలో నేర్పు ఉండాలి. పాటించటంలో ఒడుపుఉండాలి. అప్పుడు ఫలితం కలగటం తథ్యం. ఇది లేకపోయినట్లయితే, ఒకానొక దౌర్భాగ్యపు పాపక్షణంలో "కోతాడు పెద్ద కోత" అనేయడంకద్దు. ఆ నేర్పు ఒడుపు లేకపోతె సూతుడు చెప్పినమాటలు కోతల్లానే ఉండటం కద్దు. ఇంతా ఆయనేమన్నాడంటే—

"మహాభారతం శ్రద్ధగా వినటంవల్ల, వేదాలు నాలుగు, ఆది పురాణాలు పద్దెనిమిదీ, ఇంకా ధర్మశాస్త్రాలు అన్నీనీ అధ్యయనం చేసినంత ఫలం వస్తుంది. మోక్షశాస్త్ర తత్వ మెరిగినంత ఫలితం వస్తుంది అన్నాడు. ఎల్లప్పుడూ దానం, బహువిధ క్రతు, హోత, జప, బ్రహ్మచర్యములవల్ల బడయగలిగిన పుణ్యఫలం కలుగుతుంది సుమా! అన్నాడు.

ఇంతకూ మహాభారతంలో నూరు పర్వాలున్నాయి. మొదటి 18న్నీ ఆదిపర్వమన్నారు. తరువాత తొమ్మిదీ సభాపర్వం. ఇంకో 16 అరణ్యపర్వం. ఇలా పద్దెనిమిదిపర్వాలకూ ఆ నూరు పర్వాలనూ సర్దారు. ఈ 18 చిత్రంగా మళ్ళీమళ్ళీ వస్తూఉంటుంది. పద్దెనిమిది అధ్యాయాల భగవద్గీత భారతమంతటిలో తలమానికమయింది. ఈ సంఖ్యలో చిత్రమేదో అది పరిశోధనాత్మకమైనదే ననిపిస్తుంది. ఒక రథం, ఒక ఏనుగు, 3 గుర్రాలు, 5 కాల్బలం కలిగిన బలం ఒక పత్తి అంటారు. దీనిని 3 చేత పదిసార్లు హెచ్చవేస్తే వచ్చేది అక్షౌహిణి. అలాంటి 18 అక్షౌహిణీల బలం పోట్లాడిందిట.

ఇదే భారత కథకు పతాక విషయం. చివరకు అంతా చావడమే పతాక విషయం అని చెప్పటంలేదు. కథా పర్యవసానమదే గాని చెప్పిన విషయాలు అనంతమైనట్టివి ఉన్నాయి.

భారతంలో జనమేజయ మహారాజుతో కథారంభమవుతుంది.

# మహాభారత కథలు

(ఆదిపర్వము - ప్రథమాశ్వాసము)

## 1. జనమేజయుడు

భారతంలో మరీ మొట్టమొదటి కథ జనమేజయుడి కథ. ఆయన మహారాజు. మంచి ప్రతిభావంతుడు. అంటే కర్తవ్యాన్ని సమర్థవంతంగా సమగ్రంగా చేయగలిగే వాడన్నమాట. అక్కర్లేని పనులు చేస్తే ప్రతిభ రాదు. కర్తవ్యాలు నిర్వహించడంలోనే ప్రతిభ వ్యక్తం అవుతుంది.

మహారాజుకు కర్తవ్యమేమిటి అనుకో నక్కరలేదు. రాజుకు పరమ కర్తవ్యాలు రెండు అని రాజకీయ శాస్త్రం చెపుతుంది. ప్రైమరీ డ్యూటీలంటారు వాటిని. (1) దేశానికి బయటి నుంచి ఏవిధమైన ఎద్దడీ రాకుండా చూడటం, వస్తె-ఎదుర్కొని దానిని వారించడం, (2) దేశాలలో దుర్మార్గులెవరూ సాధుజనులకు కష్టనష్టాలు కలుగజేయకుండాను తన రాజరికాన్ని త్రోసివేయకుండానూ చూచుకోవటం. వీటిని నిర్వహించడంలో జనమేజయుడు దిట్టగనక అతడు ప్రతిభా వంతుడన్నారు.

ఇక ఉద్యోగావకాశాలు కల్పించటం చెరువులు, బావులు, తవ్వించడం ఇవీ కర్తవ్యాలె అయినా పరమ కర్తవ్యాలు అనరు. అవి రాజు, లేదా ప్రభుత్వం చేసే సత్కర్మలు మాత్రమే అవుతాయి. అందుకనె జనమేజయుడు ముందుగా ప్రతిహత శత్రు విక్రముడైనాడట. అంటే శత్రువుల నందర్నీ జయించాడు. ఆ తరువాత యాగాలూ అధ్వరాలూ చేసి, ప్రజలకు దానాలివ్వడం, పరిషత్తులు పెట్టడం, సదస్యాలు నడపడం, శాస్త్రవాదాలు చేయించడం చేశాడు. ఇలాంటివి సత్కర్మలు. ఈ సందర్భంలోనే ఆయన ర్ఘసత్రయాగమని ఒక యాగం ఆరంభించాడు.

ఈ యాగంవల్ల ప్రజలకు కష్టంగాని నష్టంగాని కలిగేదేమీ లేదు. అందరూ సుఖంగా దానిని తిలకించవచ్చు. సంతోషించవచ్చు. దీనిని చేయవద్దనే వాళ్ళులేరు. కంటగించుకొనే వాళ్ళెవరూ లేరు. అందరికీ ఇష్టంగానె ఉండేది. ఇప్పటి ప్రభుత్వమయితే ఇలాటివి తలపెట్టటానికి వీలులేదుగాక. అది మత సంబంధమైన దవుతుంది గనక రాజ్యాంగ చట్టానికి విరుద్ధమని మనం అనుకొంటూ ఉంటాము.

కాగా యాగానికి గాను ఉన్న యాగ ప్రదేశం పరిశుభ్రంగా ఉంచటం అలవాటు. అశుచి కలుగకుండ చేయటం అక్కడివారి కర్తవ్యం. యాగం చేసే చోటికి కుక్కలూ గొడ్లూ రాకుండా కావలా ఉండేది. ఇలాంటి పరిస్థితిలో ఆ ప్రదేశానికి అప్పుడొక కుక్క వచ్చింది. అది దేవతలకు చెందినది. సరమ అనేదాని బిడ్డ. దాని పేరు అందుకనే సారమేయుడు అన్నారు. అది అలా వచ్చి విచ్చలవిడిగా తిరగడం ఆరంభించింది. అక్కడ కావలా వున్న వాళ్ళు జనమేజయుడి తముళ్ళు. వాళ్ళు కోపగించి దాని వెంటబడి తరిమి కొట్టారు. ఆ కొట్టినవాళ్ళు ఎవరంటే శ్రుతసేన, భీమసేన, ఉగ్రసేనులు. ఇంతలో అది కుయ్యో మొర్రో అనుకొంటూ పోయి తల్లి అయిన సరమతో తన పాట్లు చెప్పు కొన్నది.

"అమ్మా నేనేం చేయలేదు. ఊరికే తోకాడించుకొంటూ అలా తిరిగి వచ్చాను. వాళ్ళు నన్ను తరిమి తరిమి కొట్టారు చూడు" దెబ్బలు చూపించింది. సారమేయుడు.

"ఎవరు వాళ్ళు"?

"ఆ రాజుగారి తమ్ముళ్ళే! జనమేజయుడి తమ్ముళ్ళు".

"ఓహో! ఎంత అన్యాయం ఈ రాజు చేసేది! ఉట్టి పుణ్యానికి ఎవరి నైనా మాత్రం కొట్టటం పాపం కాదా? కొట్టటంలో తనలోని పొగరును సంతృప్తి పరచడమేగదా ప్రధానం. తనకోసం ఇతరులను పీడించే వాడు పాపికాక ఏమవుతాడు. "పాపాయ పరపీడనం" అనే సూక్తి తెలియక పోయిందా వాళ్ళకి? పద పోదాం జనమేజయుడి దర్బారుకు." అన్నది సరమ.

"హూటా హూటి బయలుదేరి న్యాయస్థాన సభాసమయం చూసుకొని మేజయుడి సమక్షానికి వచ్చింది. అక్కడె జనమేజయుడి తమ్ములూ న్నారు. సరమ ఇలా పృచ్ఛించింది.

"మహారాజా తప్పుచేస్తే శిక్షించవచ్చు. పరపీడనం అనేది పాపం క పోవచ్చు ఆ మేర. నాబిడ్డ అటుగా వచ్చిందన్న కారణంగా అదిలిస్తే పోయే దానికి ఇంత ఎక్కువగా నీతమ్ములు కొట్టారు నా సారమేయుణ్ణి. గా ఆ పరపీడనం నీవుచేస్తున్న యాగనిమిత్తం నీకొరకు చేశారు. అందుచేత పాపం నీది. నీ రాజ్యంలోని ప్రజ లదిన్నీ, ఈ పాపాన్ని అనుభవించ ండా తప్పుకోవడం ఎలాగో ఆలోచించుకొను. ధర్మశాస్త్రం తెలియని కవు కాదు. తెలియకపోతె తెలిసికొంటావుగాక. పైగా నీతమ్ము లతివివేకవి రులై నాపుత్రకు నతి బాలకు ననపరాధుని అడచినారయ్యా. న్యాయా ;యాలు తెలిసికొను-తగునిది-తగదని ఎదలో వగవక సాధులకు పేదవారల పల్ మొగిజేయు దుర్వినీతుల కగునవిమిత్తాగమంబులయిన భయంబుల్" ం అదృశ్యమై వెళ్ళిపోయింది సరమ.

జనమేజయుడు ఆలోచించాడు "అనిమిత్తాగమంబులైన భయాలు ్తాయా! ఏ కలరానో, మసూచివాలో రావచ్చు. హఠాత్తుగా ఉప్పెనరా చ్చు, వరదలు రావచ్చు. ఇవి రాకుండా చేయడం ఎలాగ" అని ఆలోచించాడు. నికి శాంతిక, పౌష్ఠికక్రియలు నిర్వర్తించాలని శాస్త్రమున్నది. అవి చేయిం ు. దానిని చక్కగా నిర్వర్తించే పురోహితుడు రావాలి. అందుకని ఆ దీర్ఘ త్రయాగం అయిపోయేదాకా ఊరుకొని తాపీగా తగిన పురోహితుడిని వెదక ఆరంభించాడు.

"కలరా రాకుండా పూజలు చేస్తారా – నీళ్ళు శుభ్రంగా వడపోసి గాలి గాని" అనిపిస్తుంది మనకు. ఆపూజలు, క్రతువులు మనం చేయక వడం మూలాన వాటి విలువ మనకు తెలీదు. అథవా మనం ఆ క్రతువు చేదా ంచే క్షుణ్ణంగా తెలిసి క్రతువు చేయించగల వారిని మనం పట్టుకోనూ లేము. ప్పవచ్చి సక్రమంగా అవి చేయించనూ చేయించక పోవచ్చు. ఇక మిగిలే

దేమిటంటే నైవేద్యాలమీద ఈగలు(వాలి ఆరోగ్యంగా ఉన్నవాళ్ళకుకూ కలరా ప్రాకటం అవుతూ ఉంటుంది.

కాని జనమేజయుడయితే అనేక మునిగణాశ్రమాలకు వెళ్ళి సోమశ్రవసుడనే ఆయనను చూశాడు. ఆయన తండ్రిగారైన శ్రుతశ్రవసుని దగ్గరకు వెళ్ళి నమస్కరించి ఇలా అన్నాడు.

"కరుణించి ఇందు నాకుం
పురోహితునిగాగ మీ సుపుత్రు, పవిత్రున్
బరమ తపోనైష్ఠికు, భా
సురయమ నియమాభిరాము, సోమశ్రవసున్"

పవిత్రుడు తపోనైష్ఠికుడూ యమనియమాభిరాముడూ అయిన వ్యక్తి పట్టుకొన్నాడు మహారాజు. ఆయన అడిగిన కోరికలేమైనా ఉంటే తీర్చి వా అనుమతి పొంది సోమశ్రవసుని తీసుకొనిపోయి—

ఆయత కీర్తితో వివిధ యాగములన్ సురధారుణీ సురా
మ్నాయము నాహితాహుతి సమంచిత దక్షిణలిచ్చి తస్ప్రచుం
చేయుచునుండె రాజ్యము విశిష్ట జనస్తుత వర్ధమాన ల
క్ష్మీయుతు డుత్తముండు జనమేజయుడాది నరేంద్ర మార్గుడై.

అంటే మహాకీర్తితో అనేక యాగాలను దేవతల బ్రాహ్మణుల సము లను పిల్చినవాడై మంచి దక్షిణలతో సహా వారిని సంతుష్టి పరచి మంచి చేత స్తుతులను పొందుతూ భోగభాగ్యాలతో వర్ధమానుడై విష్ణుమూర్తిలా డట జనమేజయుడు.

కనక, రాజు — అంటె ప్రభుత్వము—సత్కర్మలు చేస్తుండాలి. అన్ని లాల క్షేమంకూడ చూడాలి. ప్రజలకు దానాలివ్వాలి. పాపానికి ఒడిగట్ట అంటే పరపీడనం చేయకూడదు. పాపాలు చేస్తే దానికి పరిహారంగా దేవత ఉపాసించి సాధనలు చేయాలి. ఆ సాధనలు వేదం అనండి—మహాకటనం ఎలా చేయవలెనని చెప్పిందో అలాగే జనబాహుళ్య క్షేమానికిగాను చేయా

వట్టి కీర్తిప్రతిష్ఠల నాశించికాదని ధ్వని. అలానే చేసేవాళ్ళు పూర్వపు మహారాజులు చాలామంది. అలాంటి జనమేజయునితో భారతకథ ఆరంభం అయింది.

ఆయన ఈ సత్కార్మనుచేస్తూ ఉంటున్నాడు. నిరంతరం అలాచేస్తే రాజ్యవిషయం ఎలాగ? ఆపని మర్చిపోతాడా? అని సందేహం రావటంకద్దు. కాదు. నిరంతరం అంటే పరిపాటిగానని అర్థం. నేను ఎప్పుడూ చదువుకొంటూనే ఉంటాను అంటే అర్థం ఇక అన్నం తినడనీ నిద్రపోడనీ ఎలాకాదో — ఇదీ అలాగే అర్థంచేసికొనాలి.

ఇలా జరుగుతున్నరోజుల్లో ఉదంకుడనే ఒకమహానుభావుడు అక్కడకు వచ్చి జనమేజయునితో సర్పయాగం చేయుమయ్యా అని బోధించి వెళతాడు. అతడికథ తరువాతది.

## 2. పౌష్యము

జనమేజయుని కాలంలో గురుకులాలు ఉండేవి. పైలుడనే మహర్షికి ఒక గురుకులం ఉంది. ఆయనకు చాలమంది శిష్యులుండే వారు. శాస్త్రాలు, వేదాలు, వేదాంగాలు అన్నీ నేర్చుకుంటూ ఉండే వాళ్ళు అక్కడ. అక్కడే లెక్కలు, జ్యోతిష్యం తర్కం వ్యాకరణం ఇంకా ఇప్పుడు మనం పాఠశాలల్లో చదువుకొనే విషయాలకంటే ఎక్కువే ఎన్నో ఉండేవి. అందులో ఉదంకుడనే ఒక చాకువంటి విద్యార్థి ఉండేవాడు. అతడు నిష్ఠాపరుడు. గురుపరిచర్యలుచేసి అణిమాది అష్టసిద్ధులను సంతరించగలిగినాడు.

ఎవరెంతవరకు ఏ చదువు పూర్తిచేయాలనుకొంటారో ఆ చదువు పూర్తికాంగానే గురువువద్ద సెలవూ ఆశీర్వచనమూ పొంది తమతమ జీవితాలకు వెళిపోతూ ఉండటం పారిపాటి. ఇప్పటిలాగా ఇంటిదగ్గర ఉండి వార్తాపత్రికల

ఉత్తీర్ణుడయినట్లు పేరుచూచుకొని చదువు ఇంతకు సరి అనుకునే పరిస్థితి రా దప్పుడు.

శిష్యుడు అన్నాళ్ళుండి తలలో నాలుకలా మెలగి చదువుకొని తనంత వాడై వెళ్ళిపోవటం గురువు నేత్రాల్లో ఆర్ద్రతను కనుపింపజేసేది. శిష్యుని విషయం చెప్పనక్కర్లేదు. ఇప్పుడు మాత్రం మంచి గురువును పాతికేళ్ళ తరవాతనైనా మరె చూచి పలకరించితె, ఎంత సంతోషపడతాడో వర్ణించలేము. మరి వెళ్ళిపోయేటప్పుడు ఉదంకుడు ఎలాంటి భావాలతో గురువుకు నమస్కరించాడో ఎలా చెప్పేది !!

"స్వామి ! నన్ను అనుగ్రహించి తమకేదైన అవసరమున్న దానిని చెప్పండి నేను సంతరించి తెచ్చి ఇచ్చినట్లయితేనే గాని నా యీ వీడ్కోలు సమయాన కలిగిన ఆవేదన అంతరించేటట్లు లేదు" అన్నాడు.

పైలుడి పత్ని ఇది విన్నది. ఆమె సంతోషానికి అంతులేదు. తన భర్తలకన్నా ఎక్కువ నమ్మకం ఉదంకునిమీద ఆమెకు. ఆమె పైలునితో అన్నది.

"స్వామి ! మీ శిష్యుడు సమర్థుడు. ఇవాళకు నాల్గు రోజులలో పుసం ఫలావి వ్రతం చేయాలనుకొన్నాము. అందుకు పౌష్యుడి భార్యవద్ద ఉన్న ఆ ప్రత్యేక కుండలాలు తెప్పించవలసి ఉన్నది. అలాంటివి సాధారణంగా ఎక్కడా దొరకవు. దొరికినా వెళ్ళి తేగలవారు లేరు ఈనాల్గు రోజులలో. మీ శిష్యుడు దగ్గరగా ఉన్న ఆ పౌష్య మహారాజు పట్నానికివెళ్ళి మీకోసం వాటిని అర్థించి తేగలిగిన సమర్థుడు. తెమ్మనండి. మనకు అంతకంటె ఏం కావాలి కనుక ! మీరు ఎప్పుడువెళ్ళి తేగలరు గనుక ! ఇక్కడి గురుకులం వదలివెళ్ళకుండానే మీరు ఈవిధంగా వాటిని సాధించవచ్చు" అన్నది. ఆయన అంగీకరించలేదు. కాని పైలపత్ని రహస్యంగా ఉదంకుడ్ని పంపుతుంది.

ఉదంకుడు గురుపత్నికి నమస్కరించి వెళ్ళాడు. ముందున్న పని, వెళ్ళటం, అడగటం, పొందటం, తేవటం, ఈయడం. ఇది సమర్థవంతంగా

కావాలి. దీనినే మనసులో ముందు మననం చేయడం అవసరం. అలా చేయడం ఆరంభించాడు ఉదంకుడు. ఈ ఆలోచనవలన సర్వశక్తులూ ఒకేవైపు కేంద్రీకృతం చేయటం అవుతుంది. ఎవరు ఈ విషయంచెప్పి చేయూతనిస్తారు అనే ఆతృతతో ఉంటుంది మనసు. ఆ మనసునుబట్టి మహాసుభావులు ఎదురు వచ్చి సహాయం చేయటం, మనం గమనించలేనంతటి సూక్ష్మమయినా తథ్యమయిన విషయమే.

ఉదంకుడికి ఎదురుగా ఒక మంచిగుర్రంఎక్కి ఒక మహాపురుషుడు ఎదురువచ్చాడు. ఉదంకుడు నమస్కరించాడు. ఆయన పలుకరించాడు. తను వెళ్లేపని గురించి ఉదంకుడు చెప్పాడు. "అలాగా — అయితె ఇదుగో ఈ వృషభగోమయాన్ని తినివెళ్ళు పని అవుతుంది" అన్నాడు మహాపురుషుడు. వృషభగోమయం అంటె ఎద్దుపేడ. అదెక్కడ తెచ్చాడని ఉదంకుడికి అనుమానంరాలేదు. దానిని తినేశాడు. ఆ మహాపురుషుడు మాయం అయినాడు. ఇది మోసమో, మంచిదో ఉదంకునికి తెలియలేదు అప్పటికి.

మళ్ళీ బయలుదేరి వెళ్ళాడు ఉదంకుడు. పౌష్యుడు మహారాజు. అడవిలో శాపవశంచేత ఉన్నవాడు. ఆయన్ను దర్శించాడు. తనకు అపూర్వమైన అకుండలాలు కావాలనీ వాటిని, తన గురుపత్ని తనవ్రత సందర్భంలో ధరించవలసిన అవసరం ఉన్నదనీ చెప్పాడు.

పౌష్యుడు ఈయన్ను అర్థిగా చూడంగానే-దానం ఇవ్వడానికి ఎంతమంచి వ్యక్తి దొరికాడు! అనే అనుభూతిని పొందాడు! ఈయన స్వార్థంకోసం రాకపోవటం ఒక ఆకర్షణ. అలాంటివారు కన్పడితే తనకు కలిగింది దానంచేసి కృతకృత్యుడు కావాలనే మనఃప్రవృత్తి ఉండేది సత్పురుషులకు. అదె మన దేశంయొక్క ఒకనాటి సంస్కృతి అనే విషయం ఇప్పుడు ఎత్తి చెప్పవలసిన అవసరం ఏర్పడటం, అలా చెపితేనేగాని ఈ భారత భాగవతాలు చదివే విద్యార్థులకుకూడా తెలీక పోవటంచూస్తే—మనం ఎంత కుంఠితంగా మనుతున్నామో ననిపిస్తుంది. ఈ గుర్తింపు చేసుకోవలసిన అవసరం మనకు ఎంతోవుంది.

అప్పుడు పౌష్యుడు చెప్పాడు—"స్వామీ ఆ కుండలాలు నాభార్య ధరించియే ఉన్నది. పట్నంవెళ్ళి అంతఃపురంలోఉన్న ఆమెకు నేను నిన్ను పంపానని చెప్పి వాటిని అడిగి తెచ్చుకొను" అన్నాడు.

ఉదంకుడు సరేనని అంతఃపురంలోకివెళ్ళి ఎంతమందినో అడిగి ఎన్ని గదుల్లోనో తిరిగి పౌష్యపత్నికోసం వెతికినాడు. ఆమె కనపడలేదు. తిరిగి పౌష్యునివద్దకువచ్చి ఆసంగతి చెప్పాడు. అప్పుడు పౌష్యుడంటాడు—

"భూవిసుత ! నిన్ను ! త్రిభువనపావను-నశుచివనియెట్లు పలుకగనగు-సద్దేవి పవిత్ర పతివ్రత గావున అశుచులకు గానదు ఆనవద్యా" అన్నాడు నీవెంతో గొప్పవాడివి నీవు అశుచి వని అనలేను గాని, ఉన్న విషయమేమంటే ఆమె పవిత్ర పతివ్రత అవడంచేత అశుచులు ఎవరయితే ఉంటారో వాళ్ళకు అవుపడదయ్యా" అన్నాడు. వెంటనె ఉదంకుడికి గుర్తుకొచ్చింది. ఎవరో గుర్రపురౌతు తనచేత గోమయం తినిపించడం, శారీరకంగా తాను అశుచి అవడం. దానిని పోగొట్టుకొనాలి. అందుకని పాదాలూ ముఖం జలముతో కడుగుకోవడమేగాక, తూర్పు ముఖంగా తిరిగి ఆచమించినాడట. అంటే మానసికంగా భగవన్నామ స్మరణంచేసి అపవిత్రతను పోగొట్టుకొన్నవాడై—"ఇప్పుడు వెళ్ళిచూస్తాను దేవిని" అన్నాడు పౌష్యునితో. ఆయన అనుమతిపొంది తిరిగి వెళ్ళాడు. అప్పుడామె అవుపడ్డది. ఈతడికి ఆ కుండలాలుతీసి ఇస్తూచెప్పింది.

"బాబూ ! ఈ కుండలాలు నీ ఒక్కడివేకాదు ఆసిస్తున్నది ! తక్షకుడొకడు వీటికోసం తిరుగుతున్నాడు. ఆతడు నీదగ్గర నుంచి హరించటంకద్దు. కనక మహాజాగ్రతగా తీసికొనిపోయి పైలపత్నికి ఇవ్వాల్సింది" అన్నది.

పాఠకులు ఈ కథవిని దీనిలో ట్విస్టు ఎక్కడుంది ? అని నిరుత్సాహపడద్దు. "కావాలనుకొన్నాడు-వెళ్ళాడు-అడిగాడు-ఇచ్చింది-ఇంతేగా-అనద్దు. జరిగిన చరిత్ర వింటున్న విషయం జ్ఞాపకముంచుకొని ఇతిహాసంలోని ఆంతర్యం గ్రహించటం అవసరం. ఆచమన ప్రాశస్త్యము ఇక్కడ బోధింపబడినది.

ఉదంకుడు వెళ్ళకముందు పౌష్యుడు తన ఆతిథ్యం గ్రహించవలసిందని

కోరగా వెళ్ళి అక్కడ భోజనం చేశాడు. దురదృష్టవశాత్తు అన్నంలో వెంట్రుకలు వచ్చినవి. అప్పట్లో అతిథిని భగవంతుడుగానే ఆహ్వానించటం అలవాటు. మహా శ్రద్ధ అవసరం. వెంట్రుకలు అన్నంలో రావడమంటే అది అశ్రద్ధకు సూచన. ఉదంకుడికి కోపంవచ్చింది. వెంటనే పౌష్యుని శపించాడు. "నీవు అంధుడవైపోతావు గాక" అని. మనిషి 'గొప్పవాడు-గొప్పవా' డనిపించుకొన్న వాడె పొరపాట్లు చేయటం చూస్తాం. అతడు ఆక్షణాన గుణాలకు లొంగిపోయినాడని తెలియాలి. జన్మకే ఆధారమైన గుణాలకు ఎవరులొంగి పోకుండా ఉంటారు? ఉదంకుడు కోపానికి వశమైపోయాడు. శాపం ఇచ్చేశాడు. పాపం పౌష్యుడు ఉడికిపోయినాడు-దానమిచ్చాను-భోజనం పెట్టాను - ఇలా నన్ను శపిస్తావా! చూడు నిన్ను శపిస్తున్నాను — "నీవు అనపత్యుడవయి పోతావు గాక" అన్నాడు.

ఉదంకునకు తాను సంతాన రహితుడవుతాడనగానే పెద్దబాధ కలిగింది. అతడింకా బ్రహ్మచారి! తాను వికసించి, తన తెలివి తేటలూ తన చాకచక్యం వికసింపజేసి, సృజన చేయాలి ప్రపంచంలో. ఒక జీవిని సృష్టించి తన బుద్ధ్యా తయారుచేసి "వీడు ఫలాని వాని సంతానము" నిపించటం సృజనలన్నింటిలో పరమోత్కృష్టమైనది. ఆ అవకాశం లేకుండా పోతున్నది. తను చేయకలిగే సృజన ఇంకేమిటి? గురుకులంలో శిష్యులను తయారుచేసి విద్యలో ఉత్తీర్ణులనుచేసి సంతోషపడాల్సి ఉంటుంది బహుశః. ఇది ఆయనకు కష్టం కలిగించింది. అందుకని పౌష్యుని ఇలా అడిగాడు.

"రాజా నేను ఈ శాప ఫలాన్ని అనుభవించలేను. దయచేసి దీనిని మార్పు చేయాల్సింది" అని.

అందుకు పౌష్యుడుచెప్పిన సమాధానం గమనించాల్సినట్టిది—

"నిండు మనంబు నవ్యనవనీత సమానము—
పల్కు-దారుణాఖండల శస్త్రతుల్యము జగన్నుత! విప్రులయందు
నిక్క-మీ రెండును రాజులందు విపరీతము—

గావున - విప్రుడోపు - నోపండతి శాంతుడయ్యు సర
పాలుడు - శాపము గ్రమ్మరింపగన్"

జగన్నుతా! బ్రహ్మపదార్థ తత్వజ్ఞానులయిన విప్రులపల్కు కఠినమైనా వారి హృదయం మెత్తనిది. రజోగుణులమయిన మా విషయంలో అది వ్యతిరేకం. నేను శాపం మరల్చలేను. నీవు చేయగలవేమో ఆపని చేయవలసింది అని అర్థించాడు. ఉదంకుడు ఒక్క నిట్టూర్పువిడిచి తానిచ్చిన శాపం క్రమ్మరించి, వెళ్ళిపోయినాడు కుండలాలు తీసికొని.

ఎన్నో పనులు మనమూ చేస్తాం. ఈ ప్రపంచ నడకలో ఆ పనులు అలా అవుతూనే ఉంటవి. ఈ దృష్ట్యా వాటంతట అవే అవుతున్నాయి మన ప్రసక్తేముంది అనిపిస్తుంది ఒకొక్కప్పుడు. ఉదంకుడు వెళ్ళాడు. పౌష్య పత్నిని కుండలా లిమ్మని అడిగాడు. "నడవ్వయ్యా నడు బయటకు" అని ఆమె అన్నట్లయితే ఏమయేది? ఈకార్యంలో తనపని కొంతవరకే. మిగతాది ఎవరిదో!

కాని, ఉదంకుడు ఈ విషయాన్ని ఇలా ఆలోచించటంలేదు. "నేను తెచ్చాను. ఈ కుండలాలను నేనే తెచ్చాను" అనుకొంటున్నాడు బహుశః. అలావెళ్తూ ఒక చెరువు దగ్గర కాళ్ళూ చేతులూ కడిగికొందామని ఒక మంచి చోటు చూసి అక్కడ ఆ కుండలాలు పెట్టాడు. తన గొప్ప నాలోచించు కొంటూ వెళ్ళి నీళ్ళ వద్ద ఆచమించడం ఆరంభించాడు. ఒకప్పుడు తాను ఆచమించి పవిత్రుడయినాడు. మనః పరిస్థితిని బట్టి ఆఫలం కూడా ఉంటుందనాలి.

ఈ అవకాశం చూసుకొని అప్పటి వరకూ వెంటనంటి వస్తున్న తక్షకుడు ఆ కుండాలాలను చేజిక్కించుకొని పరుపెత్తి పారిపోతుంటాడు. ఉదంకుడది గమనించి వానిని వెంబడించి పరుపెత్తుతాడు. తక్షకు డప్పుడొక పామై భూమి నెరియలో నుంచి వెళ్ళిపోతుంటాడు. ఉదంకునకు అణిమాది సిద్ధులుండటంవల్ల తానూ ఆ నెరియలో దూరి వెంటపడి నాగలోకం వెళ్ళిపోతాడు.

అక్కడ దిక్కుదోచలేదు. మనసు రజోగుణం వదలి మరో గుణాన్ని

ఆశ్రయించాల్సి వచ్చింది. "భో"మని యేడ్చి తమోగుణాన్నైనా ఆశ్రయించాలి లేదా సత్త్వ గుణం ఆశ్రయించి దేవతలయిన మహాత్ముల మనశ్శక్తుల సాయం పొందాలి. ఉదంకుడు వెంటనే నాగలోకంలోని అధిపతుల్ని స్తుతిస్తాడు.

భారతంలో ఈ స్తుతికయిన పద్యాలను నన్నయ ఎంతో ప్రతిభాపూర్ణుడై వ్రాశాడని పిస్తుంది. ఆ పద్యాల్లో ప ఫ బ భ మ – య ర ల వ శ అన్నట్లుగా ఒకానొక మంత్రపు వరుసలా వ్రాయబడ్డయ్యా అనిపిస్తుంది. నన్నయ అక్షర రమ్యత నొలికించటానికి ఈనాట్గి పద్యాలు దృష్టాంతమనచ్చు. ఒక పద్యం మచ్చుకు చూదామంటే,—

బహువన పాద పాబ్ధికుల పర్వత పూర్ణ సరస్సరస్వతీ
సహిత మహా మహీ భర మజస్ర సహస్ర ఫణాలి దాల్చెదు
స్సహతర మూర్తి కిన్ జలధి శాయికి బాయక శయ్య యైన య
య్యహిపతి దుష్కృతాంతకు డనంతుడు మాకు శరణ్యుడయ్యెడిన్.

అలా అనంతుడ్ని వాసుకిని చివరకు తక్షకుణ్ణి కూడా స్తుతిచేస్తాడు ఉదంకుడు. ఇది సత్త్వగుణ లక్షణం. తక్షకుడు తనకు శత్రువే కావచ్చు-మనదృష్ట్యా. కాని ఉదంకునికి ఇప్పుడు సహాయంకావాలి. తక్షకుడు దాగి ఉన్న స్థలంలోనే తానున్నాడు. మనసు అతడిని స్తుతించడానికి వెనుదీయక అలా స్తుతించడం సత్త్వగుణ లక్షణం.

అక్కడ అతడికి కనపడ్డవి నాగులు కాపు. ఇద్దరు స్త్రీలు తెల్లదారం నల్లదారం నేస్తున్నారు రాత్రిం బగళ్ళు అన్నట్లు. ఒక పన్నెండాకుల చక్రం ఆర్గురు పిల్లల చేత త్రిప్పబడుతోంది ఋతు చక్రంలా. ఒక పెద్ద అసామాన్య మైన గుర్రం ఉన్నది. ఒక మహాతేజస్వి అయిన దివ్య పురుషుడు దానిపై నెక్కి కూర్చొని ఉన్నాడు. ఉదంకుడు వాళ్ళందర్ని స్తుతించాడు మనసుతో. అప్పుడు ఆ దివ్యపురుషుడు అంటాడు. "నీస్తుతి చాల నిష్కల్మషమైనదయ్యా నేను చాలా సంతోషించాను నీకేంకావాలో చెప్పు నేను చేస్తాను" అంటాడు. ఇదంతా ఉదంకునకు అప్పుడు కలిగిన (Vision) సాక్షాత్కారం కావచ్చు.

చిత్రమేమిటంటే నిష్కల్మషమని ఎందు కన్నాడూ! బహుశ తక్షకుణ్ణి

మాసాల సంవత్సరం. ఆ పిల్లలు ఋతువులు, ఆ తెల్ల నల్ల దారాలు అహో రాత్రులు" అన్నాడు. ఇందరివల్ల నీపని అయింది అని మాత్రం అనలేదు. అంతే బాగుండేది. తను చెప్పిన వన్నీ మననం చేయాలని గురువు ఆశయం. అందుకని అలా అని ఊరుకున్నాడు. అన్నీచెప్తే వట్టిమాటలె జ్ఞాపకం ఉంటుంది మననం చేస్తే మొత్తం విషయమె ఉంటుంది మనసులో. అందుకని సూచనలె శిష్యులకు చెప్పాల్సినట్టివి.

ఉదంకుడు సెలవుతీసికొని వెళ్ళిపోయి తపస్సు చేసికొన్నాడు కొన్నాళ్ళు. తక్షకుడు చేసిన అన్యాయమైన పని ఉదంకుని మనసును ఇంకా రజస్తమో గుణాలతో త్రిప్పుతూనే ఉంటుంది. బ్రహ్మపదార్థతత్త్వం మనసుకూ, బుద్ధికీ తెలిస్తె చాలదు. ఆ పైస్థాయిలలో అనుభూతి అయితేనే ఈ గుణాలు నశించి పోయేది. ఉదంకుడికి అలాంటి అనుభూతి అయిందని అనుకోవద్దు. ఆమాట కొస్తే అలాంటి అనుభూతి అయిన వాళ్ళను వ్రేళ్ళపై లెక్కపెట్టచ్చు. శుకుడు వంటి వారు వాళ్ళు. ఇంతకూ ఉదంకుడు ప్రతీకార చర్య తలపెట్టి పరాసరి జనమేజయ మహారాజు దగ్గరకు వచ్చాడు.

వచ్చి,-"మహారాజా నేను గురుకార్యం చేసే ప్రయత్నంలో ఉండగా తక్షకుడు ఒకప్పుడు నిష్కారణంగా నాకు అపకారం చేశాడు. వాడు నాకే, చేశాడ నేమిటిగాక ! నీ జనకుడైన పరీక్షిత్తును కరచి, చంపినాడు గదయ్యా ! అందుచేత నీవు సర్పయాగ మనే ఒకానొక యాగాన్ని చేయాల్సింది. అందులో తక్షకుడు మొదలైన అన్ని పాముల్ని పిల్చి అగ్నిహోత్రంలో ఆహుతి చేయాల్సింది. కులంలో ఒక్కడు చేసిన పాడుపనికి ఆ వంశమంతా చెడ్డదిగా చెప్పుకోవటం విడ్డూరమైనదేమికాదు. కనక ఆయాగం ఆరంభించాల్సింది అని జనమేజయుని ప్రోద్బలంచేశాడు ఉదంకుడు.

అప్పుడు శౌనకాది మునులు సూతమహామునిని అడుగుతారు. "ఆయన చెప్పడం ఈయన చేయటం అనేవి, నిమిత్త కారణాలు. అసలలాంటి మారణహోమం జరగడమనే దానికి ఇంకే బలమైన కారణమూ లేదా ? అగ్నిహోత్రుడు అలా పాముల్ని మింగాల్సి రావడం ఈ పాములు

ఇలా నశించి పోవలసి రావడం దీనికేదో ఇంకా సూక్ష్మమైన-అంటే పదునైన-కారణం ఉండి ఉండాలి. ఏమిటది? కేవలం ఒక్క ఉదంకుడి మాటపై అలా ఎలా జరుగుతుంది? అది నిమిత్త మాత్రమైన కారణం కావచ్చు అసలు కారణం ఇంకేదన్నా ఉంటే చెప్పాల్సింది" అన్నారు.

అంతట సూతుడు, గరుత్మంతుడూ అతడి-తల్లి కథ చెప్పబోయి, మధ్యలో ఏమంటాడంటే-" ఈ మారణహోమం అలాపూర్తిగా జరగనే లేదు. ఆరంభించి కొంత జరిగిన తరువాత ఆస్తీకుడనే మహాత్ముడు వచ్చి దానిని వారించాడు ఇలాంటి మారణ కార్యం ఒకప్పుడు భృగుకుల వంశజుడైన రురుడు అనేవాడు ఆరంభిస్తే సహస్రపాదు డనే ముని వానిని వారిస్తాడు. మారణ కార్యాలు నిరంతరం నెగ్గలేవు సుమా! ఈ మారణ హోమమునుండి ఆస్తీకుడు జనమేజయుని వారిస్తాడు. ముందు భృగు కుల వంశం సంగతి చెపుతాను వినండి, అంటాడు.

## 3. పౌలోమం

"జనమేజయుడు సర్పయాగం చేయడానికి ఆరంభించాడు అని సూత మహర్షి, శౌనకుడు మొదలయిన వాళ్ళకు చెప్పంగానే, "ఆదేమిటి పవిత్రుడయిన అగ్నిహోత్రుడు ఈ పాముల్ని తినవలసిరావడం, మహాభీకర విషాన్ని కలిగిన పాములు ఇలా వచ్చి పడడం ఎందుకు జరిగింది" అని వారికి సందేహం కలుగుతుంది. అందుకు సూతుడు-"జరుగుతవి. అలాటివి జరుగుతునే ఉంటాయి. వాటికి కారణాలూ ఉంటాయి. చెప్తాను వినండి" అన్నాడు.

ప్రపంచంలో దివ్యులూ కామకర్ములూ అని రెండు రకాల వారుంటారు. దివ్యులకు ఉత్తమస్థానం ఉంది. వారికి సాధారణంగా చరిత్ర ఉండదు. నారదుడు, శుకుడు, జడభరతుడు, రామకృష్ణపరమహంస, సాయిబాబా యాకోవకు

చెందినవారనచ్చు శ్రీకృష్ణుడు మొ॥ వాళ్ళు ఉంటారు. జీవన్ముక్తులయినవారు. మిగతావారంతా కామాత్మనులు. ఈ కామాత్మనుల్లో సత్త్వరజస్తమో గుణాలు భిన్న భిన్నమైన పాళ్ళలో పని చేస్తుంటాయి. ఆ పాముల వంశానికి చెందిన వాళ్ళు కూడా కామాత్మనులె. వీళ్ళకు చరిత్ర, గుణాలూ, ఉన్నాయి.

భృగుమహర్షి ఉండేవాడు వెనక ఎప్పుడో. ఆయనా కామాత్ముడే, సత్త్వ గుణ ప్రభావమూ, అప్పుడప్పుడూ నిర్గుణత్వమూ, ఆయనకు ఎక్కువ పాళ్లు కలుగు తుండటంచేత "మహర్షి" అని అంటున్నాం. కామాత్ములలో గొప్పకోవకు చెందిన వాడంటున్నాము. ఆయన "పులోమ" అనే కన్యను పెళ్ళాడి కాపురం పెట్టాడు. ఆయన నిత్యాగ్నిహోత్రి.

ఆయన ఒకనాడు "అగ్నిహోత్రం జాగ్రత" అని భార్యకు చెప్పి స్నానానికి నదికి వెళ్ళాడు. పులోమ అప్పటికి గర్భవతి. ప్రకాశమానంగా- ఆమె గర్భంలోని బాలుని వెల్గుతో - ఆమె మెరిసిపోతుంది. అప్పుడు పులోముడనే రాక్షసుడొకడు ఈమెను చూసి ఎక్కడో చూసినామెలాఉంది- ఎవరీమె ఇంత అందంగా ఉంది అనుకొంటూ ఇంటికి వచ్చి అగ్నిహోత్రం ఉన్న గదిలోకి వచ్చాడు. రాక్షసు డన్నంతమాత్రం చేత పెద్ద కోరపళ్ళు రక్తంతో కూడిన నాలుకతో ఉంటాడనుకోవద్దు-విప్రుడు అన్నంతమాత్రం చేత బ్రహ్మపదార్థ తత్త్వాన్ని విజ్ఞానంగా అనుభూతి చేసినవాడు అని ఎలా అనుకో నక్కర్లేదో అలాగె. అతడలా వచ్చి అగ్నిహోత్రుని అడుగుతాడు "ఈమె ఎవరి భార్య ?" అని.

దానికి సమాధానం తెలిసింది "చెప్పాలా అక్కర్లేదా" అని అగ్ని హోత్రునికి సందేహం వచ్చింది. ధర్మమయితే నిజం చెప్పవలసిందె. కాని ఈ పులోముడు ఆమెనేమైనా చేస్తే భృగువు కోపిస్తాడేమొ తన మీదనని భయం కలిగింది. కొంతసేపు ఆలోచించాడు. "అబద్ధంచెప్తే అది అంతరంగంలోంచి వచ్చే "విషం" లాటి పాపం. నిజంచెప్తే ఎవరి కోపమో బయటనుంచి వచ్చి తనను శ్రమపెట్టేటటువంటిది. బయటనుంచి వచ్చే బాధ అనుభవిస్తె పోతుంది. అబద్ధం చేస్తే పాపం వస్తుంది. పాపం వల్ల దిగజారిపోయిన వాణ్ణిపైకాను

సాయం తప్పనిసరి. హోమం అందులో ప్రధానభాగం. వారికి ఈ అగ్ని ప్రజ్వలించడం మానిన క్షణాన జడుపు కలిగింది. వారి పెద్దలను తీసుకొని బ్రహ్మదేవుని దగ్గరకు వెళ్ళి మొరపెట్టుకొన్నారు. ఆయన సరాసరి వాళ్ళతో సహా అగ్నిహోత్రుని ఇంటికి చేరి ఆయనతో అంటాడు" అగ్నిదేవా,—

ప్రకటిత భూతసంతతికి భర్తవు నీవ చరాచరప్రవృ
త్తికి మఱి హేతుభూతుడవు దేవముఖుండవు నీవ లోకపా
వకుడవు నీవ యిట్టి యనవద్య గుణుండవు నీకు విశ్వధా
రక భువన ప్రవర్తన పరాఙ్ముఖ భావము పొంద పాడియే !"అని.

విశ్వాభారాన్ని వహిస్తున్న నీవు ఆపని మానివేస్తే ఎలా! నీకు కష్టం కలిగితే దాన్ని తొలగించేవాళ్ళం ఉన్నాం మేము. ఆ మహాముని వచనం ప్రకారం నీవు సర్వభక్షకుడ వయినా శుచులలో అందరికంటే అత్యంతశుచివై పాత్రులలో పరమపాత్రుడవై పూజ్యులలో అగ్ర పూజ్యుడవై ఉంటావని మేమంతా నీకు వరం ప్రసాదిస్తున్నాము. విశ్వభారక ప్రవర్తన మాత్రం మాన వద్దు" అని మళ్ళీ అగ్నిదేవుణ్ణి కార్యక్రమంలోకి దింపుతారు. ఆ విధంగా అగ్నిదేవుడు పాములనుగాని శవాలనుగాని అశుద్ధాన్నిగాని హరించివేసేపని కూడ చేస్తున్నాడు. శవాలను హరించే అలవాటు మనకు అప్పటినుంచే మొదలేమో.

కాగా భృగునికి చ్యవనుడు, చ్యవనునికి ప్రమతి, ప్రమతికి రురుడు సంతానం ఉంటారు. ఈ రురుడు ముఖ్యమైనవాడు. ఇతడు ప్రమద్వర అనే ఒక చక్కని పిల్లను స్థూలకేశుడనే ముని ఆశ్రమంలో పెరుగున్నదాన్ని ప్రేమిస్తాడు. వివాహంకూడ నిశ్చయించారు ఆమెకు అతనితో. కాని ఆమె అక్కడ ఆడుకొంటూ ఒక పామును త్రొక్కడంచేత పాము కరవడంవల్ల ఆమె చనిపోయిందన్నారు. రురుడు వచ్చి గోలపెట్టి ఏడ్చి మళ్ళీ ఎక్కడికో ఒంటరిగా వెళ్ళి, తాను పుట్టి ప్రపంచంలో ఆర్జించిన శక్తిని ఉచ్చాటనం చేస్తాడు.—తాను సాధించింది ఈ పర్వంలో చూస్తాం—

అలయక దేవ పితృయజ్ఞ నాధ్యయన వ్రజ పుణ్య కర్మమున్
సలుపుదు నేని నేని గురు సద్విజ భక్తుడ నేని నేన య
త్యలఘు తపస్వినేని దివజాధిపభూసురులార సన్మనో
నిలయకు నీ ప్రమద్వరకు నిర్విషమ య్యెడు నేడు మీదయన్

తాను చేసే నియమంలో వ్రతంలో అంత నమ్మకం కలిగిన వాడా రురుడు. కనకనే, భృగు వంశ ముఖ్యుడనిపించు కొన్నాడు బహుశః. తన శక్తినే ఉచ్చాటనం చేస్తూ" దివజాధిప భూసురులను కూడ ప్రార్థిస్తున్నాడు. పని కావటానికి స్వశక్తి అవసరం తప్పదు. కాని ఇతర్ల సహాయం-దేవుల,విప్రుల సహాయం కూడ కావాలి. రురుడు చేసిన ఈ పనికి ఎవరో దేవదూత ఇలా చెప్పింది. "నీవు ఆయుర్దాయంలో సగం ఆమెకీయు మని అందుకు రురుడు వెనకాడలేదు. అదీ అతని త్యాగం. ఆమె బ్రతికింది. శుభం కలిగింది. అత డామెను వివాహమై సుఖంగా ఉండేవాడు.

కాని, రజస్తమోగుణాలు ఒకప్పుడు పైకి విజృంభించి క్రొత్త కోరి కలను పుట్టిస్తవి. రురునకు పాములమీద తీరని కోపం వచ్చింది. ఒక పెద్ద దుడ్డుకర్ర తీసికొని, వెళ్ళిన చోటనల్లా వెదికి పాములను పట్టి చంపడం ఆరం భించాడు. సర్పయాగానికి సమంగా ఇతడి మారణ యాగం మొదలయింది.కాని సర్పయాగం ఆస్తీకుడనే మహాత్మునిచే ఆపబడినట్లె ఇది కూడ సహస్రపాదు డనే ముని వల్ల నివారింపబడుతుంది. లోక భయంకరమైన పనులు ఆరంభం అయితె అపుతాయిగా నిఅలానిరంతరం జరగగ పోవటం ప్రపంచ లక్షణం. ప్రపంచాలు వ్యక్తులకోసం ఉన్నవనుకోవటంకంటె విశ్వం కోసం ఉండవలసి నవి కనుక ఉంటున్నాయి అని తెలియటం అవసరం అనిపిస్తుంది. చెట్టు ఆకుల కోసం బ్రతకటల్లేదు. ఆకులె చెట్టుకోసం మనుతున్నాయి అనేది నిత్య సత్యం కదా. అలాగె సర్వం నాశనం చేయడం రురుడికిగాని జనమేజయుడికిగాని వశ మైన పని కాదు అంటె వ్యక్తిశక్తి, సమాజశక్తిని మ్రింగివేయగలిగింది కాదని బోధ.

కాగా ఆ సహస్ర పాదుడు పూర్వం ఖగముడు అనే వానితో కలిసి వేదం చదువుకుంటూ ఉండేవాడట. ఒకనాడు తమాషా చేద్దామని ఒక పాము కశే

ము తెచ్చి ఖగముడిపైకి పడేటట్లు విసురుతాడు. ఖగముడికి కోపం వస్తుంది.
ంకని శపించి, నీవు పాములా పడివుండు అనేస్తాడు. సహస్రపాదుడు
ార్థ మొర్రో మంటాడు. అప్పుడు ఖగముడు—ఈ పాముల్ని చంపుతూ
రు వస్తున్నాడు. అతడు వచ్చేదాకా అలాగే ఉండు. అతడు వచ్చినాక వానికి
చేసి నీవు చేసిన అనవసరమైన పాపం నుంచి విడివడు—ఇది నా ప్రజ్ఞగా
జరుగుతుందిగాక పొమ్మన్నాడు. అలాగే ఒకనాడు రురుని దర్శన
ంది. రురుడు పాములా ఉన్న సహస్రపాముని పట్టుకొని చావమోద
ాడు. అప్పుడు సహస్రపాదుడు లబలబలాడి ఆతడు రురుడని తెలిసికొని
మనుష్యుడుగానయి, అప్పుడంటాడు రురునితో—

భూమితకీర్తి బ్రాహ్మణుడు పుట్టుడు తోడనపుట్టు నుత్తమ
జ్ఞానము సర్వభూత హిత సంహిత బుద్ధియుచిత్తశాంతియున్
మానమద ప్రహాణము సమత్వము సంతత వేద విధ్యను
ష్ఠానము సత్యవాక్యము దృఢవ్రతముం గరుణా పరత్వమున్.

నాయనా భూమిలో గొప్ప కీర్తి కలవాడా! బ్రాహ్మణుడయిన వాడు
ప్పన్నమయితేచాలు అప్పుడే కొన్ని లక్షణాలు సముద్భూత మవుతాయి.
వేమిటంటే (1) ఉత్తమ జ్ఞానము (2) సర్వభూతహిత సంహితబుద్ధి (3) చిత్త
ంతి (4) మాన-మద-ప్రహాణము (5) సమత్వము (6) సంతత వేద విధ్య
ష్ఠానము (7) సత్య వాక్యము (8) దృఢవ్రతమున్ (9) కరుణా పరత్వమున్.
వు అలాంటి బ్రాహ్మణుడవు పాపలనిన వాడివి! ఇదేమిటి ఈ పని అంటాడు.
నడికి తెలుసు లనకు (1) నుంచి (5) లక్షణాలు లేవనీ, (6) నుంచి (9)
కూ ఉన్నవనీని. వాటివల్లనె తన భార్యకు ఆయుర్దాయము యీయగలిగాడనీని.
గతా వాటిమీద శ్రద్ధ ఈ సహస్ర పాముడి మాటలవల్ల పుట్టుతున్నది. అలో
ంచడం ఆరంభించాడు. మననం చేశాడు. అవును ఈ మారణ యాగం
నాల్సిందేనని మానేశాడు.

మామూలుగ మనం చేసేపని కంటె మంచి ఫలితం మరొక పని చేసి
ందువల్ల కలుగుతుందని ఎవరైన చెప్పింది మనకు నచ్చితె తప్పకుండా

మొదటి పని మాని తరువాతి పని మొదలుపెట్టుతాం. ఇంతకూ ఒకరు చెప్పిం మనకు నచ్చటం అవసరం. అందుకు తగిన సంస్కారం కలిగిన క్షణా అది అర్థం అయేది-నచ్చేది. ఇది భృగువంశ కీర్తనం.

ఈ భృగువంశ కీర్తనంతో శ్రీ మహా భారతంలో ఆది పర్వంలో ప్రథమాశ్వాసం పూర్తి అయింది. కృతయుగం నాటి భృగు మహర్షి వంశంలో కూడ మొదటనుంచీ యీ సత్త్వ రజస్తమో గుణాలవల్ల కదిలిపోవడం అనే ఉంది. ఆ గుణాల చైతన్యం గ్రహించి తద్వారా ఇతర్ల మంచి చెడులు విమర్శించగల దృక్పథం ఏర్పరుచుకోవటానికి దీన్ని ఇలా సూతుడు చెప్పాడు అనిపిస్తుంది.

# మహాభారత కథలు

(ఆదిపర్వము - ద్వితీయా ఆశ్వాసము)

## 1. నాగ గరుడ సంభవము

జనమేజయుని సర్పయాగం మాన్పింది ఆస్తీకుడు. వాని కథ చెప్పడానికి ముందుగా సూతుడు నాగ గరుడ సంభవాన్ని చెప్తున్నాడు—

కశ్యపుడు కృతయుగం నాటి ఋషి. ఎన్నో క్రతువులను యజ్ఞాలను చేసినవాడు. ఆయన ఒకసారి పుత్రకామేష్టి అనే క్రతువును చేస్తుండగా ఆయనకు తోటివారు ఎంతో సహాయం చేయడానికి వచ్చారు. ఆయనకు సహాయం చేస్తే మనకే వొస్తుందనే తత్త్వం అప్పటి జనుల్లో లేదు. వారికి సహాయం చేయడం ఆ యజ్ఞాలూ, క్రతువులూ చూచి ఆనందించటం సరదా.

క్రతువుకు సంభారాలు ఎంతో మంది తెచ్చి ఇస్తుండే వాళ్ళు. ఇంద్రుడు కూడ ఎన్నో సంభారాలు బళ్ళమీద వేసుకొని రథాలు తోలుకొని వస్తున్నాడు. వాలఖిల్యుడూ ఇంకా అనేకమంది మునులు కేవలం దర్భల కట్టలను తీసుకొని పడుతూ లేస్తూ నడుస్తూ వస్తున్నారు. వారిని చూచిన ఇంద్రునకు తన గొప్పతనానికి తనకే అతిశయం కలిగి వారిని వ్యాఖ్యానం చేస్తాడు – "మీరు తెచ్చేది ఈ దర్భలా" అని. వాలఖిల్యులకు కోపం వస్తుంది. వారంటారు–

"చూడు. నీ మదమణచ గలిగిన శక్తి సామర్థ్యాలు కలిగిన కుమారుడు ఈ పుత్రకామేష్టివల్ల కశ్యపునకు కలుగేటట్లుగా చేస్తాము గాక. అతడు రెండో ఇంద్రుడవుతాడు చూడు" అన్నారు.

ఇంద్రుడు భయపడ్డాడు. వెంటనే వెళ్ళి కశ్యపుని ప్రార్థించాడు. "నేను పొరపాటు చేశాను. వాళ్ళు ఇలా తిట్టారు. మరి మీరే రక్షించాలి" అన్నాడు.

కశ్యపుడు ఈ అవకాశం చూసుకొని తన కొడుకుని ఇంద్ర పదవిలో కూర్చోబెట్టాలి అనుకోలేదు. వెంటనే వాలఖిల్యాదుల వద్దకు చేరి,—

"స్వాములకు ధన్యవాదాలు. ఈ ఇంద్రుణ్ణి కరుణతో చూడాల్సింది. ఇతడు కేవలం బ్రహ్మచేత ఇంద్ర పదవికి నియమింపబడిన వాడు. ఇతనికి ఎదిరిగా ఇంకొక ఇంద్రుని తయారుచేయటం, పరమేశ్వర సంకల్పానికి అనుగుణ్యమని అనుకోను. అందుకని నాకు కలిగే కుమారుడు రెండవ ఇంద్రుడయితె కావచ్చుకాని పక్షి కులానికి మాత్రమె ఇంద్రుడుగా సంకల్పించండి. ఇది పరమేశ్వర సంకల్పానికి అనుగుణ్యమేగాని భిన్నము రాదు" అని చెప్పాడు.

కశ్యపుడు ప్రజాపతి. అతని మాటలయందు గౌరవం వాలఖిల్యులకు ఉంది. వాళ్ళు ఆమేర అనుగ్రహించారు. ఈ గరుడుడు ఆయన పుత్రుడుగా ఉద్భవించాడు కృతయుగం అయిపోయి త్రేతాయుగం వచ్చిన తరువాత.

కశ్యపునకు వినతీ కద్రువ అనె ఇద్దరు భార్యలున్నారు. వీరిద్దరూ తమకు సంతానం కావాలని ఆయనను ఆశ్రయించారు. కద్రువ అనే ఆమె నిప్పులా తేజస్సు కలిగి పొడుగ్గా ఉండే కుమారులు మంచి బలం కలిగినవారు అనేక మంది తనకు సంతానం కావాలన్నది. వినత ఇద్దరు పుత్రులు చాలనీ, కద్రువ కుమారులకంటె చాలా బలం ప్రాభవం కలిగిన వారు తనకు సంతానం కావాలనీ, కోరింది. వారిద్దర్నీ కశ్యపుడు అనుగ్రహిస్తాడు. ఇద్దరూ గర్భవతులవుతారు. కాని కొంతకాలమయే టప్పటికి వారికి సంతానంగా గ్రుడ్లు ఉద్భవిస్తవి. వాటిని నేతి కుండలలో పెట్టి కాపాడుతూ ఉంటారు.

అలా ఐదువందల యేండ్లు గడిచిన తరువాత కద్రువ అండముల నుండి ఆమె కోరిన వర్ణనకు అనువుగా చాలమంది నాగముఖ్యులు బయటకు వచ్చారు. ఆమె సంతోషించింది. వినతకు చాల సిగ్గుగా వుంది-తనకు గల ఆ గ్రుడ్లు పిల్లలు కాలేదని. పైగా మరీ రెండేనాయె! విసిగి విసిగి, చూసి చూసి, ధృతి పోగొట్టుకొని ఆమె ఒక గ్రుడ్డును చిదుపుతుంది. అందులోంచి పై శరీరం పూర్తిగాను తొడల నుండి క్రిందివరకూ లేకుండాను గల శరీరంతో

అనూరుడు బయటకు వచ్చి తల్లిని ఆమె చేసిన తొందరపాటుకు కోపించి నీవు ఈ తొందరపాటుకు ఫలంగా నీ సవతి వద్దనే దాస్యం చేస్తావుసుమా అని శపిస్తాడు. రెండవ గ్రుడ్డులో మహా బలపరాక్రముడైన వాడు పుట్టి నీ దాస్యాన్ని పోగొట్టుతాడు జాగ్రతగ కాపాడవలసింది అనికూడ బోధించి వెళ్ళి పోతాడు. ఆ తరువాత అతడు సూర్యునికి రథసారథిగ అయినాడు.

కృతయుగాంతంలో దేవాసుర యుద్ధం జరిగింది. దానికి కారణం ఉంది. దేవతలూ అసురులూ కూడా చావుఅంటే భయంలేకుండా ఉండటానికి, అమృతం త్రాగి శరీరాల్ని శాశ్వతంగా రక్షించుకోవాలని ఆశపడతారు. దానికోసం ఇద్దరూ ఏకమై పాలసముద్రాన్ని-మందరగిరి పర్వతాన్ని కవ్వంగాచేసి వాసుకి అనేటటువంటి కద్రువ కుమారుడిని కవ్వపుత్రాడుగాచేసి-చిలకడం ఆరంభించారు. ఆ సమయంలో ముందు విషం పుట్టింది. దానిని దేవతల్లో ఒకడైన శివుడు మ్రింగి దాన్ని గొంతులో పెట్టేస్తాడు. మహామేలు సమకూరుస్తాడు అందరకూ. ఆ తర్వాత జ్యేష్ఠాదేవి, చంద్రుడు, లక్ష్మీదేవి, ఉచ్చైశ్రవసము, కౌస్తుభము, ధన్వంతరి, ఐరావణగజము మొదలయిన అనేకం పుట్టినై. అమృతమూ వచ్చింది. పైవాటిని దేవాసురులు ఏదో విధంగా పంచుకొన్నారేగాని, అమృతము మాత్రం అసురులు లాక్కొని పోవడం ఆరంభించాడు. అదేమిటంటే శ్రీదేవినీ, కౌస్తుభాన్ని, ఐరావతాన్ని అన్నింటినీ వాళ్లకు వదిలిపెట్టాం కదా అని వాదించారు-విషం మాట ఎత్తకుండా.

అప్పుడు నారాయణమూర్తి మోహినీ వేషం ధరించి అందర్నీ మోహింపజేసి, ఆ అమృతభాండం తను తీసుకొని పంచుతానని ఇద్దరినీ తలో ప్రక్కా కూర్చో వలసిందన్నాడు. ఆ మీదట అసురులకు చూపులూ, కులుక్కులూ ఇచ్చి దేవతలకు అమృతం పోయడం ఆరంభించాడు-మోహినీ రూపంలోని నారాయణుడు. అది గమనించి రాహువు అనే అసురుడు దేవత వేషం వేసికొని వచ్చి దేవతల వరసలో కూర్చొని చేయిపట్టి అమృతం పోయించుకొని నోట్లో పోసికొంటాడు. వెంటనే సూర్యుడూ, చంద్రుడూ, వాణ్ణి చూపించి అతడు వరసతప్పి వచ్చికూర్చొన్న అసురుడని చెప్తారు. వాళ్లకు ఈ రాక్షసుడికి అమృతం దక్కరాదనే కోరికఉంది. మరి రెండో

ప్రక్క-కు తిరిగి నారాయణుడే వారికి పోసినట్లుంటే ఏమీ చేయలేక పోయేవారుగాక నారాయణుడు వెంటనె చక్రం ధరించి దాంతో రాహువు తలను తెగనరుకుతాడు విషాన్ని భరించిన దేవతలకు అమృతాన్ని కూడా ఇస్తుండంగా తనను అసురుడ మోసం చేసినందుకు అతడి శరీరంలోకి అమృతం దిగకముందు గొంత తెగగోశాడు. తల అమృతం వల్ల చావు లేనిదై, అస్పర్థ-పగ-వల్ల, గ్రహణ సమయాల్లో చంద్ర సూర్యులను బాధిస్తూ ఉంటున్నదని ప్రతీతి. ఈ కథలో చెప్పదలచింది పరపీడనం వల్ల కలిగిన పాప ఫలం ఏదోవిధంగా సూర చంద్రులు అనుభవిస్తున్నారన్న విషయం.

నిజానికి దేవాసురులు ఒక తండ్రి బిడ్డలే అనాలి. శాఖా భేదా వచ్చినవి గాక అప్పుడు కూడ. వెంటనె ఉద్రేకాలు పెరిగినయి. మోహి నిజంగా మోహిని కాదనీ దేవతల్లో ఒకడైన నారాయణుడని తమను వంచిం అమృతమంతా దేవతల చేతనే త్రాగించబోతున్నాడనీ అసురులు ఎదిరిం తిరగబడుతారు. కొట్లాట, గల్లాట, అయింది. పెద్ద యుద్ధం అయింది. యుద్ధంలో నర నారాయణులు ప్రచండంగా యుద్ధంచేసి అసురులను జయిం వేస్తారు.

అసురులు అంటే స్వార్థపరులనీ తమకుగాను ఇతర్లను పీడించేవార అర్థం చెబుతారు సురలు. దేవతలకు స్వార్థం లేదనుకోరాదు. దాని పరుల పీడించదు గనక వారికి. పాపం కలుగదు అనిధ్వని. అంటే సత్త్వగుణ ఎక్కువ పాళ్ళ కలవారని చెప్పటం. ధర్మంగా తమకోసమూ ఇతరుల కోసమ కూడా బ్రతికేవారు. సత్త్వగుణులు. అందుచేతనే యుగాంతంలో యుద్ధం వలి ఉపద్రవములు-అంటే స్వార్థంకోసం పరులను పీడించేవారు-అణగద్రొక్క బడటం, సత్త్వగుణం కలవారు రక్షింపబడటం జరుగుతూ ఉంటుంది అందుకనె దేవతలు గెలిచారు కూడా యుద్ధంలో.

ఇంతకూ అమృతము, దేవతలు విజయులైనారు గనక, వారికి దక్కి పోయింది. ఇంద్రుడు దానిని సురక్షిత ప్రదేశంలోపెట్టి దానిచుట్టూ మహ అగ్నిని ప్రజ్వాలింపజేసి, ఆలోపల కలశంచుట్టూ ఒక యంత్రచక్రం

తిరుగుతూ ఎవరినీ అమృతకలశాన్ని చేరనీయకుండా ఆపుతుండే ఏర్పాటు చేస్తాడు.

అమృతంతో పాటు పుట్టిన ఉచ్చైశ్రవస మనే ఆ తెల్లని గుర్రం అలా అలా ఆ సముద్రతీరం వెంట వెళుతూ ఉండగా కద్రూవినతలు సరదాగా కాలం గడుపుదామని అటువెళ్ళి దానిని చూచి ఆ గుర్రం యొక్క తెలుపుదనం మీద పందేలు కాస్తారు. సముద్రం చూచి సంతోషించక ఇలా ఆ గుర్రం మీద పందేలు కట్టటం ఇది ప్రారబ్ధం. ఏదో జరగాల్సిన ఈశ్వర సంకల్పాను గుణ్యమైన అనుభవంకోసంగా సాధారణ తెలివిని కలిగిన వాళ్ళు కేవలం కర్తవ్యంచేసి ఊరుకొనే వాళ్ళు ఇలాటి పని చేయరు అనిపిస్తుంది.

కద్రువ ఆ గుర్రపు తోకలో కొంత నల్లన ఉన్నదంటుంది. వినత లేదంటుంది. ఐతే ఇవాళ ప్రొద్దుపోయింది కనక రేపు వచ్చి చూదామను కొంటారు. ఇద్దరూ, ఇంటికి వెళ్ళి పోతారు. ఇంతకూ పందెం ఏమనీ అంటే-ఎవరు ఓడిపోతె వాళ్ళు రెండో వాళ్ళకు దాసీత్వం చేయాలనె. అనూరుడు తనకు చెప్పిన సంగతైనా వినతకు జ్ఞాపకం రాకపోవటం-వచ్చినా తన తెలివి మీదనే గట్టినమ్మకం పెట్టుకొనడం-ఇదంతా అజ్ఞాతంగా ఎవరో భగవంతు డంటివాడు చేయిస్తున్నాడనిపిస్తుంది. వాడి పనిలో భాగంలాగా వీళ్ళు తమకు కేటాయించిన కర్మలు తాము చేస్తున్నామనుకొంటూ చేస్తున్నారని పిస్తుంది.

కద్రువ ఆరాత్రి తన బిడ్డలను పిల్చి "ఎవరో ఒకరు వెళ్ళి ఆ గుర్రం తోక నంటి పట్టుకొని నల్లగా కనుపించాల్సిం"దని తన్ను గెలిపించాల్సిందని బ్రతిమాలుతుంది. వాళ్ళు ధర్మం ఆలోచించి, "తల్లి చెప్పింది గనక, ధర్మం మాని అధర్మం చేయవచ్చునా" అంటారు. అది కర్తవ్యము కాదంటారు. మేము వెళ్ళమంటారు. అలా అయితే నేను శపిస్తున్నాను మిమ్మలను-జనమే జయుడు చేయబోయే సర్పయాగంలో మీరంతా చచ్చిపోతారుగాక అన్నది. కలియుగారంభంలో జనమేజయుడు సర్పయాగం చేస్తాడనే విషయం కద్రువకు ఎలా తెలిసిందో చెప్పటానికి తెలియదు. కనీసం-మీరంతా చాలాకాలం

తల్లిని తిరస్కరించటం ముఖ్యంగా వెనకటి రోజుల్లో ఎవరూ చేసేవారు కారు. అది ధర్మం. పైగా కుమారుడయిన వాని స్వధర్మం. అంటే తాను సమాజానికి చేయవలసియున్న సేవలో అది ఒకభాగం. కుమారుడు కుమారుడుగానే ప్రవర్తించట మనేది స్వధర్మం. స్వధర్మాన్నుంచీ ఎప్పుడూ వికంపితుడవు కావద్దు అని శ్రీకృష్ణుడు శ్రీమ ద్భగవద్గీతలో చెప్పిన సూత్రం ఇదే. వ్యక్తి వ్యక్తికోసమే కాదు బ్రతికేది. సమాజంకోసం బ్రతకాలి. ఇదీ సత్త్వగుణ విధానమైన బ్రతుకు. తనకై తానే బ్రతికి స్వార్థమే చూచుకుంటూ పరపీడనానికి దోవనిస్తే అది పాపం. మహానుభావుడైన గరుత్మంతుడు అందుకని తల్లితో పాటు కద్రువకూ ఆమె కుమారులైన పాములకూ దాస్యం చేస్తున్నాడనేది తెలియాలి.

ఈ దాస్యంలో భాగంగా ఒకప్పుడు ఆ పాముల్ని వీపుపై నెక్కించుకొని అంతరిక్షంలో ఎగిరి నానా దేశాలూ చూపుతూ సూర్యమండలం వెళ్తున్నప్పుడు ఆ వేడికి నాగులు తట్టుకోలేక క్రిందకు పడి చచ్చిపోతవి. అప్పుడు కద్రువ ఇంద్రుని ప్రార్థించి రక్షించు మంటుంది. ఇంద్రుడు మేఘుని పంపి చక్కని వర్షం కురిపించి వాటిని రక్షిస్తాడు. మళ్ళీ గరుడుడు దాస్యం సాగిస్తూనే ఉంటాడు.

ఒకప్పుడతనికి అనిపిస్తుంది ఈ దాస్యం వదలించుకోడానికి నాగులతో కరారు చేసుకొని వాళ్ళడిగింది తెచ్చియిస్తే బాగుంటుందని. వాళ్లను పిల్చి అడుగుతాడు. తన దాస్యం వదలడానికి ఉపాయం చెప్పండని. వాళ్లు తాము ఒకప్పుడు క్రిందపడి చచ్చినంత పనయితే ఇంద్రుడు వాళ్ళపై వృష్టికురిపించడం తాము బ్రతకడం అంతా జ్ఞాపకం చేసికొంటారు. అమృతం ఇంద్రుడి దగ్గర్నుంగి తెచ్చుకొంటే తమకు ఎంతో ఉపయోగ మనుకొని, "అమృతం తెచ్చి ఇవ్వమాకు నీవూ నీతల్లీ ఈ దాస్యం వదిలించుకొని వెళ్ళిపోవచ్చు" నంటారు.

గరుడుడు వెంటనే తల్లిదగ్గరకు వెళ్ళి నమస్కరించి "నన్ను ఆశీర్వదించు నేను వెళ్ళి ఆ అమృతాన్ని తెచ్చి వీళ్లకిచ్చి యీ దాస్యంనున్నుంచి బయటకు

తీసుకొని పోతాను" అంటాడు. ఆమె-"నాయనా అది తప్పకుండ నీవు చేయ గలిగిన పనే అని నాకుతోస్తున్నది. నీ అన్నగారైన అనూరుడు నీవల్లనే నా దాస్య విముక్తి అవుతుం"దని చెప్పనే చెప్పాడు-అంటుంది.

కాని గరుత్మంతుడు పెద్ద శరీరం కలవాడు మహాబలం చేకూర్చుకో వలసినవాడు అందుకు ఎంతో తిండి కావాలి. ఆమాటె ఆమెతో అంటాడు "నేను ఏ ఆహారం తిని శక్తి పెంచుకోవాలో చెప్పు" అని. ఆమె అప్పుడు"—

విషధికి కుక్షి నసంఖ్యము నిషాదగణ ముండి ధారుణీ ప్రజకు గడున్
విషమము చేయు దాని నిమిషమున భక్షించి చను మమిత్ర విభూతీ!

అంటుంది.

అప్పట్లో ఈ నిషాదులకు ఏలాటి హక్కులూ లేవనిపిస్తుంది. ఎందు కంటె వాళ్ళకు కేవలం భూమిపైనున్న ప్రజలకు విషమాన్ని కలుగచేయటమే పని. వాళ్ళకు ఏ హక్కులనూ సంఘము గుర్తించలేదు. అందుకని వాళ్ళను తిని వేయాల్సింది అని తల్లి గరుడనికి చెప్తుంది. కనీసం జీవించడానికి కూడా హక్కులేని వారుండేవారప్పుడు బహుశ. వారిని తిని వేయటం తప్పేంకాదన్న మాట. మనం వంకాయలు తింటే తప్పులేనట్లే.

ఇంకా ఆమె చెప్తుంది-భక్షణ విషయంలో, "బ్రాహ్మణుని మాత్రం పరిహరింప వలసినది"-అని. అనగా బ్రాహ్మణులకు ప్రత్యేకశ్రద్ధ ఉంటుం దేది అప్పట్లో అని తెలిసికోవచ్చు. అప్పట్లో ఒక్కబ్రాహ్మణుడు నష్టమయిపోతె సంఘానికి ఎంతో నష్టంగా భావించే వాళ్ళన్నమాట. అందుకే అనేకమందిని ఒక్కసారి మ్రింగేస్తావు కదా అప్పుడు బ్రాహ్మణు లెవరైనా అందులో ఉండే వాళ్ళు పరిహరించాల్సింది అని తల్లి కుమారునకు హితబోధ చేస్తుంది. ఐతే మిగతా వాళ్ళ నెవరున్నా మ్రింగేయవచ్చు ననా అర్థం అనిపిస్తుంది. వాళ్ళెవరి కైనా హక్కులు లేవా అనిపిస్తుంది. అదికాదు దాని అంతర్యం. ఆతల్లి కూడా ఆపిల్లలైనా ఉంటె వాళ్లంతా తినబడినా ఫరవాలేదు. కాని బ్రాహ్మణుని విషయంలో ఆశ్రద్ధ తీసుకొనవలసిందని తల్లి చెప్పటానికి కారణం బ్రాహ్మణుడు జ్ఞాని అయి వుంటాడేమొ. అతడికి ఆ జ్ఞానసంపల్ల

అనేక శక్తులు వచ్చి ఉండవచ్చును. అతడు తినబడేలోగానే తన బిడ్డను చంపేస్తాడని భయం అయి ఉండవచ్చు. గరుడుడు అప్పుడు అడుగుతాడు తల్లిని. అయితే ప్రతివాళ్ళూ లోపలికి వెళ్ళిపోతుంటే అంత మందిలో ఇతడు బ్రాహ్మణుడవునా కాదా అని తెలిసికొనేది ఎలా ? అతడినే అడిగితే తాను బ్రాహ్మణ కులస్థుడనే అనచ్చు అనే సందేహం కలిగి ఉంటుంది. దానికి తల్లి ఎంత చక్కని ధర్మం చెప్పిందో గమనించటం అవసరం. ఆమె అంటుంది. "బ్రాహ్మణుడై శక్తియున్న వాడు) నీ గొంతులోంచి క్రిందకు దిగక గాలంలా పట్టుకునే ఉంటాడు. అతడు మ్రింగ దగనివాడుగా తెలిసికొను" అంటుంది. అందుచేత బ్రాహ్మణునికి కేవలవర్గరీత్యా ఎక్కువ హక్కులున్నవని అనరాదు. అటువంటి శక్తిమంతుడయి ఉంటే అపకారమున్నది గనక అతడ్ని మ్రింగడానికి ఆరంభించి పాపాలు పోగుచేసుకొనక మాట్లాడి వదలి పెట్టాల్సిందని చెప్తోంది తల్లి.

సుపర్ణుడు అలాగేనని రివ్వున వెళ్ళి వేలకు వేల మంది నిషాదులను ఆక్రమిస్తూ నోరు పట్టి ఒక్కదమ్ములో మ్రింగుతాడు. తల్లి చెప్పినట్టుగానే కంఠం దిగక నిప్పులా మంట పెట్టించే వాడొకడుండి పోయినాడు. అప్పుడు గరుడుడు "ఓహో ! ఎవరయ్యా నా కంఠంలో విప్రుడుగాని ఉన్నాడా ఉంటే బయటకు రావాల్సింది నోరు తెరుస్తున్నాను" అన్నాడు. ఆ కంఠంలో నిజానికి ఒక విప్రుడు తన ప్రేయసియైన ఒక నిషాదిని పట్టుకొని ఉన్నాడు. అంతట ఆ విప్రుడంటాడు.

విప్రుడ నున్నవాడ నపవిత్ర నిషాది మదీయ భార్య కీర్తిప్రియ .
దీనివెట్టి చనుటెంబటి ధర్మమె నాకు" అన్నాడు.

అప్పుడు గరుత్మంతుని కేమిటి మార్గము ? ఇద్దరినీ రానివ్వాల్సి వచ్చింది. అలా ఆ బ్రాహ్మణుడు బయటికి వచ్చి, గరుడుని దీవిస్తాడు. ఇది గరుడునికి ఒక శక్తి. ఇలాంటి దీవనలు పొందిన మీదటనే మహత్కార్యమైన అమృతాపహరణానికి ఉపక్రమించినట్లు తెలుస్తున్నది. మహత్కార్యం చేయడానికి ముందు మంచిపనులు చేయాలి. దీవెనలు పొందాలి.

ఇంతకూ తిన్న తిండిచాలక సువర్ణునకు ఆకలి ఆగలేదు. వెంటనే తండ్రి అయిన కశ్యపుని వద్దకు ఎగిరివెళ్ళి ఆహారం నాకు ప్రసాదించాల్సింది అని నమస్కరించి అడుగుతాడు. ఈ నమస్కరించడమె చాలు తండ్రి ఆశీస్సులు పొందడానికి. కశ్యపుడు చెప్తాడు. నాయనా సరోవరవిపినాలని ఉన్నాయి. అక్కడ అసాధారణ ఆయతనం కలిగిన తాబేలూ ఇంకా పెద్దదైన ఏనుగూ ఆకారాలతో ఇద్దరు పోట్లాడు కొంటూ ఉన్నారు. పదియోజనాల ఔన్నత్యం తాబేలూ పన్నెండు యోజనాల పొడవు కలిగినది ఏనుగూను. వాటిని తినాల్సింది. అయ్యో వాటిని తింటే స్వార్థంకోసం పరపీడనం చేసినవాడను అవుతానని భయపడకు. క్రిందటి జన్మలో వాళ్ళిద్దరూ విప్రులే. తండ్రి ఆస్తిని పంచుకోవడంలో తగూపడి ఒకరినొకరు ఇలా చంపుకొని శాపాలు పెట్టుకొన్నారు. అర్థ నిమిత్తమైన వైరంలో ఉన్నారు. వాళ్ళను ఉత్తముడవైన నీవు నీ శరీర పోషణార్థం తిన్నందువల్ల నీకు పాపంరాదు వెళ్ళమన్నాడు. గరుడుడు వెళ్ళిపోతాడు సందేహమేమీ లేకుండా. మహాత్ముడైన కశ్యపుని వచనానికి ఇక అతడు సందేహించక వెళ్ళిపోవటం అతడి గొప్పతనం.

వెళ్ళడం వెళ్ళడం ఒక చేత్తో (కాలితో) ఏనుగునూ ఇంకో చేత్తో తాబేలునీ గుచ్చి పైకెత్తి ఎగిరి, అక్కడెక్కడా వాటిని పెట్టుకు తినడానికి తగినంత చోటు దొరకక అలంబ తీర్థానికి ఎగిరివెళ్తాడు. అక్కడ ఎన్నో కొండలు. కొండలమీద ఒక బ్రహ్మాండమైన చెట్టు. దానిమీద కూర్చొని తినాల్సిందని అవి ఆ చెట్టే తనను పిలుస్తున్నంత పెద్దదిగా గరుడుడు చూస్తాడు. తీరా ఇలా వచ్చి కూర్చునే సరికల్లా ఆ కొమ్మ పటపటా రవంతో విరిగి క్రిందకు పడిపోబోతున్నది. క్రిందచూస్తే అనేకమంది ఋషులు ఆ కొమ్మకు వ్రేలాడుతూ జపసమాధిలో ఉన్నారు. వాళ్ళకు హాని కలిగితె తనకు కీడు. అందువల్ల ఆ కొమ్మని తన నోటితో పట్టుకొని దానితోనూ ఆ గజ కూర్మాలతోనూ ఎగురుతాడు. ఎక్కడ విడిచి తిందామన్నా ముందు ఈ ఋషులెలా తరవాత చూసేది? ఆ మునులు వాలఖిల్యాదులు.

అందుకని వెళ్ళి గంధమాదన పర్వతానికి వచ్చి తండ్రియైన కశ్యపుని చూసి నమస్కరిస్తాడు. అప్పుడు కశ్యపుడు వాలఖిల్యులను ప్రార్థిస్తాడు.

చిత్రమేమిటంటే తెచ్చిన అమృతాన్ని తాను ఆస్వాదించక పో గొప్పవిషయం. అందుకు విష్ణుమూర్తికి ఎంతో ముచ్చట వేస్తుంది. గ డంటే. నీకుగల విజయోత్సాహానికి నేను మెచ్చాను. నీకు వరమేది కా కోరుకో నేనిస్తాను అంటాడు. అంటే తానై తనకు అమృత విషయిక స్వార్థం పుట్టకపోవడం చూచి, "నేను వరమిస్తాను తీసుకోమని" స్వార్థ ఉసిగొల్పుతున్నాడేమో ననిపిస్తుంది. ఎందుకంటే నిస్వార్థయుతమైన బ బలము. దాని వల్లనే అతడు అజేయులైన దేవతలను జయించగలిగిం అప్పుడు గరుడుడు అంటాడు "నీయందు భక్తితో నీయందు ఎల్లప్పు నేనుండేటట్లూ, నేను అమృతం త్రాగకుండానే అజరామరుడనయేటట్లు ఇవ్వాల్సిం" దన్నాడు. విష్ణువు అందుకు అనుగ్రహించి "నీవు న వాహనమవు కావాల్సిం"దని అడుగుతాడు. విష్ణువు కృతయుగంలో ఇంద్ర కంటె తక్కువ హోదా కలిగినవాడనే సంగతి వేదంలో ఉంది. ఈ కథ దా తగ్గట్టుగానే ఉంది.

ఆ తరువాత దేవేంద్రుడు వజ్రం విసురుతాడు గరుడుని మీద. అత విష్ణువు యొక్క వరంవల్ల క్షతిలేనివాడై ఒక ఈకను వదులుతాడు. ఆ వజ్రప దానికి బలాదూరుగా. ఇక ఇంద్రుడేంచేస్తాడు. గరుడుని వద్దకు వచ్చి "నీతో స్నేహంచేస్తాను గాక నీవు అమరుడవు, అజరుడవు, అజితుడవు అమేయుడవు, నీకు అమృతమేమి ఉపయోగము గనక! ఇంకెవరూ దీని పొందనర్హులు కారు. వారికిచ్చినట్లయితే దేవతలకు వారు అసాధ్యులవుతార కనక ఆ అమృతాన్ని నాకిచ్చెయ్య"మంటాడు. గరుడుడు "నేను దీన్ని తీసుకొనిపోయి ఆ కద్రువ పుత్రులకిస్తాను. అది నాకుగల శరతు. ఇక మీ ఇష్టం మీరు వారిని జయించి తెచ్చుకొంటే నేను పట్టించుకోను. నేను మీతో స్నేహం చేస్తున్నాను" అన్నాడు. దేవేంద్రుడు సంతోషించి "నీకేది ఇష్టమో చెప్పు అలా వరమిస్తా"నంటాడు. గరుడుడు "మాకు కద్రూపుత్రులు చాలా అన్యాయం చేశారు. వాళ్ళు నాకు ఆహారం అయ్యేటట్లు చేయల్సిం"దంటాడు.

మిగిలింది, అమృతంతెచ్చి ఉరగులకు ఇవ్వడం. ఇంద్రాది దేవతలు కామరూపులై వెనకవస్తూనే ఉంటారు. గరుడుడు అమృతం తెచ్చి దర్భలు

పరచి పవిత్రమైనవి గనక దర్భలపై నేను దీన్ని ఉంచుతున్నాను. మీరు పవిత్రులై -అంటే స్నానం చేసివచ్చి ఆరగించాల్సిందని ఉరగులకు చెప్పి, నాకరారు చెల్లింది సుమా అని హెచ్చరించి తల్లిని వీపుపై ఎక్కించుకొని వెళ్ళిపోతాడు.

ఉరగులు పాపం స్నానంచేసి వచ్చేటప్పటికి అమృత భాండం ఉండదు. దేవతలు తీసికొనిపోయినారు. వాళ్ళు ఆ దర్భలపై చిందిన అమృతాన్ని నాకాలని నాకుతారు. వాటి నాలుకలు చీలిపోయి రెండు నాలుకలయినది అప్పటి నుంచేనని ప్రతీతి.

ఈసౌపర్ణాఖ్యానము వినినట్టి, పుణ్యపరులకు శ్రీ సంపదలు వస్తవిట. దురిత నిరాసమవుతుందట. ఉరగభయం రాక్షసభయం కూడ ఉండవట. పుణ్యపరులకె ఇదంతా. ఈపై ఫలితం కోసం ముందు మనం పుణ్యపరులం కావాలి పుణ్యమంటే? పాపానికి వ్యతిరేకం. పరోపకారమే పుణ్యం పరపీడనం పాపమున్నూ. పుణ్యపరుల. మనఃస్థితిని సంతరించిన వారికి ఈ ఆఖ్యానం చదవడంవల్ల పైఫలితాలు వస్తవని ప్రథ. ✻

# 3. ఆస్తీకుడు

కద్రువ తన సవతి అయిన వినత చేతనూ ఆమె కొడుకయిన గరుత్మంతుని చేతనూ, తనకూ తన బిడ్డలకూ దాస్యం చేయించింది. అది కరారు ప్రకారమే అయినా అది అన్యాయం అన్న సంగతి ఆ పాములకూ తెలుసు. బాండెడ్ లేబర్ అన్యాయం గదా మరి సమాజం దృష్ట్యా. సమాజం ప్రమాణంగా ఆలోచించి వ్యక్తిగత కరారులకు విలువ లేకుండా చేయడం సరి అయినదన్న సంగతి అప్పటి కాలంలోనూ ఇప్పటి కాలంలోనూ ఒకే న్యాయం. శేషుడు చాల బాధపడిపోయి బ్రహ్మను గూర్చి తపస్సు అనేక వేల ఏండ్లు చేసి ఆయన ప్రత్యక్ష్యం కాంగానే తనవారు చేసిన అన్యాయం సంగతి చెప్పుకొంటాడు. బ్రహ్మదేవుడు అంతట ఈ భూభారం మోసేపని శేషుడికి వప్ప

చెప్పి ఈపని నిత్య సత్య నిరతుండవయి చేసుకొంటూ వినత కుమారుడైన వైనతేయుడితో సఖ్యం చేసుకొని మన వలసింది. ఇతర బాధలు పెట్టుకొన వద్దు అని చెప్పి వెళ్ళిపోతాడు. శేషుడు హాయిగా తన పనిలో నిమగ్నుడై దుఃఖం లేకుండా ఉంటాడు.

ఇక వాసుకి తాను మంధర గిరిని తరచేటప్పుడు త్రాడుగా ఉండి సమాజానికి సేవ చేసిన కారణాన బ్రహ్మాదులు ఇచ్చిన వరం ప్రకారం అవ్యయత్వం పొందాడు. అయినా తన సహోదరులంతా సర్పయాగంలో చనిపోతారేమోననే భయంపడి తను చావడు గదా అనుకొనక, తన కుటుంబం లేదా వంశం దృష్ట్యా కర్తవ్యం చేయ బూనినాడు. వ్యక్తికంటే ఎక్కువ ప్రాధాన్యం కుటుంబానిది. అంతకంటే ఎక్కువ ప్రాధాన్యం వంశానిది. అంతకంటే ఎక్కువ సమాజానిది. ఇదీ సృష్టి సరళి. వాసుకి అందుకనే తన పుత్రపౌత్రులనూ, భాత్రులూ వారి సంతతినీ అందరినీ పిల్చి "పెద్దన్నగారయిన శేషుడు జ్ఞాని అయిపోయినాడు. ఈనాడు మీరంతా తల్లి శాపం నుంచీ తప్పుకోవాలంటే ఎలా? జనమేజయుడు ఎప్పుడు సర్పయాగ మారంభిస్తాడో ఏమో" నన్నాడు.

అపుడు ఎవరికి తోచింది వారు చెప్పారు. ఎవరి సంస్కారం వారిది కదా మరి! కొందరు - "బ్రాహ్మణ వేషం వేసుకొని వెళ్ళి జనమేజయుని ప్రార్థిస్తాము గాక, సర్పయాగం చేయవద్దని" అన్నారు. "వేషం వేసుకుంటాం అన్నారు గనుక కపటులు వీళ్లు". కొందరు - "సర్పయాగంలో పాల్గొంటున్న వాళ్ళందరి మీద పడి ప్రాకి అల్లకల్లోలం చేస్తామన్నారు". స్వార్థంకోసం పరపీడనం చేస్తామన్నారు గనుక పాపులు వీళ్లు అసురులు "తినే తిండిమీద విషం కక్కుదామన్నారు". రాక్షసులు వీళ్లు. చివరకు 'ఏలా' పుత్రుడు చెప్తాడు. "ఆలా మాన్పించడం మనకు చేతగాని పని. అమ్మ మనకు శాపమిచ్చినప్పుడు నేను సగం నిద్రలో ఉన్నాను. అప్పుడు స్వప్నంలో బ్రహ్మను దేవతలు అడిగినట్లూ ఈ విషయమై బ్రహ్మ సమాధానం చెప్పినట్లూ విన్నాను. ఏమనంటే — ఇంతటి శాపం తల్లి కొడుకులకిస్తుంటే మీరు చూస్తూ ఊరుకున్నారే. దీనికి ప్రతీకారమేమిటి? అని దేవతలడిగితే— బ్రహ్మ —

క్రూరతారుల, జగదపకారుల బన్నగుల దొల్పగా నోపమిని
ద్ధారుణికి హితంబుగ దుష్టోరగ సంహార మిప్పుడొడి బడ వలిసెన్

అన్నాడు.

అప్పుడు బలవీర్య సంపన్నులమని దేవతలచే కొనియాడబడే ఈ పన్నగులు. జగదపకారులయి, జనమేజయుని నాటికి క్రూరులై భూభారం కలిగించే స్థితికి వస్తారని బ్రహ్మ ముందే గ్రహించి యీ యాగానికి ఒప్పుకున్నాడు. ఇంతా అన్నాడు. వాసుకి చెల్లెలయిన జరత్కారువునకూ జరత్కారుడనే మహా మునికీ ఆస్తీకుడనే ముని ఉదయించి, యీ సర్పయాగంలో అందరూ చని పోకుండా ఆపుతాడు గాక అని కూడ అన్నాడు" అని చెప్పాడు ఏలా పుత్రుడు. ఆమాటలకు సంతోషపడి వాసుకి మొదలయిన వారు, తమ చెలెలయిన జరత్కారువును, జరత్కారుడనే మునికిచ్చి వివాహం చేయడానికి గాను అతడిని వెతకడం ఆరంభించారు.

తీరా జరత్కారుడు అవుపడ్డాడు. కానీ ఆయన ఎప్పుడూ వ్రతాలూ తపస్సూ చేస్తూ "నేను పెళ్ళి చేసుకోను" అని తిరుగుతూ ఉన్నాడు-బ్రహ్మచర్య పాలకుడై. ఎంతోమంది హితబోధలు చేశారు. "పెళ్ళి చేసుకొని పిల్లలను కనవయ్యా!" అని. "అది ఈ ప్రపంచ నడకకు అవసరమైనట్టిది. నీవు కేవలం ఆత్మోన్నతికై అనుసంధానం చేయటం ప్రపంచా పసర దృష్ట్యా స్వార్థ పరమైనది సుమా!" అన్నారు. కానీ జరత్కారుడు కేవలం ఆత్మోన్నతినే లక్ష్యంగా పెట్టుకొని ఎవరి మాటలు వినలేదు.

ఒకనాడు ఒక వనంలో కూలి పోవడానికి సిద్ధంగా ఉన్న చెట్టుకు వ్రేలాడుతూ సూర్యకిరణాల్లోని 'డి' విటమిను ఒక్కటే ఆహారంగా సేవించి తపస్సు చేసుకొంటూ కొందరు ఈ జరత్కారుడికి అవుపడతారు. అతడు ఆశ్చర్యపోయి "ఇదేమిటి మీరు చేసేది వ్రతమా? అయితే నాకూ చెప్పండి నేనూ చేస్తాను" అన్నాడు. వాళ్ళు "మాకు ఇంకో దోవలేదయ్యా— ఈ వృక్షం మా వంశం, దానికి వేరు అయినవాడు ఒక్కడే ఇంకా భూమిమీద ఉన్నాడు. వాడు జరత్కారుడు. అతడు స్వార్థం మాత్రమే చూసుకొని పెళ్ళి చేసుకొనక పిల్లల్ని

కనక వంశ క్షయం చేసేట్లున్నాడు. అదిగో ఈ వృక్షానికి కేవలం ఒక్క వేరు మాత్రమే ఉంచిచూడు. అది పోతే మేమంతా క్రిందకు పడిపోతాము. ఆత్మోన్నతి అంతటితో సరి. అందుకని ఆ జరత్కారువు కనపడితే మాస్థితి చెప్పాల్సింది" అంటారు.

అపుడు జరత్కారుడు మనసు మార్చుకొని వారితో చెప్తాడు. తానే జరత్కారుడనీ, పెండ్లి చేసుకొని కొడుకును కంటాననీ. వాళ్ళు దీవిస్తారు. ధర్మం ఇలా చెపుతారు—

తగియెడు పుత్రులంబడసి ధర్మవు దప్పక తమ్ము నుత్తముల్
బొగడగ సన్మహామతులు బొందుగతుల్ గడు ఘోర నిష్ఠలో
దగిలి తపంబు సేసియును దక్షిణలిమ్ముగ నిచ్చి యజ్ఞముల్
వెగడగ జేసియున్ బడయనేరర పుత్రకులైన దుర్మతుల్.

"కొడుకుల్ని గని వారిని సధర్మంగా తీర్చిదిద్ది వారిని చూచి అందరూ నిన్ను పొగిడే టప్పుడు కలిగే స్థితి, నీవు కేవలంగా నిష్ఠతో తపస్సు చేసినా యజ్ఞాలు చేసినా పొందలేవయ్యా! అదే మంత సుఖమైనది? ఎందుకనంటే ప్రపంచం ప్రధానంగా చేసి చూస్తే ప్రపంచ నడక ప్రధానంగాని, వ్యక్తిపైన నీ నడక ఎంతటిది! తపస్వి వయానే మాత్రంమే! ప్రపంచానికి ఇప్పుడు కావలసింది జనాభా" అన్నారనిపిస్తుంది.

ఆ తరువాత ఆ జరత్కారుడు జరత్కారువును పెండ్లి చేసుకొంటాడు. పెండ్లి చేసికొన్న రోజునే ఆమెతో ఒక కరారు చేస్తాడు "నేను సంతానంకోసమే ఈ పెండ్లి చేసుకొంటున్నాను. నాకు అవమానం చేసే దానవయితే మాత్రం నిన్ను వదలి వెళ్ళిపోతాను. నీకు పుట్టే పిల్లవాడి విషయంకూడా పట్టించుకోను, ఆసంగతి జ్ఞాపకముంచుకొను" అంటాడు. ఆమె సరే నంటుంది. తాను మాత్రం ఆయనకు ఎందుకు అవమానం కలుగచేస్తుంది కనుక! కానీ ఈకరారు వల్ల మహాభయంతో కత్తిమీదసాములాగా నడచుకుంటోంది. గర్భవతి అయింది. ఒకనాడు ఆయన తన తొడపైన తలనుంచుకొని నిద్రపోతున్నాడు. చాలాసేప

. సంధ్యాసమయ మయింది. అంతా సంధ్యా వందనానికి వెళుతున్నారు.
ర లేవలేదు.

తాను లేపినట్లయితే, ఎందుకు నిద్రాభంగం కలుగజేశావంటాడేమో.
గితే సమయంలో సంధ్యావందనం చేయకపోవడం అవుతుంది. ఎటు
గా తనకు ధర్మమేదో అదిసందిగ్ధమై అవుపడింది. ఇప్పుడేం చెయ్యాలని
ంచింది ఒకటి ఆయన అలుగుతాడని. రెండు ఆయన సమయంలో
్యవందనం చేయకుండా ఉండటానికి తాను కారణమవరాదని. చివరకు
లేపినందుకు అలిగితే, అలుక ఫలితంగా తాను అనుభవిస్తుందిగాక.
క్రియాలోపం సహింపరాదు. అని ఆయన్ను నిద్రలేపుతుంది. ధర్మ
మిలా ఉంటుందని గ్రహించాలి. ఒకటి తనకు నష్టం కలిగించేది.
కటి ఈశ్వరుని మనకు రాకుండా చేసేది. దేనికి ప్రాధాన్య మివ్వాలి?
ప్పుడు, ఈశ్వరుడు విశ్వం ప్రపంచం సమాజం వ్యక్తి ఈ వరుసలోనే
హా ప్రాధాన్య మివ్వాలిగనక స్వార్థవిషయం వదలి రెండవదే
ంధామె.

జరత్కారుడు ఆమె అనుకున్నట్లే కోపించి నేను వెళ్ళిపోతున్నాను.
ంచి బుద్ధిమంతుడైన కొడుకు పుడతాడు అని దీవించి వెళ్ళిపోతాడు.
వాసుకి వద్దకు చేరి అక్కడ ఆస్తీకుని ప్రసవిస్తుంది. అతడు పెద్దవాడై
ర్మదంతటి వాడు అవుతాడు.

కాగా, జనమేజయునకు ఉదంకుడు అనేవాడు వచ్చి సర్పయాగం చేసి
డ్రిని చంపిన పాముల వంశంపై కక్ష తీర్చుకొనవలసిందని చెప్తాడు.
జయుడు తన తండ్రి చనిపోయిన వివరాలన్నీ మంత్రులనడిగి తెలుసు
డు—"అభిమన్యునికీ ఉత్తరకూ జన్మించిన వాడు పరీక్షిత్తు. ధర్మార్థ
ను చక్కగా నడిపిన వాడు. ఆయన ఒకనాడు వేటకు వెళ్ళి ఒక
న్ని బాణంతో కొట్టాడు. బాణంతో సహా అది పారిపోతుంది. తాను
డ్డాడు. కొంతసేపయినాక శమీకుడనే మహాముని ఋషి పల్లెకు వస్తాడు.
కాయన తపస్సు చేసుకొంటున్నాడు. ఆయన మౌనవ్రతం ధరించి

ఉన్నాడు. పరీక్షిత్తు అది తెలీక ఇటు వచ్చిన మృగం ఎటు పోయిందంటాడు. శమీకుడు సమాధాన మివ్వలేదు. పరీక్షిత్తుకు విసుగువేసి అయన్ని తేలిగ్గా చూస్తాడు. అక్కడ ఒక చచ్చిన పాము శవముంటే దాన్ని తన విల్లుతో ఎత్తి ఆయన మెడమీద వేసి వెళ్ళిపోతాడు. శమీకుడు కొడుకయిన శృంగి వచ్చి ఈ సంగతి విని వెంటనే పరీక్షిత్తుని శపిస్తూ "తక్షక విషాగ్ని వల్ల ఇప్పటినుండీ ఏడు రోజుల్లోపల పరీక్షిత్తు చచ్చిపోవాలని" అంటాడు. తరువాత తండ్రిని పలకరించి నేనిలా శపించాను అని అనగానే తండ్రి ఇలా చెప్తాడు. నాయనా-

క్రోధము తపముం జెరచును క్రోధము అణిమాదులైన గుణముల బాపున్
గ్రోధము ధర్మక్రియలకు బాధ యగుం గ్రోధిగా దపస్వికి జన్నే ?

"క్రోధము అనేది అణిమాది సిద్ధులను కూడా పోగొట్టేటంత చెడ్డది. స్వార్థకర్మమది. ఇతర్ల మీద దానిని వినియోగించటం పాపం. అలాంటిది తపస్వియైన నువ్వు మహాధర్ముడైన పరీక్షిత్తును గూర్చి ఇలా చేయడం పరమ పాపం" అంటాడు.

క్షమలేని తపసి తనమును, బ్రమత్తు సంపదయు ధర్మబాహ్య ప్రభు రా
జ్యము భిన్న కుంభమున తోయ ములట్టుల య్యధ్రువంబులగుని
వియెల్లన్

పగిలిన కుండలో నీళ్ళలా తపస్సు క్షమ లేకపోతే నశిస్తుంది. ప్రమత్తుడి సంపదా, ధర్మంలేని ప్రభువు యొక్క రాజ్యంకూడా అలాగే నశిస్తుంది సుమా! చూచింది వేరు చూడవలసింది వేరు అయి ఉన్నప్పుడె క్రోధమనేది వస్తుంది క్షుత్ పిపాసలతో ఆ క్షణాన బాధపడి ఉన్నాడు. నేను మాట్లాడ లేదు. తన మృగం పోతున్నది. ఈ కారణాల వల్ల అలాటి తెలివి మాలిన పనిచేసి ఉంటాడు-మహారాజు. నేను సహించాను. నీవు కూడా సహించి శాపం త్రిప్పి వేయాల్సింది చేతనయితే నన్నాడు. శృంగి శాపం త్రిప్పివేయడం తనకు చేతకాదన్నాడు. చివరకు గౌరముఖుడనే వాడిని పరీక్షిత్తు వద్దకు పంపి ఈ సంగతి చెప్పి తనను, రక్షించుకొనే ఉపాయం చేయాల్సిందని సలహా ఇస్తాడు.

అదివిని పరీక్షిత్తు చింతపడి వెంటనే ఒక ప్రత్యేక మయిన ఇంటిని కట్టి మంత్రపరులను యజ్ఞ సిద్ధులను విషవైద్యులను దగ్గర పెట్టుకొని అక్కడ అమాత్యులతో సహా నివసిస్తున్నాడు. తక్షకుడు పరీక్షిత్తును ఎలా కాటువేయాలా అని ఆలోచిస్తూ అక్కడకు ప్రయాణమైనాడు.

ఆ సమయాన కాశ్యపుడనే ఒక విప్రుడు బ్రహ్మవద్ద పాము విషానికి విరుగుడు అయే ఔషధాలూ మంత్రాలూ తెలిసి, నేర్పుగలవాడై పరీక్షిత్తును తక్షకుడు చంపితే తిరిగి బ్రతికించి, చాల డబ్బు ఆయన వద్ద సంపాదించాలని వస్తూంటాడు. ఆ సంగతి తెలిసి తక్షకుడు ఒక విప్రుడిలా ఎదురు పడి "తక్షక విషాన్ని. నీ మందు లేంచేస్తాయయ్యా?" అంటాడు "అక్కడ ఒక నవ నవ లాడే పెద్ద వృక్షాన్ని కాటువేస్తాను బ్రతికించు చూస్తాను" అని తక్షకుడు దాన్ని కాటువేస్తాడు. ఆ విషాగ్నికది భగభగ తగలడి భస్మమవు తుంది. అప్పుడు కాశ్యపుడు ఆ భస్మాన్ని ప్రోగుచేసి మంత్ర తంత్రాలు జరిపి మళ్ళీ చెట్టుని చెట్టుగా చూపిస్తాడు. ఆ చెట్టుమీద ఉన్న ఒకడు దాంతోపాటు భస్మమయి మళ్ళీ బ్రతికివచ్చి యీ కథను అందరికీ చెప్తాడు. తక్షకుడు చాల డబ్బును తానే ఆ కాశ్యపునికిచ్చి-"పిచ్చివాడా నీ ఔషధాలు మంత్రాలు వీటి విషయంలో పనికి వస్తున్నాయి గానీ, పరీక్షిత్తు విషయంలో ఉపయోగించక పోవచ్చు. ఏమంటే ఆయన శాపదష్టుడు. సర్పదష్టుడయితే నీవు బాగు చేస్తావు గానీ శాపదష్టుణ్ణి నీవేం చేయలేవని నా మతం. నేను ఇచ్చిన ధనంతో తృప్తిపడి వెళ్ళిపొమ్మ"ని పంపించేస్తాడు.

తాను అంతట చిన్న క్రిమి రూపకంగా పండ్ల తట్టతో వెళ్ళి పరీక్షిత్తును కాటువేస్తాడు. ఆ క్రొత్తగా నిర్మించిన భవనంతో సహా పరీక్షత్తు ఆ విషాగ్నికి తగలబడి పోయాడు.

ఇలా మంత్రులు చెప్పి జనమేజయునికి సర్పయాగానికి పురికొల్పుతారు. ఆయన ఋత్విజుల్ని పిల్చి హోమశాల కట్టించు మంటాడు. హోమశాల నిర్మిస్తారు. యజ్ఞం ఆరంభించినప్పుడు ఎవడో వాస్తు శాస్త్రజ్ఞుడు, ఆ హోమగుండపు నిర్మాణం చూచి ఈ యజ్ఞం పూర్తికాదు కొంత కాలం మాత్రమే

అవుతుంది. అవి చెప్తాడు. అలాగే యజ్ఞం జరుగు తుండగా వాసుకి, ప్రభృతుల చేత ప్రేరేపించబడి ఆస్తీకముని అక్కడకు వస్తాడు. ఆయన మహాతేజస్వి. ఆయన తపః ప్రభావం అక్కడి ఋత్విజుల నందరినీ ఆకర్షి స్తుంది. పైగా ఆయన రావడం, రావడంతోనే జనమేజయుడినీ, అక్క డున్న ఋత్విజుల్లో ప్రతి ఒక్కడినీ పొగుడుతాడు. అంతా ప్రశాంతమైన సత్త్వగుణస్థితి నందు కొంటారు. అప్పుడు జనమేజయుడు ఆయనకు అర్ఘ్య పాద్యాలిచ్చి "మీకేం కావాలో చెప్పాల్సింది. నేను ఇస్తాను" అంటాడు. మహాత్ముడైన ఆస్తీకుడు " ఈ ఘోరణహోమం ఆపి నా బంధువు లందరినీ రక్షించాల్సింది" అంటాడు. అప్పటికే ఎన్నో పాములు అగ్గిలో పడి చచ్చిపోవి. తక్షకుణ్ణే కూడ ఆహ్వానించారు. అతడికి బ్రహ్మదేవుడి వరమున్నది. అందుకని వచ్చి మేఘాల్లో తిరుగుతూ మంచోగలిగాడు. ఇదంతా చూచి ఆస్తీకుని కోరికమ చెల్లిస్తాడు జనమేజయుడు. ఋత్విజులున్నూ యాగం ఆపేశారు.

ఇదీ ఆస్తీకుని ప్రభావయుతమైన చరిత్ర.

# మహాభారత కథలు

(ఆదిపర్వము - తృతీయా ఆశ్వాసము)

## 1. మహాభారత కథా శ్రవణప్రపత్తి

సర్పయాగం మానివేసిన సందర్భంలో జనమేజయుడు పుణ్యకథా శ్రవణ కుతూహలుడై విద్వజ్జన గోష్ఠి నేర్పాటు చేశాడు. ఆ సమయంలో వ్యాస మహాముసీ వైశంపాయన మునీ మొదలయిన వారుండగా వ్యాసుని అర్ఘ్య పాద్యాదులతో పూజించి వినయ వినమిత శిరస్కుడయి—జనమేజయు డంటాడు.

"తాతా!" అని పిల్చాడో "బ్రహ్మర్షి" అన్నాడో!—"మీరూ భీష్ముడు కురు వృద్ధులయిన వారుండి రాజ్యాన్ని పాండవులకూ కౌరవులకూ పంచి ఇచ్చారు కదా! వాళ్ళు తమ తమ భాగాలను అలాగే ఏలుకొని హాయిగా ఉండక ఎందుకా ప్రచండ యుద్ధం చేశారు? ఎందుకు ప్రజాక్షయానికి కారకులయినారు? మీరు వారికి కర్తవ్యం చెప్పేవుంటారు గదా! దానిని వారు పరకు చేయలేదా? ఎందుకని? ఈ వంశ కలహం ఎందుకు పుట్టింది? అని అడిగాడు.

రాజ్యం మొదటగా కౌరవ-పాండవులకు పంచి యివ్వబడింది. ఆ తరువాత వాళ్ళలో వాళ్లు కొట్టుకుచచ్చారు అనే విషయమె చాలా మందికి తెలీదు. జ్ఞాపకం ఉండదు ధృతరాష్ట్రుడు పెద్దవాడు కనుక వారి కొడుకులకే హక్కు ఉన్నదని వాదించే వారు ఎంతో మంది అమాయకులు అవుపడతారు.

అప్పుడు వ్యాసుడు చిత్రమైన పరిస్థితిలో పడ్డాడనిపిస్తుంది. అవును వాళ్లు నా మాటా భీష్ముని మాట వినలేదు అంటాడా? కాగా ఆయన అప్పటికె భారతాన్ని సంస్కృతంలో వ్రాశాడు. దానికి ప్రచారం తన శిష్యుల ద్వారా చేయాలను కొంటున్నాడు. ఈ జనమేజయుని ప్రశ్ననాధారంగా చేసి భారతాన్ని

ఈ విద్వద్గోష్ఠిలో వినిపింప చేస్తే వేదాలలో నిగూఢంగా ఉన్న ఉపనిషద్విష యాల ప్రచారం చేసినట్లవుతుంది అని యోచించినవాడై తన శిష్యుడైన వైశంపాయనుని పిలిచి "వీరికి సమగ్రంగా ఆ భారత కథను చెప్పవయ్యా" అంటాడు.

వైశంపాయనుడు భారతాన్ని ప్రచారం చేసి పంచమ వేదమనిపించడానికి కృతనిశ్చయుడైయున్నవాడు. అందుకని దానిని ఈ పుణ్యసభలో చెప్పడానికి ఒప్పుకున్నాడు.

కౌరవపాండవులు యుద్ధం చేసిన కారణం ఫలానా అని ముక్కుకి ముక్కె సమాధానం చెప్పకుండా, ముందుగా మహాభారత మహిమను చెప్తాడు. "మహాభారతాన్ని మా గురువుగారైన వ్యాస మహర్షి వ్రాశాడు. అది చెపుతాను విని ధన్యులుకండి" అంటాడు. జనమేజయుడు తన సందేహ నివారణార్థమయి ప్రశ్న అడిగితే, వైశంపాయనుడు తనకర్తవ్యతా నిర్వహణకు భారత ప్రచారంలో మునిగితేలుతున్నాడు. విద్వద్గోష్ఠి కనక, అక్కడున్నవారంతా ఎంతో కుతూహలాన్ని పొందాలి కనక, మహాభారత మహిమను వర్ణిస్తాడు ముందు. ఆ తరువాత తనను అడిగిన ప్రశ్నకు సమాధానం ఆరంభిస్తాడు.

సభల్లో మాట్లాడవలసిన తీరువుంది. అది ఒకానొక స్థాయిలో ఉండాలి. ఇంటి దగ్గర అనుకొన్న మాటలతో సభలో ఉపన్యాసం ఆరంభించి ఆ మాటలు తీసికొని పోయిన దోవనల్లా పోవడం ఈ వైశంపాయనునిలో ఎక్కడా చూడము. ఇది ఆయన దగ్గర నేర్చుకోవలసిన గొప్ప విషయం. అది సంతరింపలేకపోతె ఉత్పత్తి కలవారైనా వరె ప్రతిభలేని వారుగా అయిపోవటం కద్దు.

ఇంతకూ ఆయన చెప్తాడు.—"పాండురాజు పోయినాక పాండవులు ధృతరాష్ట్రుని వద్ద పెరుగుతారు. విద్యలు నేరుస్తుంటారు. ఆ నేర్వడంలో వారికి ఎంతో నేర్పు వ్యక్తమయింది. "గడలేని ఎరుకదనరుచున్నది" అన్నాడు. అందుకు దుర్యోధనుడికి ఈర్ష్య కలిగిందట. అతడు వీరికి కీడు చేయటం ఆరంభించాడు. పాండవులు ధార్మికులు అవటం చేత వారి పనులకు వీరు "పొరయ లేదు" అన్నాడు.

మహాభారతంలో ఈ ఈర్ష్య ఒక ప్రక్క, ధర్మం మరొక ప్రక్క - ఉన్నపై సంఘర్షణకు కారణమయినవనే విషయం ఆలోచనాపరులు గ్రహిస్తారు. ఒకడు పొడిచాడు ఇంకొకడు చచ్చాడు అని వార్తా పత్రికలలో చదువుతాము. అంతటితో చెప్పడం పూర్తిచేస్తే చాలదు. ఆ పొడవడానికి అంతరాంతరమయిన కారణం తెలిసికోవాలి అనిపించటం మనిష్యునిలో గల జిజ్ఞాసకు లక్షణం. దానికి కారణం ఈర్ష్య అంటే ఆ కథ, మనకు ఒక కనువిప్పుగా ఉంటుంది. వైశంపాయనుడు ఈ నిజాన్ని తెలియజేయటంలో ఈ మహాభారత కథను ఆరంభించాడనాలి. అంతే కాదు. ఇంకా,—

కౌరవులకు ఈర్ష్య ఉన్నంత మాత్రంచేత ఇంత పెద్ద యుద్ధం జరిగి జన నష్టం కావాల్సిన అవసరమేమిటి అనే దాన్ని తెలియజెప్పుతూ, — భీముణ్ణి చంపేయాలని మూడు సార్లు ప్రయత్నం చేసి కౌరవులు విఫలులయ్యారనీ, ఆ భీముడు విషాన్ని జీర్ణించుకొన్నాడనీ చెప్పాడు. ఈ సంఘటనలు ఈర్ష్యాళువులలో ఎంతటి భయాన్ని, ఈర్ష్యనూ, క్రోధాన్ని జనింప చేస్తవి అనేది ఆలోచనకే వదలి కథ చెప్పటం సాగిస్తాడు. లక్క ఇంటిలో పెట్టి వాళ్లను కాల్చే దామని చేసిన ప్రయత్నం కూడ ఫలించలేదని చెప్పి,—

సీ॥ ధర్మ్మపు సుచితంబు దప్పని వారల, సదమలాచారుల,
సుచిత సత్య రతుల, నఖిలలోక హిత మహారంభుల,
భూరిగుణుల, నిర్జితారిపక్షులై వెలుంగు వారిఁ
దైవంబ రక్షించు- దురిత విధుల నెపుడు బొరయకుండ

అన్నాడు.

ఈ భారత కథలో పాండవులు ధర్మ్మపు తప్పని వారెలా అయినారు సదమలాచారులెలా అయినారు, ఉచిత సత్యరతులెలా అయినారు అని తర్కించుకొంటూ ముందుకు పోవటం అది విజ్ఞాన విషయం. వారు చేసిన ప్రతి పనికి వెనుకనూ ఈ ధర్మం ఎలా నిలిచి ఉన్నదని చూడటం జిజ్ఞాసుని విధి. ఆ పని మన బంధువులెవరన్నా చేస్తే దాని వెనుక ఫలాని అధర్మం ఉండటం కద్దు గదా అదే ఈ పాండవుల విషయంలో కూడా ఉన్నదేమోననే పరిశోధనకు దిగ

కాదు. అది అప్పటి సంప్రదాయాన్ని వదలి ఉపక్రమించటం అయిపోతుంది. వారి మనఃస్థితి ధర్మబద్ధ మనేది మనం ఒప్పుకొనక కలియుగంలోని స్వార్థ మనఃస్థితిని వారికి ఆపాదించి కథను విమర్శించటం సరియైన విమర్శ కా పోతుందనేది గుర్తుంచుకోవాలి.

కాగా లక్క యింటిలో నుంచి తప్పించుకొని పోయి అరణ్యాల్లో ఉండి బాపన వేషాలు వేసికొని, అడుక్కొని తిని, అవకాశం వచ్చిన క్షణాన విజృంభించి మత్స్య యంత్రం కొట్టి ద్రౌపదిని పెండ్లి చేసికొని ద్రుపదరాజు పంచలో హాయిగా మనుతున్న కాలంలో — మళ్ళీ యీ ధృతరాష్ట్రుడు పాండవులకు కబురంపి పిలిచి వారి సగం రాజ్యం వాళ్లకిస్తాడు. ఇలా చేయకపోతే నలుగురూ తనను తిట్టిపోస్తారనైనా అతడు చేసి ఉండవచ్చు. లేదా ఆ క్షణాన అతడికి ధర్మమే అలా తోపింపజేసి ఉండవచ్చు. ఇదే మళ్లీ దుర్యోధనాదుల ఈర్ష్యను ఎక్కువ చేసి ఉంటుంది.

అంతే కాదు - అర్జునుడు శ్రీకృష్ణుని చెల్లెలిని పెండ్లి చేసికొని అభిమన్యుడనే మహా శక్తి వంతుని కంటాడు. అగ్ని దేవుడికి సహాయం చేసి, గాండీవం, దేవదత్తం, అక్షయ తూణీరాలూ పొందుతాడు. ఇంద్రుడంతటి వానిని జయించి ఖాండవమనే వనాన్ని అగ్ని హోత్రుడికి ఆహుతి చేస్తాడు. ఇదంతా శ్రీకృష్ణుడనే మహామహుని సాయంతో చేయడంతో కౌరవులు అట్టుడికినట్లు ఉడికిపోతారు. ఇంతా భీముడు జరాసంధుణ్ణి చంపేస్తాడు. హిడింబుని చంపాడు అది వరకే. ఈర్ష్యాగ్ని పెద్దగా ప్రవర్తించడానికి ఇంకేముంది ఇక!

అందుకని దుర్యోధనుడు జూదానికి గాను ధర్మరాజును పిలచి, మాయా ద్యూతమాడి ఓడినట్లు చూపిస్తాడు. రాజ్యాన్నంతనూ గెలుచుకొంటాడు. వళ్ళ వారంతా ధృతరాష్ట్రునికి రకరకాల అనుభూతులను కలుగజేస్తారు. అందువల్ల ధృతరాష్ట్రుడు వారి రాజ్యాన్ని వారికి చెందేట్లుగా ద్రౌపదికి—ఆమె అడగక పోయినా—దానం చేస్తాడు. మళ్ళీ మాయా ద్యూతం ఆడి పందేలు వేస్తాడు. ఆ పందెంలో 12 సంవత్సరాలు అరణ్యవాసం ఒక సంవత్సరం అజ్ఞాతవాసం

వచ్చి తమ రాజ్యం తీసికోవాల్సి వస్తుంది ఓడిపోయిన వారు. అలాచేసి న తర్వాత పాండవులకు సూదిమొన మోపినంత కూడా భూమిని వ్వనంటాడు దుర్యోధనుడు.—అందుకని యుద్ధం చేశారు కురుపాండవులు. ంలో ఒకరు చెప్పటం ఇంకొకరు వినకపోవటం ఎక్కడుంది. జనమే ండనుకొన్నాడు— ఈ వ్యాసుడూ భీష్ముడూ చెప్పినా కౌరవులు—పాం—డవులు వినలేదని. అది పొరపాటు. వారు చెప్పాలన్నా ఏం చెప్పేవారు? చించండి ఏం చెప్పే వారమో మనమే వారి స్థానంలో ఉంటే — కేవలం శాస్త్రంలా "ఈర్ష్య వదలండయ్యా" అని చెప్పేకన్న ::। అది చెప్పిని వరు? చెప్పినా ఈర్ష్యను వదలివేయగలిగినదెవరు? అది మనస్సులో పుట్టే ను. త్రిగుణాత్మకము. దానిని జయించగలిగినవారు ధర్మపు పాటించిన . వారు పాండవులు పాండవులకూ కౌరవులకూ ఇదే తేడా।

ఇంతవరకె చెప్పి ఊరుకోలేదు వైశంపాయనుడు. ఇంకా ఇలా ఎడు :

ఇంకా చెప్పాలంటే దేవ, దైత్య, దానవ, ముని, యక్ష, పక్షి గంధ నుల యంశంబులు దాల్చి భీష్మాది మహా వీరులు భారత యుద్ధం చేయ రే అనేకులు పుట్టారు! అన్నాడు.

ఇదేమిటి! దేవతల అంశాలతో రాక్షసుల అంశాలతో పుట్టి ఇక్కడి ష్టం చేసి ఇక్కడి వారందర్నీ చంపాల్సినంత అవసరమేమొచ్చింది అనే దేహం జనమేజయునికి వచ్చింది. వెంటనే అడుగుతాడు. అప్పుడు ము స్వభావంగానే తనపై నున్న జనాభాను తాను తగ్గించుకోటానికి ఏ కమైన ఆపదనో తెచ్చిపెట్టుతుంది అని చెప్పితే బహుశః అప్పుడు విసే లో ఉత్సుకతకు బదులు ఉపద్రవం పెరిగేదేమో. ఐనా అప్పటికి ఇంకా ల్థాస్ పుట్టటం జనాభా సిద్ధాంతం చెప్పటం జరగలేదు. కాని వాళ్ళు చెప్ప ధీరీ మాత్రం దేవతలూ దానవుల మోతామల్లో ఉండేది.

"పరశురాముడు వెతికి వెతికి క్షత్రియుల్ని చంపిన తరువాత క్షత్రవంతు నన మొనగాళ్ళు లేకపోయినారట. అప్పుడు విప్రులు రాజ్య పరిపాలం

జనిస్తుంటే వాళ్ళు. పరశురాముడు ఈ రాజ్యాలన్నీ విప్రులకే ఇచ్చాడట [illegible] పూర్తికావించిన క్షణంలో. వీళ్ళ కుమారులు ధర్మం తప్పకుండ వేదవిహిత కర్తవ్యాలను సక్రమంగా చేసేవారట. వారి రాజ్యాలు సుభిక్షంగా ఉన్నాయట. జనాభా ఎక్కువయింది. అప్పుడు భూదేవి గోలపెట్టిందట. "హాహా! నాకు బరువెక్కువయింద"ని. అందుకని బ్రహ్మ [illegible] యుద్ధం జరిపించి కొంత జనాభాను తగ్గించాలను కొన్నాడట. అందుకని ఇంద్రుడు మొదలయిన దేవతల అంశాలతోనూ, రాక్షసుల, యక్షుల, గంధర్వుల అంశాలతోనూ మంచికి పోట్లాడేవాళ్ళనీ చెడ్డకయి పోట్లాడేవాళ్ళనూ పుట్టించాడు బ్రహ్మ. వాళ్ళు ఈ భారత యుద్ధంలో పాల్గొని ఒరిగినారు. కనుక ఈ భారతయుద్ధం ఆ దేవుని ఇచ్ఛపై కలిగినట్టిది. ఆ విష్ణుమూర్తి శ్రీకృష్ణుడై పుట్టి ద్రౌపదికీ భీమునికీ కోపం ఎక్కించి యుద్ధం నడిపి అందరూ నశిస్తుంటే చూస్తూ ఉండిపోయాడు కదా! "కాలోస్మి లోకక్షయకృత్" అన్నాడు కూడాను!" అని చెప్పాడు వైశంపాయనుడు. జగదుత్పత్తి అంతా చెప్తాడామీదట. ఆ వైన మహారాజుల కథలు అనేకం.

ఇంతకూ భారత యుద్ధానికి కారణం దుర్యోధనుని ఈర్ష్య, ద్రౌపది పగ, భీముడి క్రోధం, శ్రీకృష్ణుని ఇచ్ఛ—అదే భగవంతుని ఇచ్ఛ. ఎవరు కాదంటే అది ఆగేది గనక!

***

## 2. వేదవ్యాసుని జన్మ వృత్తాంతము

పాండవులకూ కౌరవులకూ యుద్ధం ఎందుకు వచ్చిందీ అనే ప్రశ్నకు సమాధానం చెప్పడంతోపాటే వైశంపాయనుడు జనమేజయుని సభా గోష్ఠిలో ఎంతమంది వంశాల చరిత్రను కీర్తనం చేశాడు. అందుకే అసలు అది మహా భారతం అని పిలవబడుతుంది. అలా చెప్పి-ఇంకా "అది అన్ని పాపాల వల్ల కలిగిన కీడుని విధ్వంసం చేయకలిగిన కథామృతం" అన్నాడు వైశంపాయనుడు.

అది జనమేజయుని దర్బారులోని విద్వద్గోష్ఠి. అక్కడి వారందరూ ఆ మహాభారత కథను వినాలనే కుతూహలాన్ని కనపరిచారు. వెంటనే వైశంపాయనుడు గ్రంథకర్త అయిన వేదవ్యాసుని జన్మను గూర్చి సవిస్తరంగా చెపుతాను వినవలసిందంటాడు.

ఆ చెప్పడంలో విచిత్ర విషయాలను చెప్తూ ఉపరిచర వసువు కథతో ఆరంభిస్తాడు.

వసువనే రాజుండేవాడు. "చేది" అనే రాజ్యాన్ని పరిపాలిస్తూ ఉండేవాడు. ఇతడు చాల చక్కగా రాజ్యం చేశాడు. ఒకనాడు వేటకని వెళ్ళి, తన బాణాలూ అస్త్రాలూ అలా ఉంచేసి బ్రహ్మాండమైన తపం ఆరంభిస్తాడు.

ఇది పాత యుగంలో జరిగిన కథ. అప్పుడు బ్రహ్మపదార్థ తత్త్వ విషయం తెలిసిన వారంతా బ్రాహ్మణులుగా పరిగణింప బడేవారు. వారు ఏ కులంలో జన్మించారు అనే విషయం పట్టించుకొనేవారు కారెవరూ. బ్రహ్మ విదనిపించిన వ్యక్తిని పూజించేవారు, గౌరవించేవారు. ఇప్పుడు రాజ్యం చేస్తూ చేస్తూ వచ్చి తపస్సు చేసే యీ వసువు దగ్గరకు ఇంద్రుడే దిగివచ్చి ఆయన్ను మెచ్చుకుంటాడు. ఆయనతో స్నేహం చేసి ఒక విమానం, ఒక కమల మాలిక ఒక బెత్తం ఆయనకు కానుకగా ఇస్తాడు. ఇంకా దేవత్త్వం ఇచ్చాడట. దేవత్వం అంటె స్థూలంగా (మంచికి గాను) మానవ రూపంతో చరించ గలగడం. విమానంలో శరీరంతో సహా చరించవచ్చు కమలమాలిక ఉన్నందు వల్ల ఆయనకు ఆయుధాలు బాణాలు తగలవట. బెత్తం వల్ల దుష్టశిక్షణ, శిష్టరక్షణ చేయవచ్చునట. హాగా స్నేహితు లయినారు గనక వసు మహారాజు కూడా ఇంద్రునికి ప్రీతిగా ఇంద్రోత్సవం చేయిస్తూ రాజ్యం చేస్తూ ఉండేవాడట.

వసువునకు ఐదుగురు కొడుకులున్నారు. వాళ్ళకు తన రాజ్యంలోని కొన్ని భాగాలిచ్చి వాటికిగాను వారికి పట్నం కట్టుతాడు. వాళ్ళు తరువాత తరువాత వాళ్ళ వంశాలకు మూల పురుషులయినారు.

కొంత కాలమయింది. ఒకప్పుడు వాని రాజ్యంలో ప్రవహించే ఒక నదిని ఒక పర్వతం కామించి ఆనదికి అడ్డం పడుతుంది. ఇది చిత్రమైనసంగతి,

ఈ నదికీ పర్వతానికి ఒక కొడుకూ, ఒక కూతురూ పుట్టుతారు. వీ మనుష్యులా కాదా అనేది ఊహించి తెలిసికొనాలి గాక శుక్తిమతి అ ఆ నదిలోని సీమ పర్వతం కారణంగా పొంగే పరిస్థితిలో ఈ ఉపరిచర వసు తన కాలితో ఆ పర్వతాన్ని తన్నివేసి, నదికి అడ్డం తీసివేస్తాడు. దీనికి న సంతోషిస్తుంది. పర్వతం కోపగించలేదు బహుశ. ఆనది తన సంతానాన్నిద్దర ఈ వసు మహారాజుకు దానమిస్తుంది. వసువు, ఆ కుమారుని (వసుపదుని పేరు) తన సైన్యాధి పతిగానూ, ఆ కుమార్తె (గిరిజ)ను, తన భార్యగాను చే కొంటాడు.

ఈ కథలో వయః పరిమితి, కాల పరిమితి — ఇలాంటివి — ఇప్పటి ఉన్నట్లు అవుపడదు. కాలమానం ఒక్కొక్కరికి ఒకొక్కటిగా ఉం వచ్చు గాక. చాల ముసలి వయస్సులోకూడ చిన్న పిల్లలను పెండ్లి చే కున్నాడు ఫలాని రాజు అనే కథలు వింటాము. ఇవి ఆ కాలమాన రీతి నిజాలె. అబద్ధాలు కావు. అది ఇప్పుడు ఆచారముకాదు. ఇప్పుడలా జరిగి మనం తిట్టేస్తాము గాక.

వాగా గిరికకు ఋతుమతి అయిన కాలంలో మృగ మాంసము తెచ్చి పెట్టాలనే ఉద్దేశ్యముతో వసువు వేటకు వెళ్తాడు. అక్కడకు వెళ్ళినా గిరి కదనే మనసు ఆర్ద్రమై తిరుగుతుంటుంది ఆయనకు. చివరకు ఆ వనంలో ఆయనకు రేతస్స్ఖలనం అవుతుంది.

ఆ రేతస్సును ఒక పండి ఆకులోచుట్టి ఒక డేగమెడలో కట్టి "తీసికొ పోయి గిరికకు ఇవ్వాలి్సింది" అని పంపుతాడు. ఇది చిత్రమైన ప్రవర్తి అనిపిస్తుంది. ఆ డేగ వెళ్తుంటే ఒక ఖగము అది మాంస మనుకొని ఎదు రొచ్చి పోట్లాడి దానిని తీసుకో ప్రయత్నిస్తుంది. ఈ పరిస్థితిలో ఆ ఆకు విడిపోయి రేతస్సు క్రిందకు పడిపోతుంది. అది యమునానదిలో పడుతుంది. ఆ నదిలో 'అద్రిక' అనే ఒక అప్సరా చేపరూపంలో ఉండినదై రెండుగా విభజింపబడిన ఆ రేతస్సును మ్రింగేస్తుంది. అందుకని దానికి గర్భమయిందట. ఇలా పది నెలలు మోసింది.

ఒకనాడు ఆ చేపను జాలరులు వలవేసి పట్టుకుంటారు. దానిని కోయగానే ఒక పిల్లవాడూ ఒక పిల్ల కన్పడుతారు. వారు వారిద్దరినీ పెంచలేనివారు కావటాన—వారి రాజైన దాశరాజు కిస్తారు. మరి, పోషించగల్గినవారు రాజే కదా! అద్రిక తన శాపంనుండి విమోచనం పొందినదై వెళ్ళిపోతుంది. ఆ కుమారుడు మత్స్య దేశానికి రాజవుతాడు. కుమార్తెను దాశరాజు పెంచుతూ ఉంటాడు. తన కులాచార ప్రకారం ఓడలు నడపటం కుటుంబంలోని వారంతా చేస్తూనే ఉంటారు కనుక, ఆ పిల్లను—ఆమె పేరు సత్యవతి—ఒక జలయానం మీద ఉంచి వచ్చేపోయేవారిని నది దాటించేపని చేయ జేస్తాడు దాశరాజు.

ఇదంతా వేదవ్యాసుడని పిలువబడే కృష్ణద్వైపాయనుని తల్లి చరిత్ర. ఈమె తల్లిదండ్రులు మీనమా ? వసువూ గిరిజలా ? ఆ దేగా ఖగములా ? వసువూ మీనములా ? "వసువూ అప్సరస అయిన ఆ మీనమూ" అని అనుకొంటే మనసుల్లో ఒకానొక గొప్పదనం ఆమెకు సూచించాలి అన్న ఊహకు దోహదం కలుగుతుంది. తద్వారా వేదవ్యాసునికి ఎక్కువ గౌరవం ఇవ్వడానికి ఉద్యుక్తులం కాగలం అనిపిస్తుంది. అందుకె ఈ ఆఖ్యానం ఇలా వైశంపాయన ముని చెప్పి ఉంటాడు.

కాగా వశిష్ఠుడు శ్రీరామచంద్రమూర్తి సమయంలో రాజగురువుగా ఉండేవాడు. ఆయన కుమారుడు శృంగి. ఈయన కుమారుడు పరాశరుడు. ఈయన కృష్ణద్వైపాయనుని తండ్రి. ఈయన, సత్యవతిని కలిసే సమయానికి—

గత మద-మత్సరుండు త్రిజగద్వినుతుండు............
అఘ నాశన ఘోర తపోధనుండు సువ్రతుడు,

అయి, తీర్థయాత్రలకు వెళ్లుతూ ఆ యమునానదీ రేవునకు వచ్చినవాడై ఆమెను చూచి, ఆమెయందు మదన పరవశుడైనాడుట. ఇలా చెప్పి, ఒక సహజ లక్షణాన్ని లోకంలో ఉండేదాన్ని జ్ఞాపకంచేస్తాడు వైశంపాయనుడు—

ఎంత శాంతులయ్యు నెంత జితేంద్రియు
లయ్యుగడు వివిక్త మయిన చోట

సతుల గోష్ఠి చిత్తచలన మొందుదు రెందు
గాను శక్తి నోర్వగలరె జనులు.

కాని మరొక విషయం కూడ చెప్పాడు-మదన పరవశత-వివిక్తమయిన చోట సతుల గోష్ఠిలో సహజమే కావచ్చు కాని, సందర్భాసందర్భములు, ఉచితానుచితములు, సంభవాసంభవములు విచారించడం అనేది ఈ పరాశరుడు తర్కించి గమనించి చేసిన మీదట ఆమెతో మాట్లాడడానికి ఆరంభించాడు "దాని జన్మంబు దివ్యజ్ఞానంబున నెరిగి" ఆపడ నెక్కినాడట.

సత్యవతి యొక్క జన్మనెరగడ మెందుకు? బహుశః తనకు తగిన భార్యగా ఉంటుందా అని తెలియడానికి? అయి ఉండవచ్చు. ఐతే చివరకు ఆమెను తాను ఏలలేదు కదా! కాని తానైతే ఇంకెవరినీ ఆ తరువాత భార్యగా చేసికొన్నట్టు మాత్రం అగుపడదు. అందుకని ఆమెను భార్యగానే భావించడానికి నిశ్చయించుకొనే ఆమెతో మాట్లాడడానికి ఉపక్రమించాడేమో అనిపిస్తుంది.

ఈ స్థైర్యం కలిగి ఉన్నాడనేది మనం గ్రహించినప్పుడే ఈయన గొప్పవాడన్న సంగతిని విస్మరించముగాక. ఇలాంటి ధర్మపరుడు శ్రీకృష్ణ ద్వైపాయనుని తండ్రి.

ఈ సందర్భంలో జ్ఞాపకముంచుకోవలసిన విశేషం మరొకటుంది. అప్రాకృతజన్ములు అనేకులు భారత కథలో వస్తారు. ప్రాకృతజన్ములు అంటె భూమిలో కొన్నాళ్ళు శక్తిరూపంలో ఉండి, అక్కణ్ణుంచి చెట్టులోనికి ప్రాకి అక్కణ్ణుంచి ఫలంలోనికి వెళ్ళి ఆ తరువాత దానిని తిన్నవాళ్ళ రక్తమాంస మేనల్లోకి వెళ్ళి వీర్యరూపంగా తండ్రి నుంచి తల్లి గర్భంలోకి వెళ్ళి అక్కడ నవమాసాలు ఉండి జన్మించేవాళ్ళు. సామాన్యులు వారు ప్రాకృతజన్ములు. అలా గాక సద్యోగర్భంలో పుట్టేవారు కొందరు, తల్లి లేకుండా పుట్టేవారు కొందరు, మంత్ర బలం చేత పుట్టేవాళ్ళు కొందరు. గ్రుడ్డులో నుంచి పుట్టినవాళ్ళు ఇలా ఉంటారు. వారు అప్రాకృతజన్ములు. వీరు కొందరు చాల గొప్పవారయినారు. అందులో వ్యాసుడొకడు. ఈయన జన్మమునె ముందుగా భారతంలో వైశంపాయనుడు చెప్పి ఆయన అప్రాకృతజన్ముడని చదువరుల

ఇంతా బ్రహ్మ కుడిబొటనవ్రేలితో చిటికవేశాడు. దక్షుడు పుట్టాడు. ఎడమ బొటన వ్రేలితో చిటిక వేశాడు. ధరణీ-అంటె భూమి-పుట్టింది. వీరిద్దరికి కొడుకులు ఎంతో మంది పుట్టి సాంఖ్య యోగాధ్యానం చేసి ముక్తి పొందుకొన్నారు. జనాభా పెరగలేదు. ఇక ఇలా కాదని యేబది మంది కూతుళ్ళను కన్నారు. అప్పుడు వీళ్ళలో కొందర్ని ఒకొక్క మహాపురుషునికిచ్చేశాడు దక్షుడు.

ధర్ముడనే మనువుకు - కీర్తి, లక్ష్మి, ధృతి, మేధా, పుష్టి, శ్రద్ధా, క్రియా, బుద్ధి, లజ్జా, మతి - వీరినిచ్చాడు.

చంద్రునకు - అశ్వని, భరణి మొదలైన 27 గురిని ఇచ్చాడు.

కశ్యపునకు - అదితి, దితి, తను, కాలా, ఆయు, సింహికా, ముని కపిలా, వినతా, క్రోధా, ప్రాధా, ఇరా, కద్రువ లనిచ్చాడు.

సృష్టికి ఈ స్త్రీ సంతానం ఎంతో బాగా ఉపయోగించింది. ప్రజాపతులు ప్రజాపతులు అంటే ఆ మానసపుత్రులు అప్పట్లో. అప్పుడు అదితికి ద్వాదశాదిత్యులు పుట్టుతారు. దితికి హిరణ్యకశిపుడు పుట్టాడు. ఈ సృష్టించబడిన వాటిని యిలా నడుపుతున్నది భగవంతుడనీ అతడు విష్ణు అని పిలువబడుతుంటాడని ఆయనే సర్వవ్యాప్తి గల వాసుదేవుడనీ "ఓం నమో భగవతే వాసుదేవాయ" అని తపస్వులు ధ్యానం చేసేవారు. ఈ హిరణ్యకశిపుడు మాత్రం తిరుగుబాటు చేశాడు. "వీడెవడు ఈ విష్ణువు? నేను రాజుగా ఈ ప్రపంచాన్ని నశించిపోకుండా కాపాడుతున్నాను" అనే వాడు. నిజానికి ఈ గాలి అగ్ని భూమి ఆకాశం నీరు అన్నీ హిరణ్యకశిపునకు జడిసిపోయేవి. ఇంద్రుడూ జడుస్తూ ఉండేవాడే. కాని వాళ్లకు ఇతడంటే భయమేకాని భక్తి గౌరవం ఉండేవికావు. చివరకు ప్రహ్లాదుడనే భక్తిపరుడైన తన కుమారుడి కారణంగా విష్ణుమూర్తిచేత, నరసింహావతార ఆవిర్భావంతో హిరణ్యకశిపుడు చంపబడతాడు. ఇతడూ రాక్షసుడు. అతని కుమాళ్ళు పాపం భక్తులే. అయినా వాళ్ళు కూడా రాక్షస కులానికి చెందినవాళ్ళుగానే పరిగణింపబడ్డారు. ఒక [illegible]

ఇంకో ముతాహా భేదాభిప్రాయాలు రావడం ఆరంభం కాంగానే కులం కు మనం మనం అని గుమిగూడటం ఆరంభం కావటం ఏమంత విడ్డూర్? విషయం కాదనిపిస్తుంది. రాక్షసకులం దేవ కులం ఇలా రెండయినయి.

అలా ఆ "యువ" అనే దానికి విక్షర, బల, వీరవృత్రులు పుట్టా వీరు అజరురు. ముసలితనమేలేనివారు. అయినా వీరు రాక్షసులుగా తో జడ్డారు మతాల పద్ధతిలో. ఇంకా సింహికకు రాహువు. మునికి గంధర్వు కపిలకు గోవులూ, బ్రాహ్మణులు, ఘృతాచి, మేనక అనే అప్సరసలు- ఇ ఈ ప్రపంచ రచన జరగడం దేవతలతోనూ రాక్షసులతోనూ ఆరంభమయిం ఇక వినతకు అనూరుడూ, గరుడుడు, వాళ్ళకు సంపాతి, జటాయువు ఇ పక్షితతిన్నీ, కద్రువకు పాపతతిన్నీ కలిగింది. ఇదంతా స్త్రీ రీత్యా దక్షసంతాన పురుష రీత్యా మానసపుత్రులలో మరీచి శాఖ. దక్షుడూ, మరీచీ ఇద్ద మానస పుత్రులే బ్రహ్మకు.

అంగిరసుడనే మానసపుత్రునకు ఉతథ్యుడు. బృహస్పతి సంర్తుడు అనే కుమారులూ గుణాశ్రయయోగసిద్ధి అనే కూతురు ఉదయించార బృహస్పతి దేవతలకు గురువు అవుతాడు. అత్రికి ఎంతో మంది వేదవేదలయినవారు జనిస్తారు. పులస్త్యుడు అనే వానికి రాక్షసులూ, పులహున కిన్నర కింపురుషులూ పుట్టుతారు దేవముని అనే వానికి ప్రజాపతి కలిగాడ ప్రజాపతికి ఏడ్వురు భార్యలు. వీళ్ళకు ధరుడు, ధ్రువుడు, సోముడు, సహుడు అవిలుడు, అగ్ని, ప్రత్యూష, ప్రభాసుడు అని ఎనిమిది మంది వసువు పుట్టారు. యోగసిద్ధి అనే బృహస్పతి చెల్లెలుకు విశ్వకర్మ ఉదయించాడు స్థాణునకు ఏకాదశ రుద్రులు పుట్టారు.

బ్రహ్మ హృదయంలో భృగువు పుట్టాడు. వానికి కవి, కవికి శుక్రుడు పుట్టారు. ఈ శుక్రుడు దానవులకు గురువయినాడు. భృగునకు చ్యవనుడూ, చ్యవనునకు ఔర్వుడూ వీనికి ఋచీకుడు వానికి జమదగ్ని ఆ జమదగ్నికి పరశురాముడు ఇలా ఉదయించారు.

బ్రహ్మకు ధాత, విధాత అనే ఇద్దరు మనువునకు సహాయులుగా

పుట్టారు. వారితోపాటు లక్ష్మి పుట్టింది. ఈమెకు మానపుత్రులనేకు లుద యించారు. ఇలా ప్రపంచోత్పత్తి పెచ్చుపెరిగిపోయి. కాకులు, గద్దలు, మతంగాలు శార్దూలాలు ఒకటేమిటి కాకపోపుటేమిటి సర్వమూ సృష్టిఅయింది.

ఈ ఉత్పత్తి క్రమం వింటే పుణ్యమానపులైన వారికి "మనఃప్రియ నిత్యసుఖంబులుం జిరాయుపు బహుపుత్త్రి లాభవిభవోన్నతియున్ దురిత ప్రశాంతియున్ నిక్కవంబగు" అంటాడు వైశంపాయనుడు నన్నయ ద్వారా.

ఇదంతా దేవదానవ లోకంలో జరిగినట్టిది. కృతయుగం నాటి మాటలను చెప్పాలి. కృతయుగం వెళ్ళిపోయి త్రేతాయుగం జరిగిపోయి ద్వాపరయుగం కూడ నడిచిపోయింది జనమేజయునాటికి. అంటే కలియుగం నడుస్తున్నది.

కాగా ద్వాపర యుగంలో అప్పటి దేవదానవుల అంశలతో మనుష్యులుగా జన్మించారు చాలా మంది. విష్ణు అంశతో శ్రీకృష్ణుడూ బలరాముడూ జన్మించారు. లక్ష్మి రుక్మిణిగా పుట్టింది. సనత్కుమారుడు ప్రద్యుమ్నుడైనాడు. అప్సరసలే గోపికలై పుట్టారు. ప్రభాసుడనే వసుపు భీష్ముడై పుట్టాడు. బృహస్పతే ద్రోణాచార్యుడుగా పుట్టాడు. ఇంకా కామం క్రోధం రెండూ ఏకమై అశ్వత్థామగా పుట్టడమయింది. కృపునిది రుద్రయంశ. కర్ణుడు సూర్యునంశ. హంసుడనే గంధర్వుసంశతో ధృతరాష్ట్రుడు పుట్టాడు. కలి దుర్యోధనుడుగా వచ్చాడు. ఇలా ఎంతో మంది కౌరవులూ పాండవులూ పుట్టటం వివరించి చెప్తాడు వైశంపాయనుడు జనమేజయునకు.

ఇక్కడొక చిన్న విషయం చెప్పటం సరసమనిపిస్తుంది. దేవతలూ దానవులూ అందరూ చరిత్ర ప్రకారం సోమార్యులనే తెగకుచెందిన వారె. క్రీ. పూ. 8500 ప్రాంతంలో వైవస్వత మనువు రాజ్యానికి వచ్చాడు. అప్పటికి దేవుడనే భావం ఒకటి అయినా విష్ణు, ఇంద్ర, బ్రహ్మ ఇలా వేదంలో చెప్పబడిన పేర్లతో కొలిచేవాళ్ళు కొందరూ, మహాదేవ, మజ్దా, సోమ అనే పేరుతో కొలిచేవాళ్ళు కొందరూ ఉండేవాళ్ళు. వీళ్ళు బ్రతకటాని కయితే భాయీ భాయీగానే ఉండేవారే గాని తగాయిదాలో ఈ విభాగం ప్రత్యేకంగా కన్పడుతుండేది. ఈ "మహాదేవ" మజ్దా, సోమ, ఆహుర అని దేవుని పిలిస్తూ

పూజించే వాళ్ళు ఇక ఇక్కడ ఉండలేక ఇతర దేశాలకు వెళ్ళిపోయినారు. ఆ వెళ్ళినవాళ్ళు యవనులు దైత్యులు, శకులూ అనబడేవారు. వాళ్ళకు గురువులు క్షత్రియ అధిపతులు. రాజర్షులు. ద్రుహ్యుడు, తుర్వసు అనేవాళ్ళు. భృగు, అత్రి గోత్రజులు. వీళ్ళు వెళ్ళి ఆఫ్గనిస్థానంలో (గాంధారదేశం) బెలూచిస్థానంలోనూ ఇరాన్,(శకస్థానం)లోనూ స్థిరమయిపోయినారు. అక్కడ గాంధార దేశంలో తక్షశిల వద్ద ఒక గొప్ప విశ్వవిద్యాలయం కట్టిన వాళ్లు వాళ్ళే. అక్కడి వాళ్ళను పెండ్లిండ్లు చేసికొని హాయిగా మనినారు. అక్కడి వాళ్ళను మాత్రమే కాదు ఇక్కడి భారతదేశీయులతో కూడ వివాహ సంబంధాలు ఉండేవి. ధృతరాష్ట్రుని భార్య గాంధారదేశ స్త్రీ అయిన గాంధారి కదా !

సఖ్యంగా ఉన్నప్పుడంతా మనుష్యులుగానే పరిగణింపబడే వారు. పోట్లాటలు వచ్చినప్పుడు వాళ్ళు రాక్షసులని వీరనేవారు. వీరు సురలని వారనే వారు. అసురు-డంటే చాల గొప్పవాడైనట్టి భగవంతుడని అర్థం. తాము అహురులు, వేదా అసురలు-గొప్పవారు. వేదాను యాయులు, బహుదేవులను పూజించేవాళ్లు "సురలు" అని వారిభావం.

దేవతలూ రాక్షసులూ కూడా వచ్చి ఇక్కడ పుట్టి భూభారాన్ని అణచేందుకుగాను యుద్ధంచేసి చస్తారంటే అర్థం, మామూలుగా బ్రతికే మనుష్యుల్లో దేవతల లేదా సురల అతిశయం కలుగుతుందనీ రాక్షసులు- అంటే అహురుల పట్టుదల ఉద్రేకాలు కలిగిన వారై జన్మిస్తారనీ మళ్ళీ దేవదానవుల యుద్ధానికి వలె మరొక గొప్ప యుద్ధం జరుగుతుందని చెప్పటం అనిపిస్తుంది. అలాగే అయింది. మహాభారత యుద్ధం పూర్తి అయిన తరువాత భారతదేశానికీ పశ్చిమోత్తర దేశాల వారికీ వివాహ సంబంధాలు లేకపోయినయి. క్రీ.శ. 900-1000 ప్రాంతంలో మహమ్మదీయుల బాధపడలేక ఇలా పశ్చిమ దేశాలకు పూర్వం వెళ్ళిపోయిన వారు, ముఖ్యంగా ఇరాన్ నుండి జోరాస్ట్రియనులు మన దేశానికి చేరారు. ఆదరింపబడ్డారు. వారికీ మనకూ పూర్వీకులు ఒకరే.

ఇంతకూ వీరంతా దేవతల దానవుల అంశలతో పుట్టారన్న విషయం మీరు శ్రద్ధగా వింటున్నారు గదా. ఆ దేవాసురులు మీకు అభిమతార్థసిద్ధి నిస్తారుసుమా అన్నాడు.

ఏమిటీ అభిమతార్థ సిద్ధి? పాత చరిత్ర చెప్పవలసిందని అడిగి చెప్పించుకొని వింటున్నారు. ఆ వినడం అవుతుంది అనేవరకేనా? కాదు. ఆ వింటున్నది కేవలం కాలం గడిచి పోవడానికి కాదు. ధర్మార్థ కామమోక్షల సాధనకోసం. మోక్షం ఎలా వస్తుందంటే కర్మలను ధర్మపరంగా-అకాముకంగా-కర్తవ్యం కనుక-చేసి ఆ చేయడంలోనే అర్థకామాలు ప్రాప్తించిన వాటిని అనుభవించి నిర్లిప్తులై వుంటే భగవదనుగ్రహం కలిగినప్పుడు జ్ఞానం కలిగి మోక్షం ప్రాప్తిస్తుందని ప్రథ. ఆ జ్ఞాన విషయం ఈ ఉత్పత్తి కథల మూలంగా సంతరించు మనిధ్వని. వీళ్లంతా ఇలాపుట్టి ఆలాపెరిగి వారి వారికి భగవంతుడు యేర్పాటు చేసిన కర్మను అవశులై, చేసి, అలా వచ్చిపోయివారు అనేది గ్రహించుమని. ఈ ప్రపంచంలోగల కర్మలన్నీ భగవంతుడివి. అతడు ఆలా చేయాలి అని ఆ కర్మలలోని కొన్నిటిని మన భాగంగా వదలి చేస్తాడు. అదే మన "కర్మ" "కర్మ" అని తలమొత్తుకోంటూ ఉంటాంమనం అది అలా చేయక తప్పదు. ఎందుకని? అనేదానికి సమాధానం మనం ఆ పరిస్థితుల్లో ఉండటమె. ఒక పెద్ద యంత్రంలో ఒక చిన్న మర లాటి వాళ్ళం మనం. అది చేసేపని ఆకొత్తమేర బిగించి పట్టుకొని ఉండటం. అవునన్నా కాదన్నా దానిపని అంతే. అలాగే మనమూను. ఇష్టంలేని పని నేనుచేస్తున్నామనుకోవటమె సరికాదనిపిస్తుంది. ఇష్టం లేకపోతెఎందుకు చేస్తున్నాము? అనడిగితె "నా కర్మ" అంటాడు అంటె "భగవంతుడు రుద్దాడు నామీద" అనె అర్థం స్ఫురింపజేస్తాడు వ్యక్తి. కాని అది తాను చేయటం తాను భగవంతుడేనని అద్వైత మెరిగినపుడు తన ఇచ్ఛ ప్రకారమేననేది తనకై తాను అంతరాంతరాల్లో ఆలోచిస్తె తెలుస్తుంది. ఇది తెలియడానికె యీపై జగదుత్పత్తి క్రమం చెప్పటం జరిగించి, ఈ సంగతిని మర్చిపోకూడదు.

తన ఇష్టం భగవంతుడి ఇష్టంతో కలిపితె కర్మముచాల నిర్లిప్తంగా చేసి, ఫలితాలను యాదృచ్ఛికంగా అనుభవించి సంతోషించగలం. అలాకాక "ఎందుకొచ్చిందిరా ఈ కర్మనాకూ", అని చింతిస్తూ పనిచేస్తే దుఃఖమె ఎదుర్కొంటూ ఉంటుంది. మొదటిది శ్రేయస్సు. రెండోది ప్రేయస్సు. ఒకటి కోరదగింది. రెండవది వదల దగింది. ఇదీ ఆంతర్యం. ❁

# 4. రాజ వంశ కీర్తనం - యయాతి చరిత్ర

జనమేజయుడు వైశంపాయనుడ్ని అడుగుతాడు. "కౌరవాన్వయం పాండవులు వంటి రత్నాలకు వారిరాశి వంటిది. అందుచేత వారి కథలు, వినాలని ఉన్నది. కౌరవ పాండవులకు కలహం "అసూయ" అనే రజో గుణజన్యమైన వికారంవల్ల వచ్చిందని తమరు చెప్పారు. పైగా భూమిపై జనాభాను కొంతవరకు అంతం చేయాలనే భగవదుద్దేశ్యం ప్రకారం దేవతలూ రాక్షసులూ యక్షులూ అంతా వివిధమైన గుణాలతో అవతరించి యుద్ధం చేసి భూభారం అణచేశారు అన్నారు కూడా. మరి కౌరవాన్వయంలో పుట్టిన వారంతా అలాంటి దేవాంశ సంభూతులూ రాక్షసాంశ సంభూతులేనా. వారి వంశకీర్తనం చేయవేడుతున్నా"నంటాడు.

అప్పుడు వైశంపాయనుడు కౌరవాన్వయ కథను ప్రజాపతినాటి నుంచీ చెప్పటం ఆరంభిస్తాడు. కశ్యపుని కుమారుడు వివస్వంతుడు. అతడి కుమారుడు వైవస్వతుడు. ఇతడు మనువు. అది ఒక పదవి. ఇతడే ధర్మ శాస్త్రం చెప్పి శాసించిన వాడు. ఈయన పరిపాలనం వచ్చేవరకూ జనులు బ్రహ్మక్షత్రియ వైశ్యశూద్రులు అనే విభాగానికిలోనై ఉండే వారని పిస్తుంది. కాని ఈ విభాగం కేవలం శ్రీకృష్ణ పరమాత్మ చెప్పినట్లు గుణ కర్మలను బట్టి మాత్రమే ఉండేది. జన్మను బట్టి ఉండేదికాదు. బ్రాహ్మణులనగా బ్రహ్మ పదార్థ తత్త్వజ్ఞాను లయినవారే అలా పిలువబడి గౌరవింపబడే వారనిపిస్తుంది. క్షత్రియులు సత్త్వరజో గుణాత్ములు. వైశ్యులు రజోగుణాత్ములు రజస్తమో గుణాత్ములు శూద్రులని తెలియబడేవారు. కాని ఎవరికి ఏ గుణం ఎప్పుడు ఎక్కడ ఉన్నదో తెలియటం తేలిక కానిపని. సమాజంలో ఏ (స్టేటస్) స్థితి ఎవరికున్నదో తెలియటం కష్టమై ఉండేది.

ఈ వైవస్వత మనువు పాలించే సమయంలో ఆయన తన నల్గురు కుమారుల కున్నా బ్రాహ్మణుడు, క్షత్రియుడు, వైశ్యుడు శూద్రుడు అనే పేర్లు పెట్టాడట. అనగా అప్పటి వరకూ జన్మతః తండ్రి వర్ణాన్నే కుమారులు పొందట మనేది లేదనిపిస్తుంది. సంస్కృత భారతంలో 75వ అధ్యాయంలో 14వ శ్లోకంలో ఇలా ఉన్నది. "బ్రహ్మక్షత్రాదయ స్తస్మా న్మనో ర్జాతాస్తు

మానవః। తతోఒభవన్మహా రాజ బ్రహ్మక్షత్రేణ సంగతమ్" అని. అప్పటి నుంచీ బ్రాహ్మణుని సంతతికి వేద పరమయిన యజ్ఞయాగాదులు చేయించటం చేయటం ఏర్పాటు చేసి, క్షత్రియుని సంతతికి మిలిటరీ సత్పరిపాలనం, వైశ్యుని సంతతికి గోరక్ష వ్యవసాయాలు, శూద్రుని సంతతికి వివిధ వృత్తుల ద్వారా మన్నికలను వైవస్వతుడు రాజశాసనం ద్వారా చేశాడనిపిస్తుంది. అప్పటి నుంచె వర్ణాలు కులాలు కలగలుపైనవి. ఇలా ఎందుకు రాజశాసనాన్ని చేశారు? భగవంతుని గుణ కర్మాత్మక విభాగాన్ని ఎందుకు విస్మరించాడు అనే శంక కలుగుతుంది.

గుణకర్మలచేత ఇతడు ఫలాన వర్ణస్థుడనటం ఇదమిత్థంగా చెప్పకలిగింది కాదు. "ఎవరి సంతతి నువ్వు" అంటే చెప్పగలుగుతాడు గనక అతడి కులం తెలిగ్గా చెప్పివేయగలము. సాధారణంగా వారసత్వ వశంచేత తండ్రి గుణాలె సంతతికి రావటంకద్దు. అలా ఆయా కులాల వారికి ఆయా గుణాలుకూడ ఉన్నట్లు భావించటం అలవాటయింది ప్రజలకు.

ఈ కులాత్మకమైన విభాగం రాజకీయంగా వృత్తులను అమలులో పెట్ట డానికి మాత్రం పనికివస్తూ ఉంటుంది. నిజానికి తత్త్వవిషయికమై ఆలాటి విభాగం వల్ల ప్రయోజనం లేనెలేదు. అందుచే శ్రీకృష్ణుడు తత్త్వం అర్జునునకు చెప్తూతూ భగవద్గీత నాల్గో అధ్యాయంలో భగవంతుడైన తాను సృష్ట్యాదిలో సూర్యునకు చెప్పిన తత్త్వం పరంపరగా వచ్చినదే అయినా ఆ కాలానికి తెలిసిన వారమనుకొనే వారే తికమక పడిపోతున్నారనీ అందుచేత తాను మళ్ళీ ఆ తత్త్వం చెప్పబోతున్నాడనీ చెప్పి, తత్త్వ విషయానికి గాను గుణకర్మ విభాగమే తాను చేసిన విభాగమని స్పష్టపరచాడు.

ఇప్పటిదాకా కూడా ఆ మనురాజు శాసనం ప్రకారం జన్మచేత కలిగినవి కులాలుగానె గుర్తింపబడుతున్నాయి. వీరు చేసే హక్కులకయిన ఆందోళనం ఆ రాజ శాసనం ఆధారం చేసికొన్నట్టిదే గాని—తత్త్వ విషయంలో ఎప్పుడూ గుణకర్మ విభాగమైన వర్ణాలు మాత్రమే సూచింపబడుతున్నవనే విషయం మరిచిపోకూడదు. తత్త్వ విషయాలు అర్థం చేసుకొనేటప్పుడు బ్రాహ్మణుడంటే

బ్రహ్మపదార్థ తత్త్వజ్ఞాని లేదా అట్టి పరిశోధకుడు సాధకుడు అని మాత్రమే అర్థం చేసికోవాలనేది మామూలైన ప్రధానమైన సూత్రం అనేది ముఖ్యం.

ఆ మనువు కుమారులు ఈ నలుగురే గాక వేనుడు మొదలైన వాళ్ళూ ఇంకా ఏబది మందీ ఉండేవారు. కాని వారు వాళ్ళలో వాళ్ళు పోట్లాడుకొని చచ్చిపోయినారు. ఇల అనే ఒక కుమార్తె ఉండేది. ఆమె చంద్రుని కుమారుడైన బుధుని చేసికొన్నది. వారికి పురూరవుడనే కుమారుడు కలిగినాడు.

పురూరవుడు పదమూడు ద్వీపాలను శౌర్యశక్తులతో పరిపాలించాడు. అయితే ఒకప్పుడు మదాంధత చేత విప్రోత్తముని విత్తాన్ని అపహరించాడట. ఈయన శ్రీకృష్ణుడు చెప్పిన గుణాలు గలక్షత్రియుడని నిస్సందేహంగా తెలిసి కోవచ్చు. ఎందుకనంటె బ్రహ్మదేవుడే సనత్కుమారుని ఈ పురూరవుని వద్దకు పంపి "ఆలా చేయడం తప్పనీ, "కామ"మనే శత్రువశుడవై అలా చేయడం మంచిదికాదనీ కబురు చెప్పుమంటాకు కూడాను. చెప్తే వింటాడనీ సద్గుణుడనీ బ్రహ్మదేవుడు జోక్యం కలిగించుకున్నాడు కదా !

పురూరవుడు ఊర్వశి అనే దేవలోకపు అప్సరసతో చాలా కాలం గడుపుతాడు-ఆమె పారిపోయేవరకూను. భాగవతములో ఈ కథకు వేదాంతార్థం చెప్పారు కూడ. ఈ వంశ కథలో ఆ ప్రసక్తి సందర్భంకాదు. గుణకర్మల వల్ల విభాగింపబడినవాళ్ళకు మద మాత్సర్యాలు ఉంటవి గాక !

పురూరవుని మనుమడు నహుషుడు-ఈయన ఇంద్ర పదవి నధిష్ఠించాడు ఒకప్పుడు. మహామునులకు అవజ్ఞ చేయడంవల్ల శాపం అనుభవిస్తాడు ఆ తరు వాత. నహుషుని కుమారుడు యయాతి. దేవదానవులు యుద్ధం చేసినప్పటి రోజులకు కూడ పూర్వపు వాడు యయాతి. అమృతం ఇంకా పుట్టలేదప్పటికి. ఆయన శుక్రుని కుమార్తెయైన దేవయానిని పెండ్లాడాడు. ఆయన శాపం వల్లనే జరాభారంతో పీడింపబడి, చివరకు తన ముసలితనాన్ని చిన్న కుమారుడయిన పూరు కిచ్చి తాను యవ్వనం అనుభవించి రాజ్యం అతనికె అప్ప చెప్పాడు.

ఇది విని జనమేజయుడు అడుగుతాడు-"వర్ణాశ్రమధర్మాలను కాపాడు తాడన్నారేయయాతి బ్రాహ్మణ కన్య యయిన దేవయానిని ఎలా పెండ్లాడాడు ?"

అంటాడు. కులాలూ వర్ణాలూ రెండూ రెండు రకాలు అనుకొన్నాం కదా; కులాలు జన్మతః వచ్చినవి. మనుశాసనం ప్రకారం అలా పాటింపబడేవి. వర్ణాలు గుణకర్మలనుబట్టి భగవంతుడు ఆదిలో నిశ్చయించినవి. వాటికీ వీటికీ ఒకే పేర్లు కావటంవల్ల ఒకానొక తికమక కలుగుతుండె దనిపిస్తుంది. కాగా వర్ణాశ్రమ ధర్మాలను యయాతి కాపాడుతుండేవాడంటే అర్థంయేమని? ప్రతివ్యక్తినీ పట్టుకొని నీవు ఏకులస్థుడవు? అయి తెమరి సంధ్యవార్చావా? కుండలు తయారుచేశావా? చెప్పులు కుట్టావా అని అడిగే వాడనుకోరాదు. అలాటి ప్రభుత్వం ఎవరూ చేయలేదు. చేయలేరు కూడ. మామూలుగా వాణిజ్యంచేస్తూ జనానికి వస్తు పరిభరా చేశేవాడు అలా చేయడం మానేస్తే అంటే అతను చేయాల్సిన సమాజసేవను మానేస్తే ఊరుకొనేవాడు కాదు రాజు. ఎవరు తమ తమ పరిస్థితుల్లో చేయవలసిన కర్తవ్యం చేయటం మానారో వారిని శిక్షించేవాడని అర్థం. అప్పట్లో వృత్తులు కులాల ననుసరించి ఉండటంచేత ఆ కులాలు అనడానికి బదులు వర్ణాలు అనె పదం ఉపయోగించి వర్ణాశ్రమ ధర్మాలను చక్కగా పరిపాలించాడు యయాతి అనటం అలవాటు.

జనమేజయుడి కాలంలో ఒక కులంలో వాళ్ళు ఇంకో కులంలో వాళ్ళను పెండ్లి చేసికొనకపోవటం అది ఒక ఆచారం. యయాతి రాజ కులస్థుడు. దేవయాని బ్రాహ్మణ కులజ. ఈ పెండ్లి ఎలా జరిగిందని జనమేజయుడు అడగడం ఆశ్చర్యకరమైనది కాదు. అప్పుడు వైశంపాయనుడు కచదేవయాని కథను చెప్పి తరువాత యయాతి కథ చెప్తాడు. ❋

## 5. దేవయాని కథ

శుక్రుడు వృషపర్వుడనే రాక్షసరాజునకు పురోహితుడు. ఆయనకు మృత సంజీవని అనే విద్య తెలుసు. అది ఉచ్చాటనం చేసినట్లయితె చనిపోయిన వ్యక్తి తిరిగి పూర్వ శరీరాన్ని ధరించి వస్తాడు. మంత్రాలకు చింతకాయలు రాల్తాయో లేదో తెలీదుగాని పాముల సరసయ్యకు పాము కరిచి చావబోయే

వాడి సంగతి ఎక్కడున్నించో టెలిఫోను చేస్తే ఆయన మంత్రం వల్ల బ్రతికి నాడన్న సంగతి ఎంతో మందికి తెలిసిందె. అలాగె శుక్రుడి "మృతసంజీవనీ విద్య" కూడ ఉండేది. పాముల నరసయ్య సంగతి కూడ నేను చూడలేదు గనక అబద్ధమేననుకొనే వారిని నమ్మించాల్సిన పని ఎవరి మీదగాని లేదుగాక. ఇంతకూ ఆ శుక్రుని కూతురు దేవయాని.

దేవ దానవులు పోరుతున్నప్పుడు దేవతలు ఈ దానవులను చంపినా వాళ్ళను మళ్ళీ ఈ శుక్రుడు బ్రతికించేవాడు. పునరుజ్జీవితమైన శక్తితో దేవతలను తిరిగి బ్రతికించే మహానుభావుడు అప్పట్లో లేకపోయినాడు. అందు కని దేవతలు తమ పురోహితుడయిన బృహస్పతి కుమారుని కచుడ్ని బ్రతిమాలి "నీవు వెళ్ళి ఆ శుక్రుడికి శిష్యుడవై ఆయన్ను ప్రసన్నుణ్ణి చేసికొని ఆ మృత సంజీవనీ విద్యను నేర్చుకు వచ్చి మమ్మల్ని బ్రతికించవయ్యా" అన్నారు.

కచుడు నియమవ్రత శీలుడు. దేవహితం కొరకు బయలుదేరాడు. తన స్వార్థం కోసం కాదు. సమాజం కోసం అనేది గమనీయం. వెళ్ళి శుక్రునికి నమస్కరించి "మహానుభావా! నేను బృహస్పతి పుత్రుడను. నీకు శిష్యవృత్తి చేయడానికి వచ్చాను" అన్నాడు. ఎంత మంచిగా మాట్లాడినాడీ పిల్లవాడు. బృహస్పతి పుత్రుడట. ఇతడిని పూజిస్తే బృహస్పతిని పూజించినట్లేనని, కచుడు "అభ్యాగతి" కనుక వానిని అప్పటికప్పుడు పూజిస్తాడు. శుక్రుడు "ఇదేమిటి ! శిష్యుణ్ణి పూజించటం" అనుకొంటాం మనం. కాని శుక్రుడు చేసిన పని మాత్రమదె. తరువాత శుక్రుడు కచుని శిష్యునిగా చేసికొన్నాడు. ఎన్నో ఏండ్లు ఎంతో శ్రద్ధతో కచుడు అక్కడ శిష్యరికం చేస్తాడు. అంతేకాక దేవయాని అనే శుక్రుడి పుత్రికను కూడ సంతోష పెట్టుతూ సేవలు చేస్తూ ఉండే వాడు.

ఆ దేవయాని బహులాజనము కలది. గర్వి. అనుకొన్న పని చేసి తీరాల్సిందే. అలాంటిది. తండ్రికి ఆమె మీద అమితమమకారం. అందుకని దేవయానికీ, శుక్రుడికీ కూడ సేవలను చేసి శుక్రుడికి ప్రేమపాత్రుడవుతాడు కచుడు. అది వాని చాకచక్యం. కాని ఈ గురుశిష్యుల ప్రియాన్ని సహించ

లేకపోయినారు రాక్షసులు. ఒక మృగం గడ్డి తింటుంటే ఇంకో మృగం పొడవడానికొస్తుంది. అలాగే రాక్షసులు సుఖంగా ఉన్న వారిని చెరచడం ఆరంభిస్తారు. రాక్షసులు ఏం చేశారంటే ఆవులను అడవిలో మేపుతూ ఉన్న కచుణ్ణి ఒకనాడు చంపేసి ఒక తాడిచెట్టుకు శవాన్ని కట్టి వెళ్ళిపోతారు. ఆవులయితె తిరిగి ఇంటికి వచ్చాయి గాని, కచుడు ఎంతసేపటికీ రాలేదు. దేవయానికి చీకాకు కలుగుతుంది. ఏదో కీడు శంకిస్తుంది. వెళ్ళి తండ్రికి చెప్పి దుఃఖిస్తుంది. శుక్రుడు దివ్యదృష్టితో చూస్తాడు. దూరదర్శన దృష్టియిది. ట్రాన్స్మిటరూ రిసీవరూ కూడ ఒకేచోట ఉన్నట్లు. భూమి మీద ఎక్కడ చూడాలంటే అక్కడనల్ల చూడగలిగే దృష్టియిది. ఆ దృష్టిలో కచుడి శరీరం చెట్టుకు కట్టబడి కనబడుతుంది. వెంటనే శుక్రుడు మృత సంజీవనిని ఉచ్చాటనం చేసి, బ్రతికించి వెళ్ళి కచుణ్ణి తీసికొని రమ్మంటాడు. ఈ విధంగా కచుడు మళ్ళీ బ్రతుకుతాడు. దేవయానికి సంతోషం కలుగుతుంది. శుక్రుడికి చక్కని శుశ్రూష దొరుకుతుంది.

దానవులు ఇది చూచారు. పీడు వదలాలి అనుకొంటే వదలక పోయినాదే అనుకుంటూ మళ్ళీ ఒకనాడు కచుణ్ణి చంపి కాల్చి బూడిద చేసి, శుక్రుడు త్రాగే సురలో కలిపి ఆయన చేతనే త్రాగిస్తారు. మళ్ళీ దేవయాని కచుడు రాక పోవటం చూసి గోలపెట్టుతుంది శుక్రుని ఎదుట. ఆయన, అప్పుడంటాడు--

క. వగవక సంజీవని పెం పగణిత గర్వమున అసురు లా కచుతోడం
బగగొని చంపెద రాతడు సుగతికి జనుగాక ఏల శోకింపంగన్

అంటాడు

ఈ మాటలు మరి త్రాగి ఉన్నమైకంలో అన్నాడో లేక కేవలం వేదాంతైకమైన స్పృహతో అన్నాడో తెలియదు. దేవయాని అప్పుడు "కచుడయ్యో పోయినాడు ! అంగీరసుని మనుమడు ! బృహస్పతి పుత్రుడు నీశిష్యుడు ! బ్రహ్మచారి ! అలాటివాడు అకారణంగా రాక్షసులచేత చంపబడితే, ధర్మజ్ఞానివైన నీవు ! ఓహో ! మహాత్ముడవు ! ఏమన్నా అంటావుగాక-నేనెలా ఊరు కుంటానయ్యో ఏడువక ? అతడ్ని చూస్తేనే గాని నేను తిండి తినను" అంటుంది.

అప్పుడు శుక్రుడు యోగదృష్టితో చూస్తే కచుడి భస్మం తన కడుపులోనే అవుపడుతుంది. వెంటనే అతణ్ని సంజీవితుణ్ని చేస్తాడు. అప్పుడు ఆ కడుపులోనే వుండి కచుడు అంటాడు. "మహానుభావా! నీ ప్రసాదం వల్ల శరీరం, జీవం, బలమూ అన్నీ వచ్చినవిగాక. నేను బయటకు వచ్చేమార్గం చెప్పాల్సింది" అని. శుక్రుడంతట ఆలోచిస్తాడు. తన పొట్టచీల్చుకొని రావాల్సిందే కచుడు. అలావస్తే తను బ్రతకడు. తనను తిరిగి బ్రతికించాలి ఎవరన్నా. ఎవరికీ ఈ విద్య రాదు. ఏంచెయ్యాలి? ఇప్పుడు ఎవరికన్నా దానిని ఉపదేశం చెయ్యాల్సి ఉంది. ఎవరికి? కచునికంటె తగిన వారెవరూ లేరు. వెంటనే కడుపులోనున్న కచునికి ఉపదేశించి, "నా పొట్టచీల్చుకొని బయటకురా.— వచ్చి నన్ను బ్రతికించు" అంటాడు. ఎంతటి సాహసం! ఎంతటి నమ్మకం! ఎంతటి వైరాగ్యం! ఈయన మరి అందుకే అంత గొప్పవాడయింది. ఈ మనఃస్థితిని సంతరించే వాళ్ళే గొప్పవారయేది. శుక్రుడు అలా తిరిగి బ్రతుకుతాడు. ఇంకొక విశేషం: సురాపానం వల్ల ఈ అగచాట్లు కలిగిందని, శుక్రుడు ఎవరూ ఇక సురను సేవించరాదంటాడు.

"క. భూసురులాదిగ గల జనులీ సుర సేవించిరేని ఇది మొదలుగగా పాతకులై పతితులగుదురు చేసితి మర్యాద దీని చేసుకొనుడు జనుల్" అన్నాడు-అప్పటి నుంచీ సురాపానం మహాపాపంగా చేయబడింది. ఈ శుక్రనీతే పూర్వ కాలంలోగల "లా". శాసనము, దానినే రాజులు అమలుపరచేవారు. అదె మార్చబడి, మార్చబడి, ఇప్పటికి ఈ శాసన మండలులచేత ఇంకా ఇలా మార్చబడుతూనే ఉంటోంది. ఈ సంగతి శాంతి పర్వంలో వివరంగా చెపుతాడు వైశంపాయనుడు.

అలా ఎంతో కాలం కచుడు ఉన్న తరువాత కచుడు తిరిగి ప్రయాణం అవుతాడు. శుక్రుని వద్ద సెలవు తీసికొని, వెళ్ళి వస్తానని చెప్పడానికి దేవయాని వద్దకు వెళ్తాడు. ఆమె దుఃఖిస్తుంది. అప్పుడు బయట పెట్టుతుంది—

కచా! నీవును బ్రహ్మచారివి, వినీతుడ వేనును కన్యకన్, మహీ
దేవ కులావతంస రవితేజ, వివాహము నీకు నాకు మున్

భావజ ః క్తినై సయది పసున్నగ నస్ను పరిగ్రహింపు సంజీవని తోడ అంటుంది.

ఎంత సాహసంగా తన భావంలో ఇన్నాళ్లు అతడిని భర్తగానే చేసి ఆశను పెంపొందించు కొన్నట్లు, సంజీవనీ విద్య అతడికి ప్రాప్తం కావడం తన మనసు అతడి వశం అవడం మూలానే ననే ధీమా అంత రాంతరమై ఉన్నట్లు యీపలుకుల్లో అపుపడజేసింది !

నిస్వార్థుడూ నియమవ్రత శీలుడూ అయిన కచుడు ముక్కుపై వ్రేలు వేసికొంటాడు. దేవయానీ ! శుక్రదేవులు నాకు గురువు. జనకునితో సమానము ఆయన పుత్రికవైన నీవు నా చెల్లితో సమానం. నీ విలా పిలవటం-ఇంత కంటె నికృష్టమైనదేమైనా ఉంటుందా. ఇక నామాటలు అనకు. తలపెట్టకు. రాం రాం' అన్నాడు. దేవయాని అహం దెబ్బతింటుంది. వెంటనే "నీకు సంజీవని పని చేయకుండు గాక" అని శాప మిస్తుంది. కచుడు విస్తుపోతాడు. ఈమెలో ఇంత స్వార్థం ఇంత ఈర్ష్య ఉన్నాయా ! ఈమె బ్రహ్మపదార్థతత్వ విషయికమయిన జ్ఞానాన్ని కించిత్తు గూడ గ్రహింప లేదా ! ఈమె నెవరైన బ్రాహ్మణుడు కాని వాడే పెళ్లి చేసుకొనటం సమాజానికి మేలు. ఇలా అను కొని ఆమెతో నిన్ను ఎవరూ బ్రహ్మవేత్త కాదలచే బ్రాహ్మణ కులస్థుడు పెళ్ళి చేసికొనడు గాక అంటాడు. ఆమె దానికి లెక్కచేయదు. ఇంకా అంటాడు కచుడు. నాకు ఒకవేళ మృతసంజీవని యథాతథంగా పనిచేయక పోయినా నేను ఉపదేశించిన మీదట నాశిష్యులకు అది ఉపయోగించి తీరుతుంది-ఎందుకనంటే-నేను ధర్మపథం తప్పని వాడను కదా ! అన్నాడు.

అలాగే, కచుడు, దేవతలకు ఆ విద్యను ఉపదేశించి, దేవ సమాజానికి ఎంతో మేలుచేసిన వాడయినాడు.

## యయాతి-శర్మిష్ఠ

ఒకసారి దేవయాని ఆటలాడుకోడానికి వృషపర్వుడి కూతురైన శర్మిష్ఠ తోనూ ఆమెకున్న వేయిమంది చెలి కత్తెలతోను సహా వనానికి వెళ్తుంది. అక్కడ జలక్రీడ లాడటానికి కట్టు పుట్టాలు విప్పి ఒకచోట పెట్టి నీళలో ప్రవేశిస్తారు చాలా మంది. ఇంతలోకె ఒక సుడిగాలి వంటిది రావడంచేత వీళ్ళ

కట్టు పుట్టాలన్నీ కలగలుపు అయిపోతాయి. తీరా వాళ్ళు నీళ్ళల్లోంచి బయటకు వచ్చేటప్పటికి చలి వల్ల తొందరబడ్డా ఒకళ్ళ చీర ఇంకొకళ్ళు తీసి ఇవ్వాల్సి వచ్చేది. అలాగె ఎలాగో కట్టుకొంటారు. ఆ ఫలితంగా దేవయాని చీర శర్మిష్ఠ కట్టుకోవడం జరుగుతుంది. దేవయానికి చాల కోపంవస్తుంది. వెంటనె ఉద్ధృతంగా శర్మిష్ఠతో పోట్లాడి తిట్టేస్తుంది. "ఛీ-నీకట్టిన చీర మళ్ళీ నేనెట్లా కట్టుతానే" అని! శర్మిష్ఠ రాక్షస రాజు కూతురు. స్థానబలం కలిగినట్టిది. ఇంకా పది తిట్లు ఎక్కువే తిట్టి దేవయానిని ఒక పాడు బావిలోకి త్రోసి, తన స్నేహితులతో సహా పురానికి వెళ్ళిపోతుంది.

పాపం దేవయాని దుర్దశలోనున్నదై ఎవరు అటు ప్రక్కకు వస్తారా ఎవరు తనను పైకి లాగుతారా అని చింతిస్తూ ఆ నూతి అంచు పట్టుకొని ఉండి పోతుంది. కొంత సేపటికి కథానాయకుడైన యయాతి వేటలో అలిసి సొలిసి నీటి కోసం ఆ నూతి వద్దకు వస్తాడు. ఈయమ్మ దుర్దశ చూసి "అయ్యో! ఎవరు నువ్వు. ఇలాటి స్థితిలో ఉన్నావేమిటి?" అంటాడు. ఆమె అప్పుడు శుక్రుడంతటి మహానుభావుని కూతుర్ని అని చెప్పుకొంటుంది. ప్రమాద వశంచేత దీనిలో పడ్డాను అంటుంది. పొరపాటున పడితె వస్త్రం లేకుండా ఎందుకుందో నని యయాతి చిన్న నవ్వు నవ్వి తన కుడిచేతి నందిచ్చి పైకి చేదుకొంటాడు. తాను వెళ్ళిపోతాడు.

దేవయాని పైకివచ్చి ఒక్కచోట విశ్రమిస్తుంది. ఈమె ఇంటికిరాలేదని వెతుక్కొంటూ ఒక చెలికత్తె అక్కడకు వస్తుంది దానితో దేవయాని "నేను వృషపర్వుని పురంలోకి రానేరాను అది మా నాయనతో చెప్పుమని తిప్పి పంపే స్తుంది. శుక్రు డిదంతావిని "అయ్యో! అయో!" అనుకొంటూ పరుగెత్తు కొస్తాడు. వచ్చి—"అమ్మా వేయి యజ్ఞాలు చేసే వారికంటే కూడా క్రోధంలేని వారు గొప్పవారంటారు తత్త్వజ్ఞులు. నీవు క్రోధం పెట్టుకొనకు.—

అలిగిన నలుగక ఎగ్గులు పలికిన మఱి విననియట్ల ప్రతి వచనంబున్
పలుకక బన్నమువడి యెడదలప క యున్నతడచూవె ధర్మజ్ఞు డిలన్

ఆ రాజు కూతురు శర్మిష్ఠ అంటావా అది కొండిక. దానితోనేమి

వచ్చింది మనకు ఇంటికిపద అంటాడు. అప్పుడు దేవయాని పరాకలోక ధర్మం చెపుతుంది,—

"కడు నను రక్తియు నేర్పును గడకయు కలవారి సుఖక గడవక నెగ్గల్
నొడివెడు వివేక శూన్యుల కడ నుండెడు నంత కంటె కష్టము కలదే!

అని ఈ వృషపర్వుని పురంలోకి అడుగు బెట్టనుగాక అంటుంది. శుక్రుడంతట—"సరె అలా అయితే నేనూ ఇక్కడె ఉండిపోతాను" అన్నాడు. ఈ సంగతి వృషర్వుడికి చారుల ద్వారా తెలిసి ఆయన పరివారంతో సహా వచ్చి వీరిద్దరి కాళ్లపై పడి బ్రతిమాలుతాడు. దేవయానికి ఏది ఇష్టమో అది ఇస్తాను గాక అంటాడు. అదే సమయమని దేవయాని శర్మిష్ఠను దాని వేయి మంది పరిచారకులతో సహా తనకు దాసిగా యీయు మంటుంది. వృషపర్వుడు అలా ఏర్పాటు చేస్తాడు-అంతె. ఆ తగాయిదా తీరిపోయింది.

కొన్నాళ్లు గడిచిన మీదట వనానికి మళ్ళీ ప్రయాణం చేస్తారు. దేవయానీ శర్మిష్ఠ చెలికత్తెలూ అంతాను. అక్కడ పూవులు కోస్తూ ఉండంగా యయాతి మళ్ళీ వేట చాలించి అక్కడకు రావడం జరుగుతుంది. ఆయన్ను ఈ పిల్లలు అభ్యాగతుడిగా భావించి పూజిస్తారు. యయాతి దేవయానిని గుర్తుపట్టినాడు కాని కళ్లు మెలిగిపోతుంటె తనను చూస్తూ ఉన్న అతిశయ రూప లావణ్య గుణ సుందరి అయిన శర్మిష్ఠను చూస్తూ ఎవరని అడుగుతాడు.

దానికి దేవయాని సమాధానం చెపుతుంది. "నన్ను అదివరకె నీవెరుగుదువు గనక నాసంగతి అడగలేదుగాక. ఇది వృషపర్వుని కూతురు. నాదగ్గరనె ఎల్లప్పుడూ ఉంటుంది", అన్నది. ఇంకా అంటుంది. "భూపాగ్రణీ! నన్ను నీ దక్షిణ కరంతో చేపట్టినావు నన్నుగూర్చి ఇంత విస్మృతి పొంది యుండటం న్యాయమా" అని. మళ్ళీ, ఈ వేయిమందీ నా అధీనులు. నీవు నన్ను వివాహమాడితే వీరందరూ నీకు ఉన్నతి నిస్తారు సుమా!" అన్నది.

అందుకు యయాతి, "క్షత్రియుడనైన నేను బ్రాహ్మణ కన్యకవైన నిన్ను ఎలా వివాహమాడేది" అంటాడు, బ్రాహ్మణ కులజులు బ్రహ్మపదార్థ

స్వేషకు లివడం మామూలని రివాజయిన భావం. సర్వత్ర అది నిజం కాక పోవచ్చు. అందుకని ఆ కులానికి, ప్రాధాన్యత నివ్వటం జరుగుతూ ఉండేది. పైగా స్త్రీల కంటె పురుషులకు ప్రాధాన్యత ఎక్కువ ఉండేది. బ్రాహ్మణుడు మిగతా కులాలలోని స్త్రీలను చేసికొనడానికి కొన్ని నిబంధనల ననుసరించి [illegible] వీలుంటుందిగాని బ్రాహ్మణ జన్మురాలయిన స్త్రీని ఇతరుడు పెండ్లి చేసుకోవడం హర్షించేవారు కారు ఇది అప్పటి సమాజ ధర్మము. ఇప్పటికీ మన సమాజంలో సగోత్రీకులను చేసికొనరాదని ఉన్నట్లె. "ఈ ధర్మానికి వ్యతిరేకంగా నే నెలా చేసికోగలను నిన్ను" అని దేవయానిని యయాతి అడుగుతాడు.

దేవయాని ఆ ధర్మం సంగతి నీకేం తెలుసు నన్నట్లుగా "శుక్ర మహా మునిచెప్తే చేసికొంటావా నన్ను" అంటుంది. యయాతి వెంటనె అంగీకరిస్తాడు. శుక్రునికి ధర్మ రహస్యాలు తెలిసినంతగా ఎవరికీ తెలియదని అతడి నమ్మకం అయిఉంటుంది. శుక్రుడు శాపగ్రస్త అప్పట్లో. అప్పుడు శుక్రుడు వచ్చి పూజితుడై దేవయాని చెప్పినవాదం విని-"అవును ఈమెచేయి పట్టిన యయాతియే యీమెకు ధవుడు" అంటాడు. బ్రాహ్మణు డెవడుగాని ఈమెను పెండ్లాడడు కదా. కచుని శాపం ఆయనకు తెలియకపోలేదు. అప్పుడు వారికి పెండ్లిచేసి తన తపశ్శక్తిచేత ఒక వరాన్ని ప్రసాదిస్తాడు. ఈ వివాహము నందు అపక్రమ దోషం ఉండదుగాక అని. దేవయాని బ్రాహ్మణ కన్యకగా పరిగణింప వలసిన అవసరం లేదని అర్థమా అది. లేక అలాంటి వివాహాలు ధర్మముకాదు అనే ధర్మం సర్వత్ర గ్రాహ్యము కాదనా ఏదయినా కావచ్చు.

మరొక నిబంధన కూడా పెట్టాడు-ఏమనంటే శర్మిష్ఠను చూపి "దీనికి అన్నపాన భూష ణాచ్ఛాదన మాల్యానులేపనాదులతో మాత్రమే తృప్తి పొందించుమని, శయన విషయమున పరిహరింపవలసింది" అన్నాడు. సరేనని అంతా సుఖంగా వెళ్ళిపోతారు యయాతితో. శుక్రుడు వృషపర్వుని పురం వెళ్తాడు.

తర్వాత కొంతకాలానికి దేవయానికి యదువు, తుర్వసుడు అనే కుమారులు పుట్టుతారు. పాపం శర్మిష్ఠ సంప్రాప్త యౌవనయై-ఈ దేవయాని

ఎంత అదృష్టవంతురాలు! కోరినట్లుగా వివాహితయై పుత్రుణ్ణి పొందింది. నాకు కూడ పుత్రులు కలిగే యోగం ఎప్పుడు కలుగుతుందో. నేను కూడా ఈ యయాతిని ప్రార్థించి పతినిగా చేసికొని పుత్రులను పొందుతాను అని నిశ్చయించు కొంటుంది.

ఒకానొక సమయంలో ఆయన తన యింటివైపు వచ్చినప్పుడు అడిగేస్తుంది దేవయాని లాగానే—

"నన్నేలిన దేవయానికి, నరేశ్వర!, భర్తవుగాన నాకును
బోలగ భర్తవీవ యిది భూసుత ధర్మపథంబు నిక్కువం
బాలును, దాసియున్, సుతుడు నన్నవి వాయని యర్థముల్ పహిన్.

నేను దేవయాని ధనాన్ని కావడంచేత నేనూ నీచేత పరిగ్రహింపబడిన దాననే. నేను ఋతుమతిని గనక నాకు పుత్రుణ్ణి ప్రసాదింపవలసింది అంటుంది. "శుక్రుడికి మాట ఇచ్చాను కదా నీతో శయన విషయాన్ని పరిహరిస్తానని" అన్నాడు యయాతి. అందుకు శర్మిష్ఠ వధూజన సంగమ విషయంలో అబద్ధమాడవచ్చు కదా నీవు ఆడినది వివాహ విషయంలోనే గనక అది అబద్ధమయినా ఫరవాలేదంది. అంతట యయాతి ఆమెను గ్రహించి పనలుతాడు. ఆమె గర్భిణి అయి కుమారుని కంటుంది. ఒకసారి దేవయాని నీవెలా కన్నావీకుర్రాణ్ణి అని అడిగితే ఒక మహా మునివల్ల నని అబద్ధం చెప్పేస్తుంది. ఈ వ్యవహారం ఇలాగే నడిచినదై శర్మిష్ఠకు ముగ్గురు కుమారులు అవుతారు. వారిలో అందరికంటె చిన్నవాడు పూరువు.

ఆ ముగ్గురూ యయాతి ఎదుటఒకసారి అధికమైన తేజస్వులై ఆడుతుంటగా దేవయాని శర్మిష్ఠ, దాని దాశీలతో సహా అక్కడకువచ్చి ఉన్నప్పుడే యయాతిని అడుగుతుంది వీరెవరని. యయాతి చెప్పడు. అందుకని తానేవెళ్ళి ఆ పిల్లలను అడుగుతుంది మీరెవరి పిల్లలని. వాళ్ళు యయాతినీ శర్మిష్ఠను చూపి మానాన్న మా అమ్మ అంటారు. దేవయానికి చాల కోపం వస్తుంది. తనను యయాతి వంచన చేసినందుకు. వెంటనే తండ్రి దగ్గరకు వెళ్ళిపోతుంది. ఆమెను పట్టుకురావాలని యయాతి కూడ అక్కడకు వెళ్తాడు.

అదే వీలుగా చేసుకొని దేవయాని తండ్రికి వానిని చూపి ఈయన శర్మిష్ఠ యందు ముగ్గురు కుమారులను గన్నాడు అని ఫిర్యాదు చేసింది. శుక్రుడు అప్పుడు యయాతిని శపిస్తాడు. యౌవ్వన రాగాంధుడవై నాకూతురు నకు అప్రియము కలుగజేశావు గనక జరాభార పీడుతుడవుకమ్మన్నాడు. యయాతి, జరిగిన విషయము చెప్పి, శర్మిష్ఠ కూడ నాభార్యే గనక ఋతు మతియై పుత్రార్థ మడిగినపుడు కాదనడం ధర్మం కాదు కనక అలా చేశాను: ఇందుకు అలుకజేయడం న్యాయం కాదన్నాడు. ఇంకా ఇలా అన్నాడు. ఈ దేవయానితో నాకు విషయోపభోగాలు తీరలేదు. జరాభారం ధరించలేను. శాప నివృత్తి చేయాల్సింది అన్నాడు. అందుకు శుక్రుడు కరుణించి—అలాగయి నట్లయితే నీ కుమాళ్ళలో ఒకడికి నీ జరను ఇచ్చి, వాని యవ్వనాన్ని నీవు గ్రహించు— నీకు విషయోపభోగ తృప్తి అయినప్పుడు తిరిగి నీ జర నీవు తీసికొని వాని యవ్వనము వానికీయవలసింది అంటాడు. నీ ముదిమిని దాల్చిన పుత్రుడు నీ రాజ్యానికి అర్హుడు కావలసింది అంటాడు. ఈ జర మార్పు ఎక్కడో మహాశక్తి మంతులు ఋషులైనవారి అనుగ్రహం వల్ల వీలయేటటు వంటిది. సాధారణంగా ఇలా మార్చుకోవడం జరగదు.

యయాతి సంతోషపడి ఇంటికి వెళ్ళంగానె—తల వణకడం, మొదలయిన వృద్ధ లక్షణాలు కనుబడుతవి. అప్పుడు తన కుమారుల్ని వరసవారీ పిల్చి ఆ జరాభారం తీసికొని యౌవనమీయుమంటాడు, శర్మిష్ఠ కుమారుడైన పూరుడు తప్ప ఇంకెవరూ ఒప్పుకోరు. యయాతి వాళ్ళను పలువిధాలుగా శపిస్తాడు. తరువాత పూరువు నుంచి యవ్వనం ధరించి వేయి సంవత్సరాలు అనుభ విస్తాడు. చివరకు తిరిగి యౌవనం పూరువునకిచ్చి ముసలితనాన్ని పొంది పూరువునకు తన రాజ్యాన్నిచ్చి పట్టాభిషిక్తుణ్ణిగా చేస్తానని సకల సామంతులనూ పిలుస్తాడు.

అప్పుడు వాళ్ళడుగుతారు యయాతిని. ఇదేమిటి శక్తిమంతుడయిన పెద్ద కుమారుడు "యదువు" ఉండగా క్షేత్రజ్ఞుడయిన పూరువునకు పట్నం గట్టటం ఇది న్యాయసమ్మత మెలాగు? అంటారు. అందుకు యయాతి, యదువు నా మాట లెక్కగానలేదు—

తనయుండు దల్లిదండ్రులు పనిచినపని సేయడేని పలుకెదలో జే
కొనడేని వాడు తనయుండనబడునే పితృధనమున కర్హుండగునే.

అన్నాడు. "ఈ సాధారణ ధర్మం మాట ఎలా ఉన్నా రాజరాభారం దాల్చిన పుత్రుడే నారాజ్యానికి కర్త అని శాసన కర్త అయిన శుక్రుడె చెప్పినాడు అని వారి నొడంబరచినాటడ. రివాజు ఒకటి ఉండేది దానికి విభిన్నమైన నీతివి. శుక్రుడు వంటి వారు చెప్తే అలా జరగటమె శాసనం ఆ రోజుల్లో. అంతట తాను తాపసియై అనేక వేల సంవత్సరాలు అనేక రకాలైన విధాలుగా తపస్సు చేసి, దివ్యవిమాన మెక్కి దేవలోకానికి వెళ్ళి బ్రహ్మర్షిగణ పూజితుడవుతాడు. మళ్ళి ఇంద్ర లోకానికి వస్తాడు, అక్కడ ఇంద్రుడితో కలిసి ఉంటాడు.

ఇంతకూ ధర్మార్థ కామాలను పుష్కలంగా అనుభవించినవాడు యయాతి అనేది గమనీయం.

ఇంద్రుడు, యయాతి ఇంత గొప్పవాడయినందుకు అచ్చెరువు పడి పోతూ ఒకసారి ఆయన్ను అడుగుతాడు—"నీవు నీ కుమారుడికి రాజ్య పట్టాభిషేకం చేసినపుడు అతడికి నీవేవేమి బుద్ధులు చెప్పినావయ్యా అవి నాకు తెలియ జెప్పు"మంటాడు. అప్పుడు యయాతి,—

"ఎఱుక గలవారి చరిత్రలు విను"మన్నాను, ఎఱుక అంటే భగవంతుడే సర్వత్ర ఉండి సర్వమైన పనులూ చేస్తున్న సంగతి. అంటే జ్ఞానుల చరిత్రలు వినుమని అర్థం. సజ్జనుల గోష్ఠిలో ఉంటూ ధర్మం-"అంటే"-శాసనం"-తెలిసికొను"మన్నాను. శాసనం అప్పటికి ఇప్పటిలా వ్రాతలోలేదు. తెలిసిన వారినడుగవలసిందె తెలియవలసిందె. "తెలిసిన దానిని సమంజస బుద్ధితో అనుష్ఠించాల్సింది" అన్నాను.

ఇంకా "ధనమును తగిన వానికీయుమన్నాను. ఆశతో వచ్చి అడిగిన వారిని వృథాగా వెళ్ళ పొమ్మనక ఏదో కొంత ఇచ్చి పంపవలసిం"దన్నాను.

"మనసుకు ప్రియము, హితము, పథ్యము, తథ్యము, అమోఘము— అంటే పాపకరము కానిది—మధురము పరిమితము నయిన పలుకులు ధర్మ

బద్ధంగా—సభలలో పలుకవలసింది అన్నాను.

చివరకు, చెప్పాను– "బాణాలులాంటి పలుకులతో ఇతరుల మర్మ లక్ష్యాలను భేదించే దుర్జనుల వద్ద ఉండద్దు. కరుణ, ఆర్జవము అనగా, వక్రత లేని నడవడిని కలిగి సత్యము, శమము, శౌచము వీటిని ఎప్పుడూ హృదయంలో నిల్పుకోవలసింది. కామ క్రోధ లోభ మోహమద మాత్సర్యాలను గెలువవలసింది. అవి గెలిచినట్లయితే వెలుపలి శత్రువులను గెలువడము పెద్ద పని కాదు" అని చెప్పాను.

ఇంద్రుడు చాల సంతృప్తి పడి, నీకీ సర్వగుణ సంపన్నత్వం ఎలా కలిగింది ఏమి తపం చేసినావు నూరువేల సంవత్సరాలు పుణ్యలోక భోగాలను తేజో మహిమతో అనుభవించ గలిగినావంటే అది ఎలా సాధ్యమైందో చెప్పాల్సింది" అంటాడు.

ఇక్కడ యయాతి తిరకాసులో పడటం జరగబోతోంది. తన తపస్సు సంగతి తానే చెప్పుకోవలసి రావడం ఇది ఒక కనుపడని లోతులో దిగటం వంటిది. ఆయన ఇది గమనించక ఇలా అనేశాడు. "సురదైత్యయక్ష రాక్షస నర ఖేచర సిద్ధ మునిగణ ప్రవరుల భాసుర తపములు నాదగు మత్కఠోర ఘోర తపంబు సరియు గావమరేంద్రా!" అన్నాడు.

ఎంత పొరపాటు చేశాడు! తాను తిండి లేకుండా తపం చేశాడంటే సరిపోయేది. మునుల తపస్సుతో పోల్చుకోవడం గర్వం వ్యక్తం చేయడం కోసం తప్ప చెప్పవలసిన మాట కాదు. ఇది ఇంద్రుడు సహించలేదు. వెంటనే యయాతి యొక్క పుణ్యపు లెక్కలో ఖర్చు వ్రాసి నిలవసున్నా చేసి ఇక ఇక్కడ ఉండవద్దుగాక—మళ్ళీ అధోలోకంలోకి వెళ్ళి జన్మించి పుణ్యం సంపాదించి రమ్మంటాడు. యయాతి కూడ తనపొరపాటు తెలిసికొన్నవాడై "అయ్యా మళ్ళీ అధోలోకానికీ మనుష్యలోకానికీ పంపవద్దు. అంతరిక్షంలో సద్భువనంలో సజ్జనుల స్నేహంతో ఉండేటట్లు చేయాల్సింది" అంటాడు. "సరె వెళ్ళు"మంటాడు ఇంద్రుడు.

అక్కడ నుంచి గొప్ప తేజస్సుతో వెలుగుతూ క్రిందికి దిగి వస్తూం డంగా సద్గుణాలు యీ కాంతేమిటని అచ్చెరువుతో తిలకిస్తారు. ఈ యయాతి కుమార్తె కొడుకులు యష్టకుడు, ప్రతర్ధనుడు, వసుమంతుడు, ఔశీరుడయిన శిబి వీళ్ళంతా ఆ సద్భువనంలో ఉంటున్నవారు — ఈ తేజోమూర్తిని కలిసి అభ్యాగత పూజలు చేస్తారు. నీవెవరవని అడిగించుకొన్నవాడై తన కథంతా చెప్పుకొంటూ "ఇంద్రుడు ఇలా క్రిందకు నెట్టేశాడు నన్ను— అవును మరి— దర్పము బహుకాల సంచిత తపఃఫలహాని యొనర్పకుండునే!" అంటాడు. తన తప్పు తాను తెలిసికొనడమే గొప్పతనం. చిత్రమేమిటంటే— తన తప్పు తనకి తెలియటం ప్రస్తుత ప్రపంచంలో జరుగుతూనే ఉంటున్నదేమో కాని ఇతరులు చెప్పితే తెలియుటనేది మనకు అవుపడదు. ఈ యయాతి యందు ఆ గుణం ఉన్నది! ఇంద్రుడు చెప్పగానే తనతప్పును తెలిసికొన్నాడు.

వాళ్ళకు అప్పుడు తెలుస్తుంది ఈయన తమ తాతగారేనని. అంతట ధర్మాఒధర్మాలేవిటో చెప్పవలసిందని వారు ఆయన్ను అడుగుతారు తాము తెలిసికొనడానికి. దానికి చెప్పిన సమాధానం మనకు అనుసంధానాని కయిన విషయం.

సర్వభూతదయకు, సత్యవాక్యమునకు, సుత్తమంబు (అగు) ధర్మ
వొండెరుగ

ఒరుల నొప్పి కొలుకు ఉపతాప మొనరించు నదియ కడు
నధర్మమనిరిబుధులు.

ఇంకా సుగతి దుర్గతి ఏవో చెప్పుమంటారు—అందుకు—వేదవిధులు సరిగాచేసిన వారు సుగతికి మార్గం కనిపెట్టుతారు. ఆ వేదవిధిని వదలివేసి, ఇతర విధంగా నడుచుకొంటె అది అధమగతికి మార్గము అన్నాడు. వేదం చెప్పినట్లు నడచు కొంటె వేదాంతం అబ్బుతుంది. జ్ఞానం కలుగుతుంది. మోక్షాన్ని పొంద గలుగుతాడు. అది సుగతి. అది కానిది దుర్గతె ననిభావం. ఇలా ఎన్నో మంచి విషయాలు యయాతి ద్వారా వాళ్ళు తెలిసికొన్నారు.

ఈయన వర్ణాశ్రమ ధర్మాలను పాటించి పరిపాలించాడు. అంటే సమాజ

శ్రేయస్సునే ప్రధానంగాచేసి పౌరులు తమ నడవడులను దిద్దుకొంటూ నడుచుకొనేటట్లు నిర్వహించాడని అర్థం. స్వధర్మం పాటింపజేశాడని అర్థం. తత్వజ్ఞులైన పౌరులు ధర్మాలను చెప్పి ఇతరులను జ్ఞానవంతులుగా చేసేటట్లు చూసేవాడు బహుశ యయాతి పాలనలో. శక్తిమంతులు దుష్టశిక్షణ శిష్టరక్షణ చేయాలి. వర్తకులు కల్తీలేని పదార్థాలు సరసమైన ధరలకు సరఫరా చేయాలి. ఎవరు చేసే సమాజసేవ వారు అలా చేయాలి-ఇదీ వర్ణాశ్రమ ధర్మాలు నడిపించినాడంటే అర్థం. అవి కులాల వారి, వారి వృత్తితో జోడింపబడి ఉన్న రోజులు గనక ఏ కులాల వాళ్ళు ఆయా కులాల్లో వాళ్ళనే పెండ్లి చేసికొని తమ వృత్తికి (స్పెషలైజెషన్) దోహదం కలిగించుకొనేవాళ్ళు. అదె పరిపాటి అయింది. అందుకె దేవయానిని పెండ్లి చేసికొనడానికి యయాతి మొదట్లో సందేహించాడు. చివరకు చేసికొననే చేసికొన్నాడు. గురు పుత్రికను చేసికొనడానికి కచుడు అభ్యంతరం చెప్పాడంటె అప్పటి ఆచార పూర్వకమైన విలువలపై గలగౌరవం వల్లనె. అందుచేత యయాతి కేవలం కులాలకే ప్రాధాన్యత నిచ్చాడని అనుకోవటం వాస్తవంకాదు సమాజసేవ-అదెస్వధర్మం-ప్రతిపౌరుడూ చేస్తున్నాడా లేదా ? స్వార్థపరుడు కావటల్లేదు కదా ? అనేది సరిచూచుకొనడమె సరియైన పరిపాలనం అది యయాతి జరిపినాడని అర్థం. అదె వర్ణాశ్రమధర్మం.

ఇదీ యయాతి కథ. ఇక యయాతి చిన్న కుమారుడయిన పూరుపు యొక్క- వంశంలోని వారి సంగతి చతుర్థాశ్వాసంలో వస్తుంది. ❋

# మహాభారత కథలు

(ఆదిపర్వము - చతుర్థ ఆశ్వాసము)

## 1. శకుంతలాదుష్యంతము

కౌరవ వంశం పుట్టు పుర్వోత్తరాలు వైశంపాయనుడు జనమేజయునకు చెప్పటం ఆరంభించి యయాతి చరిత్ర చెప్పి, అతడి చివరి కుమారుడు పూరువు రాజయినాడని చెప్పాడు. ఆ తరువాత వంశ వృక్షంలో వున్న వరస పేర్లు చాలా చెప్తాడు. చెప్తూ వారిలో కొందరు మూ దశ్వమేధాలు చేశారనీ, కొందరు తూర్పు దేశంపై దిజ్వయం చేశారనీ, మతినారుడనేవాడు సత్త్రయాగం చేశాడనీ, సరస్వతీ నది అతనిని వరించి వచ్చి పెళ్లీచేసికొని పిల్లలను కన్నదనీ ఆమె మనుమడు దుష్యంతుడనీ చెప్పి దుష్యంతుని కథ కొంత వివరిస్తాడు.

ఇలా ఎందుకు ఈ కథలు చెప్పారంటే ఆయా కాలాల్లోగల ధర్మాలని తెలియజెప్పి, వినేవారు ధర్మార్ధ కామమోక్షాలనే పురుషార్థాల నెలా సాధించాలి అనే విషయంపై దృష్టి తేవాలని వ్యాసుని ఆశయం. అందుకె వైశంపాయనుని ద్వారా దానిని ప్రచారం చేయించడం కూడా ఆయన కోరింది.

దుష్యంతుడు ఈలినుడి పుత్రుడు, ఆయన చాల బలవంతుడు. చిన్నప్పుడె సింహశార్దూలాలను లేళ్ళను పట్టుకొన్న విధంగా పట్టుకొనేవాడు. ఆయన రాజ్యంలో ప్రజాసమృద్ధి వెలసింది. రోగం శోకం వెళ్ళగొట్టబడ్డాయి. ఇలా ఉండంగా ఒకనాడు వేటకు బయలుదేరుతాడు. తన పరివారాన్ని కూడ వదలి దూరం వెళ్ళిపోయి ఒంటరిగాడై ఒక నదీ తీరంలో చక్కని కాంతిని ఇస్తుండే కణ్వాశ్రమం చూస్తాడు. వేదాధ్యయనాలతో మార్మోగుతోంది ఆ ఆశ్రమం. నర నారాయణ స్థానములాగా జగత్పావనమై ఉంది ఆశ్రమం. పరస్పర విరుద్ధమైన జాతులకు చెందిన జంతువులు పరస్పర ప్రేమతో ఉండటం కనబడుతున్నది. మహాను భావుడైన కణ్వునకు నమస్కరించి వస్తాను అని

మిగతా వారిని అక్కడ విడిచి లోపలకు వెళ్తాడు. బ్రహ్మవేత్తలు రాదలచిన ఋషులు ఇలా దూరంగా ఆశ్రమాలలో ఉంటూ ఉండేవారని తెలియాలి.

అక్కడ కణ్వ మహాముని కనబడడు. శకుంతల అనే కన్య కనబడి అర్ఘ్య పాద్యాదుల నిస్తుంది. కణ్వునకు పెండ్లి-భార్యా-పిల్లలూ ఏమీ ఉండదు గదా ఈమె ఎవరయి ఉంటుంది అనే ప్రశ్నవచ్చింది. ఆమె సౌందర్యం దుష్యంతుని మనసును హరిస్తుంది. తన మనసు ఆమెపై ప్రసరించింది కనక ఆమె ధర్మరీత్యా చేపట్ట తగిందె అయి ఉండి ఉంటుంది అనుకొంటాడు దుష్యంతుడు. అంతటి విశ్వాసం - తనపై తనకి ఉన్నదని అర్థం. ఆమెకూ ఈయన యందు అనురక్తి కలుగుతుంది. కణ్వముని ఫల పుష్పాలకు తేబోయినారు వస్తారు. అప్పటి వరకూ ఆగవలసింది అంటుంది ఆమె అప్పుడు, "నీ వెవరి కూతురవు ఇక్కడెందు కున్నావని" అడుగుతాడు దుష్యంతుడు.

ఆమె, తను కణ్వుని కుమార్తెనే నంటుంది. అందుకు దుష్యంతుడు, 'అదేం కాదు నిజంచెప్పు' అంటాడు. అందుకు ఆమె, కణ్వముని ఎవరికో ఈ ప్రశ్నకు సమాధానం చెప్తుంటే విన్నాను అది చెప్తానుగాక అంటుంది.

ఈ దుష్యంతుడు కన్యను చూచి ప్రవర్తించిన విధంలోనూ యయాతి ఒంటరిగా దేవయానిని మొదట చూచి ప్రవర్తించిన విధంలోనూ మనకు తేడా అగుపడుతుంది. ఈయన కామపూరితుడవుతాడు అప్పటి కప్పుడు. ఆ యయాతి అలా కాలేదు. పాతకాలంలో కామోద్రిక్తత మొదట్లో అదుపులో ఉన్నంతగా తరువాత తరువాత లేకపోతున్నదా అనిపిస్తుంది. పరాశరుని కాలం వచ్చే టప్పటికి ఆయన సత్యవతిని ఒంటరిగా జలయానంమీద కలిసి కామతృష్ణ చెందినవాడై ఇక భార్యగా చేపట్టే ఉద్దేశ్యమే లేకుండా ఏమో వరాలిచ్చి వెళ్ళి పోతాడని తెలిసికొన్నాం. కాలక్రమేణ మారుతున్న మనుష్యస్వభావ పరిణామంలో ఈ తేడా ఉంది అనిపిస్తుంది.

ఇంతకూ శకుంతల తన కథను చెపుతుంది దుష్యంతునకు.

విశ్వామిత్రుడు తపస్సుచేత రాజర్షియై, ఆమీదట తత్త్వమెరిగి బ్రహ్మర్షియై ఇంకా తపస్సాధనచేస్తూ ఉన్నరోజుల్లో ఇంద్రుడు ఈ తపఃఫలితంగా ఇంద్ర పదవిని పొందుతాడేమో ఈ విశ్వామిత్ర మహర్షి అని దానిని అభ్యంతర పెట్టడానికి మేనకను పంపుతాడు. ఆమె మలయ పర్వతాలనుంచి వచ్చే గాలితో సహా బయలుదేరి హిమవత్పర్వతంపై తపస్సుచేసికొనే విశ్వామిత్రుని దగ్గర పుష్పాలు కోస్తూ సోయలు వెదజల్లుతూ ఉంటుంది. ఇంతలో ఒకానొక దక్షిణ గాలి వచ్చి ఆమె పైట జారిపోతుంది. ఆమె కుచములు, బాహుమూలలు, చిన్న నడుము నూగారు అన్నీ మునీంద్రునకు అవుపడుతవి. ఆయన లేచివచ్చి ఆమెను పట్టుకొంటాడు. వారిద్దరూ రమింపగా శకుంతల జన్మిస్తుంది. ఆ శకుంతల తలిదండ్రులు ఈ వనంలో వదలి వెళ్ళిపోతారు. ఆ ముని ప్రభావం వల్లనే అక్కడి పక్షులు ఆమెను కాచి రక్షిస్తూఉంటవి. ఒకనాడు కణ్వముని అక్కడకు వచ్చి ఆమెను తీసికొని తన ఆశ్రమానికి వెళ్తాడు. ఆమెయే యీ శకుంతల.

మరి శకుంతల కణ్వుడే తన జనకుడని ఎందు కబద్ధమాడింది అని సందేహం కలుగుతుంది. స్త్రీలకు ముగ్గురు గురువులు (1) జనకుడు (2) అన్నప్రదాత (2) భయత్రాతలు. పురుషునకు ఐదుగురు గురువులు. ఈ పైముగ్గురున్నూ (4) వడుగు చేసినవారు (5) అధ్యాపకుడున్నూ. కణ్వుడు ఆ విధంగా జనక సమానుడై ఆమెను పెంచిన కారణంచేత ఆయన జనకుడని చెప్పుకొన్నది. గురువు జనకుడుగా చెప్పుకొనటం అనౌచిత్యం కాదు.

ఇంతసేపు ఆమెపై మోహ పడుతున్న దుష్యంతునకు ఆమె విశ్వామిత్రుని కుమార్తె అని తెలియంగానే, మదన బాణపరంపర అభ్యంతరమే లేకుండ తగలడం ఆరంభించింది. అందుకని "ఇంత అందమైనదానవు ఈ ముని పల్లెలో ఉండటమేమి కర్మ. నాకు భార్యవై రాజ్యలక్ష్మీ మహనీయ సౌఖ్యముల నందుకొను" మంటాడు. అందుకామె "కణ్వుడు వచ్చి నీకిచ్చినట్లయితె అలాగే కానిద్దా" మంటుంది. అందుకు దుష్యంతుడు-అలాకాదు. నీవు రాజు అయిన విశ్వామిత్రుని కుమార్తెవు కనక రాజ కన్యకవె. నీవు గాంధర్వ వివాహము చేసికోగల హక్కు కలిగియున్నావు. రాక్షస వివాహం

చేసికోకలిగిన ఆచారం మాకున్నది. ఇందులో రహస్యంగానూ అమంత్రకంగానూ చేసికో గలిగినది గాంధర్వ పూర్వకమైన పెళ్లి. కనుక నీవు ఒప్పుకో. నేను నిన్ను రహస్యంగానే పెండ్లి చేసికొంటాను అంటాడు. అప్పుడామె అంటుంది, "అయితే నాకు పుట్టనయిన కుమారుడే నీ రాజ్యనికి అధికారి అయేటట్లు బాస చేయాల్సింది. అలా గయినట్లయితే నాకు నీచెప్పిన పెండ్లి సమ్మతమే నంటుంది.

వెంటనే పెండ్లి జరుతుంది. వారిద్దరూ కలుస్తారు. దాని వల్ల శకుంతల గర్భవతి కూడా అవుతుంది. దుష్యంతుడు వెళ్ళివస్తానంటాడు. రాజ్యానికి వెళ్ళి నిన్ను తీసుకురావడానికి మంత్రి వర్గాలను పంపుతానంటాడు. ఆమె ఆయనన్ని నమ్మక చేయగలిందేమిటి? సరె నంటుంది. దుష్యంతుడు వెళ్ళిపోతాడు.

ఆమె జరిగిన పనిని పునశ్చరణ చేస్తూ లజ్జావనత వదనయై ఉంటుంది. కణ్వుడు వచ్చి ఈమె పరిస్థితి గమనించి దివ్యదృష్టివల్ల జరిగినది తెలిసి కొంటాడు. ఆమెను క్షమించి మంచిపనె జరిగింది అంటాడు. ఆమెను ఏదేని వరం కోరుమంటాడు. ఆమె నామనసెప్పుడూ ధర్మమునందే లగ్నమై ఉండేటట్లు వరమిమ్మంటుంది. ఆ వరం ఆమెకు కణ్వుడిస్తాడు. ఇంకా తన కుమారుడు గొప్ప వంశకర్త కావాలంటుంది. అదీ ఇస్తాడు. అలా మూడేళ్ళవుతుంది. అప్పటికి ఆమెకు పుత్రు డుదయించడం ఏపుగా బలంగా ఉండటం సాహసో పేతుడు కావడం జరుగుతవి.

కణ్వు డప్పుడను కొంటాడు-ఈ కుమారుడు తేజో వంతుడై నాడు. ఇతడు యౌరాజ్య పట్టాభిషేకావి కర్హుడు అని. అప్పుడు శకుంతలను పిలచి అంటాడు. అప్పటి ఆచారాలు తెలియడానికి ఆయనపలుకులు ఎంతో ఉపయోగించుతవి.

"ఎట్టి సాధ్వులకును బుట్టిన యిండ్లను బెద్దకాల మునికి తద్ద తగదు
పతుల కడేన యునికి పతులకు ధర్మవు పతుల కేడుగడయు పతుల
సూవే".

అలాచెప్పి శిష్యునికి పనిచెప్పి ఆమెనూ ఆదుష్యంత కుమారునీ దుష్యం తుని వద్దకు పంపుతాడు. అక్కడ ఆమె జీవన నాటకంలో క్లిష్టమైన ఘట్టాన్ని ఎదుర్కొనాల్సి వస్తుంది.

దుష్యంతుని దర్బారుకు వెళ్తారు. ఆయన తనను చూచి కూడ ఎవరో క్రొత్త మనిషి అయినట్లె ప్రవర్తిస్తాడు. ఒకక్షణాన కోపపు దృష్టికూడ ఆయన ముఖంలో అవుపడుతుంది. అప్పుడను కొంటుంది ఈ నరాధి నాధులను నమ్మడం తప్పు. మరచిపోతె జ్ఞాపకం చేయవచ్చు; ఎరిగియుండి కూడా ఎరుక లేనట్టుండే వారికెలా చెప్పటం! ఐనా ఊరికే ఎలాపోగలను గనుక అని, తన సంగతినీ, ఆయన తనకు కణ్వాశ్రమంలో కలిసిన సంగతీ, తనకు కలిగిన ఈ కుమారుడు దుష్యంతుని కుమారుడన్న సంగతీ చెప్తుంది. వానికి యౌవరా జ్యాభిషేకం చేయుమంటుంది.

అక్కడనె పెద్ద చిక్కువచ్చి ఉంటుంది దుష్యంతునకు. యౌరాజ్య పట్టాభిషేకం అందరు సామంతులనూ పిల్చి నచ్చచెప్పి చేయవలసిన పని. కేవలం తనకే చెందిన విషయంకాదు. రాజ్యమంతకూ చెందినది, ఈ చిక్కులో పడినవాడై "నీ వెవరో నాకు తెలియ"దంటాడు. ఇది అబద్ధం. ఆయనకు ఆ క్షణాన కలిగిన చిక్కువల్ల నిజాన్ని బహిరంగంగా ఒప్పుకోలేక పోయినాడు. శకుంతలను పెండ్లియైననాడు తనకున్న మనో విశ్వాసం, ఈనాడు లేక పోయిందని చెప్పచ్చు. పైగా రాజ్య విషయమైన చిక్కున్నదిగదా ఇందులో.

ఈ అబద్ధంతో శకుంతల బ్రతుకు బ్రద్దలై నిలుస్తుంది. ఆమె అలా నిలబడిపోయి ఎంతోసేపు ఆలోచిస్తుంది చివరకు అంటుంది.—"నీకు బుద్ధి ఉందా లేదా?" అని కాదు.—

"రాజా నీవు ధార్మికుడవు. నీకు తెలియనిది ఉండదు బహుశ నీవు నీ మనసులో మాత్రం అనుకొంటూ ఉంటావు-నీవూ నేనూ తప్ప ఇంకెవరూ నీవు చేసిన పని నెరగరుగదా అని, నన్ను కాదంటే మరో సాక్ష్యం ఉండదు గదా అని అనుకొంటున్నావు! కాని రాజా! పురుషుడు చేస్తూఉండే పనులను కనిపెట్టుతూ ఉండే సాక్ష్యాలు చాలా ఉన్నాయి. (1) వేదాలు, (2) పంచ

భూతాలు, (3) ధర్మువు, (4) సంధ్యలు, (5) అంతరాత్మ, (6) యముడు, (7) చంద్ర సూర్యులు, (8) రాత్రిం బగళ్లు, వీటికి తెలీకుండా పురుషుడు ఏ పనైనా చేయగలడా! ఇవన్నీ చూస్తుండగా నీవు నాకు వరమిచ్చావు నా కుమారునికి యౌవరాజ్య పట్టాభిషేకం చేస్తానని. నన్ను ఇలా అవమానించ తగునా? అంటుంది.

"సతియును, గుణవతియు, ప్రజావతియు నను వ్రతయు నైన వనిత నవజ్ఞా
న్వితదృష్టి జూచునతి దుర్మతి కిహముం బరముగలదె మతి పరికింపన్

గుణవతీ, పిల్లలు గలగినదీ అనువ్రతా అయినసతిని అవమానించిన వాడికి ఇహమూ పరమూ ఉండటానికి అవకాశమేలేదు. ఆలోచించి చూడు మంటుంది. ఈమె దృష్టి అంతా తన పిల్లవాని ఉద్ధృతికి సంబంధించి మాత్రమె ఉంటుంది. అనేది గమనీయం. తనను అవమానించటం దుష్యంతుడికి మాత్రం శ్రేయస్కరం కాదంటుంది. ఎంత చమత్కారం ఇది అనుకోవాలా? భారత స్త్రీ యొక్క ఆలోచనా పద్ధతే అంతా? ఇంకా భార్య యొక్క స్థానం సమాజంలో ఎలాంటిదో చెప్తుంది:—

సీ॥ ధర్మార్థ కామసాధన కుపకరణంబు-
గృహ నీతి విద్యకు గృహము-
విమల చారిత్ర శిక్షకా చార్య కంబు
అన్వయ స్థితికి మూలంబు-
సద్గతికి నూత గౌరవంబున కేక కారణంబు
ఉన్నత స్థిర గుణ మణుల కాకరము
హృదయ సంతోషమునకు సంజనకంబు,— భార్యయ-చూవె
భర్తకు నొందుగావు ప్రియము
తే॥ గీ॥ ఎట్టి ఘట్టములను, నెట్టి యాపదలను
నెట్టి తీరములమ ముట్టబడిన
నంత లెల్లఖాయు నింతుల, ప్రజలను
నొన రజాడ గవిన జనుల కెందు.

తిరిగి తిరిగి అలిసి సొలసి విసిగి వేసారి వచ్చినవానికి భార్యా పుత్రుల్ని చూడంగానె ఎందుకు ఆ బాధలన్నీ నశించిపోతున్నవి? భార్యయొక్క గుణ గణ సముదాయములవల్ల అనగా భార్య వల్ల. కనక భార్య అంత గొప్పదనే విషయాన్ని-సంస్కృతిని-తెలిసికొనుమంటుంది శకుంతల. తన ఛాయను తను చూచుకొన్నట్లె జనకుడు పుత్రుని చూచుకొంటాడు. ఇన్ని "అప్పుడూ" "కాదూ" అనే మాటలకే వొచ్చిందిగాని అసలైన రుజువు మార్గం చెప్తాను వినవలసిం దంటుంది.—

శః పుత్రగాత్ర పరిష్వంగ సుఖంబుసే కొనుము
ముక్తా హార కర్పూర సాంద్ర పరాగ ప్రసరంబు
జందనము—జంద్ర జోత్స్నయుం
బుత్ర గాత్ర పరిష్వంగమునట్లు జీవునకు హృద్యంబే కదా శీతమే.

శఃతడ్ని కౌగలించుకొని పరీక్షించు-చందనములా-చంద్ర జోత్స్నలా సుఖం కలుగుతుందో లేదో చూడు. అలా (1) బాసచేసిన విషయం, (2) భార్య నవమానింపరాని ధర్మం, (3) పుత్రుని సుఖస్పర్శ చెప్పి, (4) సత్యము తప్పరాదనే విషయం చెప్తుంది.

సుతజల పూరితంబులగు నూతుల నూఱిటి కంటె సూనృత
వ్రత యొకబావి మేలు మఱి బావులు నూఱిటి కంటె నొక్కస
త్క్రతు వది మేలు తత్క్రతు శతకంబు కంటె సుతుండు మేలుత
త్సుత శతకంబు కంటె ఒక సూనృత వాక్యము మేలు సూడగన్

వేయి అశ్వమేధములు ఒక పళ్ళెంలోనూ ఒక సత్యం మరి యొక పళ్ళెంలోనూ పెట్టి తూచినట్లయితె సత్యమె బరువు తూగుతుంది సుమా! ఎందుకంటె ప్రపంచం సత్యానికె ఎక్కువ గౌరవం చూపుతుంది సుమా అంటుంది. ఇప్పటి రోజుల్లో కూడ సత్యాన్ని పలికేవానికి గౌరవమయితె ప్రపంచం ఇస్తూ ఉంటున్నది గాని సత్యాన్ని పలకటం మాత్రం వ్యక్తి నియమంగా పెట్టుకొంటున్నట్లులేదు. గౌరవమయితె ఉందిగాని సత్యానికి, దానిని ఆచరిస్తున్న వాళ్లు తక్కువ మంది అనాలి.

ఇన్ని చెప్పినా దుష్యంతుడు తన విషయంలో ఒప్పుకోలేదు. నీ వెవరో తెలీలేదన్నాడు. పది మందిలో తను చేసిన పనిని నిజాయితీగా ఒప్పుకొనటానికి ఆయనకు ఆత్మ విశ్వాసం లేకపోయింది. స్వార్థానికి ఆ ఆత్మవిశ్వాసం-శకుంతలను మొదట కలిసినప్పుడు-పనికి వచ్చినంతగా పరార్థానికి-ఆమెకోసం-ఉపయోగింప బడకపోయింది! పాపం ఆమె ఖిన్నురాలై పోయింది. ఇంకేది దారి అనుకొంది. భగవంతుడె అనుకొన్నది. తిరుగు ముఖమయింది. ఇది భగవంతుడి హృదయం కూడ తట్టుకోలేనిస్థితి బహుశ. అప్పుడు ఆకాశవాణి వినబడుతుంది అందరకూ,—

“ఈ శకుంతల నీ భార్యయే. ఈ పిల్లవాడు నీ కుమారుడే. ఈవిడ పలికిందంతా సత్యమే. ఈవిడ సాధ్వి. మహా పతివ్రత. వివేకవంతుడవై వారిని గ్రహించాల్సింది” అని వినపడింది. ఇది చెవులకె వినపడిందో లేక ఆ దర్బారులోని అందరి ముఖాలలోనే అవుపడిందో చెట్ల చేమలనుంచి వచ్చే గంథంలోనే తోచిందో పగలూ రాత్రులే పలికినట్లుగా గుండెల్లో మెదిలాయో-దేవుడే అందరికీ ఒకే ఒక మనసు కలిగింపజేశాడో మరి-సాక్ష్యంగా సర్వమూ తోచిందో. మొత్తంమీద దుష్యంతుడు శకుంతలనూ భరతునీ గ్రహించినాడు. భరతునకు యౌవరాజ్య పట్టాభిషేకమూ చేశాడు. అంటే సామంత రాజులందరికీ ఇష్టమైన పని ఇది అనే అర్థం-భరతుడు ఒక వంశకర్త అవుతాడు తరువాత. భారతాన్వయము అనేది ఈయన పేరు మీదనే కలిగింది.

ఈ శకుంతలా దుష్యంతుల కథలో విశేషం భర్త భార్యను ఏలిక పోవడానికి గల ప్రయత్నం. ఇది ఆకాశవాణి మాటలవల్ల విఫలమయింది. ఈ ఆకాశవాణి అనేది ఏమిటి? దీనిని దైవవాణిగా సామంత రాజులు సహా ఎందుకు పాటించారు అనేది విచారణీయాంశము. దైవవాణి అనేది ఈ ప్రపంచానికి దూరమైనదై హఠాత్తుగా ఆకాశం నుంచి ఊడిపడితె ఈ సామాజికులంతా తలలూపి ఒప్పుకొనేదే సనాలా? లేక సామాజికులంతా ఒప్పుకొని ఇలా అయితె బాగుంటుందని తమ తమ అంతరాంతరాల్లో అనుభూతి చేసిన-చేస్తున్న-విషయమె వారికి ఆకాశంనుంచి వినిపిస్తోందా అనేది స్మరణీయం. సామాజికుల అత్యంత నిర్ణయమె వారికి అలా వినిపిస్తోంది అంటేనే సమంజ

సమనిపిస్తుంది. అది సామాజికుల నిర్ణయం కాదగింది అవడం చేతనే వారంతా దానిని మన్నించేది! సామాజిక స్వభావమె ఆకాశవాణిగా వినబడుతునట్లు వర్ణించబడిందనిపిస్తుంది వ్యాసునిచేత.

దుష్యంతుని ఆస్థానంలో సామాజికులు అంతావచ్చి శకుంతలను ఏలవలసిందేననే తీర్పు ఇచ్చియుండవచ్చు. కాని అంతటి మహారాజునకు అంతటి పాలకునకు పాలితులు చెప్పారు ఆయన ఆ పలహాచేత పాలింపబడి నాడు అనటం రాజస్య ప్రధానమైనవారి రాజ్యాంగానికి విరుద్ధమయి ఉంత కుండా వ్రాయటం వ్యాసుని ధ్యేయం అయుంటుందనిపిస్తుంది.

ఇప్పుడయితె మరి సామాజికులకు ప్రధాని చెప్పిన మాటను కాదనే ప్రజాస్వామ్యం ఉంది గదా! అందుకని ఆకాశవాణి పలుకులు పలికే అవసరం లేదు!

భరతుని తరువాతి వారెవరంటే వాని కుమారుడు ఉభమస్యుండు. మనుమడు సుహోత్రుండు వీని కుమారుడు హస్తి, వీని పేరు మీదనే హస్తిపురమని ఆ ఊరుకు పేరు వచ్చింది. వానికి వికంటడు. వీనికి అజామీఢుడు కలిగారు-అజామీఢునికి సంవరణుడు వీని కుమారుడు "కురుపు" కలిగారు. ఈ "కురు" పేరు మీదనే మీకురు వంశము సుమా! అని వైశంపాయనుడు చెప్పాడు జనమేజయునకు. ఇది పూరు వంశ వర్ణనం.

అలాగే శంతనుని వరకూ వంశవృక్షం చెప్పేస్తాడు. శంతనుడు గంగా దేవిని పెండ్లాడి భీష్ముని కన్నాడు అనంగానే ఆ కథ చెప్పవలసిందంటాడు జనమేజయుడు.

## 2 వసూత్పత్తి

కురుపు వంశంలో వారు విమారథుడు, అనశ్వుడు, పరీక్షిత్తు భీమసేనుడు ప్రతివసుండు, ప్రతీపుడు - ఇలా వంశపరంపర కలిగింది. ప్రతీపునకు

శంతనుడికి కుమారుడుగా పుట్టాడు. ఈయన గంగ యందు, భీష్ముని కంటాడు. ఇంతవరకు చెప్పేటప్పటికి జనమేజయుడు ఈ మనుష్యుడైన శంతనునకూ అమర నదిమైన గంగకూ సంగమమెలాగయింది చెప్పాల్సింది అంటాడు. ఇంతా భీష్ముడు, పాండవధార్తరాష్ట్రుల జన్మవృత్తాంతాలను చెప్పవలసిందంటాడు.

అమరులు-అన్నంత మాత్రంచేత మనుష్యులతో సంబంధం లేని వాళ్ళు అనుకోనక్కర్లేదు. తపస్సు చేసిన మనుష్యులు కేవలం హిమాలయాల్లో వరకె వెళ్ళి ఊరుకోనే వాళ్ళు కారు. వాళ్ళకు స్వర్గము దేవతలు అనబడే వాళ్ళు ఉండే స్థలం ఎక్కడో అవగత మయేవి. అక్కడకు వీళ్ళు కూడ వెళ్ళి వస్తూ ఉండే వాళ్ళు. స్వర్గానికి వెళ్తావు అంటే ఇప్పటికి "చచ్చిపోతావు" అనే అర్థం మనకవుతోంది గాని- అప్పుడు స్వర్గానికీ మనుష్య లోకానికీ రాకపోకలుండేవి. ఉపరిచర వసువు ఇంద్రునితో స్నేహంగట్టి అక్కడకు వెళ్ళి రావటానికి ఒకానొక విమానం కూడ సంపాదించినట్టు క్రిందటి ఆశ్వాసంలో చెప్పారు.

కాకపోతే అక్కడి వారి భావాలు ప్రవర్తనం మనుష్యుల ప్రవర్తనం కంటె వేరుగా వుంటుంది. వారు మనుష్య లోకంలో ఎక్కువ పుణ్యం సంపాదించి అక్కడకు వెళ్ళి ఉండిపోయిన వారుట. ఎక్కువ మనః ప్రశాంతంగా మనే వ్యక్తులు. ఎల్లప్పుడూ వారి మనసులలో భగవంతుడు బ్రహ్మ[illegible]త్వమూ జ్ఞాపకానికి వస్తూ ఉంటుంది అనచ్చు. అయితే వీళ్ళను కూడా కామ క్రోధాది శత్రువులు పీడిస్తూనే ఉంటవి గాక. కాని అవే కేవలం ఆక్రమించి వారి మనసులను పరిపాలిస్తూ ఉండవు అనిపిస్తుంది. లోక సౌభాగ్యం కోసమె వారు సర్వసాధారణంగా ప్రయత్నిస్తూ ఉంటారు. ఆలాటి మనః స్వభావం కలిగించు కొనటానికి అందుకె మనుష్యులు ప్రయత్నిస్తూ ఉండే వాళ్ళు. అవకాశమొస్తె స్వర్గానికి పోయి వద్దామని.

మనుష్య లోకంలోకి దేవతలూ వచ్చేవాళ్ళు. ఇక్కడి వారికి [illegible] కలిగించి వెళ్ళిపోయే వారు గాక. వాళ్ళు ఒకే ఒక

శరీరం కలిగి అలాగే ఉంటూ ఉండేవారు కారు. వాళ్ళు ఎలా వీలయితే అలా శరీరాన్ని మార్చుకో కలిగిన కామరూపులు. అందుకని ఒకసారి నదిగా మనుష్య లోకంలో ప్రవహిస్తూ ఉండే గంగానది, స్త్రీరూపకంగా అయి శంతనుని ప్రేమించటం విడ్డూరమేమీ కాదు. మేనక వచ్చి విశ్వామిత్రుని మోహ పెట్టడం కాలేదా! అలాగె.

ఇంతకూ పూర్వం ఇక్ష్వాకు వంశంలో మహాభిషుడు అనే ఒక గొప్ప రాజు ఉండేవాడు. ఆతడు ఎంతో పుణ్యాన్ని గడించాడు. ఎన్నో అశ్వమేధ యాగాలు రాజసూయ యాగాలు చేసినవాడు. ఆయనకూ స్వర్గంలో వారికీ స్నేహం ఉన్నది. స్వర్గంలో బ్రహ్మదేవుని సభకు హాజరవుతూ ఉండేవాడు కూడ.

ఒకసారి అక్కడ సభలో కూర్చొని ఉండంగా గంగాదేవి కూడ స్త్రీ రూపంలో అక్కడకు వస్తుంది. ఆమె కట్టుకొన్న చీర కుచ్చెళ్ళు హఠాత్తుగా జారిపోయి ఆమె తొడలు పూర్తిగా సభ వారికి అవుపడుతవి. సభలో అందరూ బ్రహ్మదేవుని ముఖమై బ్రహ్మపదార్థ తత్త్వ దృష్టిలో ఉండంగా ఈ మహాభిషుడు ఈమె యొక్క ఊరు మూలముపై సాభిలాషతో చూస్తూ ఉండిపోతాడు. వెంటనె బ్రహ్మ ఇది గమనించి, కామ సంబంధమైన కారణంచేత ఆమెకు అవజ్ఞచేసి పాపం చేశావు గనక వెళ్ళి తిరిగి మర్త్య యోని యందు పుట్ట వలసింది అని శిక్షవేస్తాడు. ఆ మహాభిషుడే ప్రతీపునికి కుమారుడై శంతనుడుగా పుట్టుతాడు.

అదేమిటి అతడు ఇతడుగా పుట్టడమేమిటనిపిస్తుంది. ఇద్దరూ ఒకటేనా? ఎలా అవుతారు? రెండు ఒకటి అవడమెలా? అని సందేహం కలుగుతుంది. రెండు ఉంగరాలుంటవి, రెండూ ఒకే మెటలు-బంగారం. ఒక దృష్ట్యా అవి రెండు. మరొక దృష్ట్యా రెండూ ఒకటే. అలాగే సముద్రమూ-అలలూ. అన్నం-మెతుకులూ. ఇలా ఈ ఉదాహరణలలో చెప్పినవాటికి, మనసూ బుద్ధీలు ఉన్నట్లు మనకు తెలీదు. కాని మనుష్యు లిద్దరికీ మనసులూ బుద్ధిలు వేరు వేరుగా ఉండంగా వాడే వీడై పుట్టినాడంటంలో అర్థమేమని? అతడికి గల

మనో బుద్ధులే ఇతడికీ ఉండిపోయినయి గాని శరీరం వేరుగా వచ్చిందని అనవచ్చు. మనిషి అనంగానే శరీరం జ్ఞాపకం వస్తుంది- ఒక రూపం. కాని ఆ రూపం నిజానికి మనిషి కాదు. చనిపోయినాడన్నప్పుడు రూపం అలాగే ఉన్నా దానిని మనిషి అనం గదా! అందుచేత కనుపడే శరీరం మనిషి కాదు. శరీరంలో ఎక్కడో ఉన్నాడు మనిషి. ఎక్కడున్నాడు? మనసులోనా? బుద్ధిలోనా? కావచ్చు. కాని మనసు మార్చుకొంటున్నాడు. బుద్ధి మార్చుకొంటున్నాడు తను మాత్రం ఎప్పుడూ "నేను" "నేను" అంటూ ఉంటాడు మనిషి. ఆ మనిషి మారడు వోలె కనిపిస్తుంది.

ఇప్పుడు బంగారు ముద్దలా అనుపడే పదార్థం నేను బంగారాన్ని "బంగారాన్ని" అని మనకు తెలియజేస్తూ దానిని ఉంగరంగా చేయంగానే నేను "ఉంగరాన్ని" "ఉంగరాన్ని" అంటుంది అన్నట్లుగా విన్నటి వరకూ మహాభిషునిగా ఉన్న రాజు ఆ శరీరం వదలి వేసి, శంతనుడుగా ప్రతీపునకు పుట్టి "నేను శంతనుడను నేను శంతనుడను" అంటూ మనుతున్నాడన్నమాట. అప్పటి మనోబుద్ధుల నైశిత్యమె లేదా గుణములె ఇప్పుడూ పరిపాలిస్తున్నవై వాని ప్రవర్తనకు దోహదమిస్తవి. అతడి బుద్ధి వికశించినదైతే, ఈ గుణాల పాళ్ళలో మార్పు తెచ్చుకొన్నవాడై మంచీ చెడూ అనే శ్రేయో ప్రేయో మార్గములను త్రొక్కగలుగుతాడు అని తెలియాలి.

మహాభిషుడు మనుష్య లోకానికి రావలసినందుకు కారణమైనా గంగ మహాభిషుని మహానుభావునిగా మన్నించింది. మహాభిషుడు అప్పుడే బ్రహ్మతో "అయ్యా నేను పుణ్యచరిత్రుడయిన ప్రతీపునికి సంతానంగా కలిగేటట్లు చేయాల్సింది" అనటంతో గంగ ఇంకా అతడ్ని మెచ్చుకొని యుండవచ్చు. పైగా ఈ మహాభిషునికి గుణ, రూప సంపద ఎంతో ఆకర్షణీయంగా ఉండటం కూడ ఆమె మెప్పుదలకు కారణమయి యుండవచ్చు. అన్నిటికంటె ఆయనకు తన శరీర మందు గల అభిలాష ఆమె యందు మనోజ బాణ బాధను చేస్తుంది. తాను మర్త్యలోకంలో తిరగగలిగింది గనక ఇతడే అక్కడ తటస్థపడితే తను ఆయన తోటి సుఖాన్ని అనుభవించవచ్చు అనుకొంటూ తిరిగి మర్త్యలోకానికి ప్రయాణం చేస్తుంటుంది.

దోవలో అష్టవసువులు ఖిన్నులై కనపడుతారు. వారు వశిష్ఠ మహాముని శపించడం వల్ల మర్త్యలోకంలో పుట్టవలసిన స్థితిలో ఉన్నారు. వారిని గంగ ప్రశ్నింస్తుంది "ఇదేమిటి ! మీరు ఇలా దుఃఖితులై ఉన్నా"రని. వాళ్లు ఈమెను చూసి మహాభిషుని శాపకథను జ్ఞాపకం తెచ్చుకొని మేము భూలోకంలో ఎవరికి జన్మించాలా అనుకొంటున్నాము. నీవు పుణ్యవంతురాలివి. నీకు జన్మించాలని ఉన్నది. నీవూ మహాభిషుడు యీ లోకంలో తిరిగి పుట్టిన తర్వాత ఆతడ్ని వివాహం చేసికొని మమ్మల్ని కనవలసింది. మేము ఇద్దరు పుణ్యవంతులకు పుట్టి వాళ్ళమై శాప సమాప్తి త్వరలో చేసికోగలుగుతాము అంటారు.

ఆమెకు అది ఎంతో సమ్మతమయింది. తన మనసులో కోరికకు వసువుల అభ్యర్థనదోహదమిచ్చిందయింది. సరె నంటుంది. అప్పుడు వాళ్ళడుగుతారు. ఇంకో మేలు కూడ మాకు చేయి తల్లీ ! మేము పుట్టంగానే మా శరీరాలను నశింపజేసేయి మేము తిరిగి మా పదవుల్లోకి వెళ్లిపోతాము. నీకు కుమారుడు కావాలంటావా ఇదుగో ఈ ఎనిమిదోవాడు నీ కుమారుడుగా చాల కాలం ఉండిపోతాడుగాక అంటారు. ఆమె అలాగే నంటుంది. ఆమె సంతోషానికి అంతులేదు.

శాపం అనేది శిక్షయితే ఇలా పుట్టిన వెంటనే చంపించుకొని తిరిగి వసు పదవికి వెళ్లిపోతామని యీ వసువులు అనడం సమంజసమా ? కానని కమా అనిపిస్తుంది. కాని "నీవు మర్త్యయోనియందు" పుట్టవలసింది అంటె పుట్టిన తరువాత శ్రేయోమార్గమో ప్రేయోమార్గమో అనుసరించడం నీ సంస్కారాన్ని బట్టి అనుసరించి తదనుగుణంగా ఇంకేవైనా జన్మలు ఎత్తవలసి వస్తె ఎత్తవలసిందనే అర్థం. పుట్టటం అవంగానే వెంటనే శరీరం చనిపోయినట్లయితే, వసువుల సంస్కారం పుణ్యసంస్కారం గనుక వెంటనే తిరిగి మొదటి పదవికి వెళ్ళటం ఖాయమని వారి అర్థం. శాప విమోచనం అడిగితే కూడ ఇలాంటి మార్గమేదో ఆ శాపమిచ్చిన మహానుభావుడె అనుగ్రహించడం చూస్తాం. ఆ శాప విమోక్షణ పథకం వసువులు ఈ గంగ ద్వారా పూర్తిచేసికోగలిగారన్నమాట. వశిష్ఠుడే అన్నాడట - చాలా కాలం మీరు భూమి మీద ఉండనక్కర్లేదు లెమ్మని ——

గంగ ఉండి ఉండి ఒక్కనాడు యమనియమ వ్రతపరాయణుండై నిష్ఠతో కూర్చున్న ప్రతీపునికి హఠాత్తుగా చక్కని యౌవ్వనంతో ప్రత్యక్షమైనదై ప్రేమతో దరికి వచ్చి ఆయన కుడితొడ మీద నాజుగ్గా చతికిలపడుతుంది. మన్మథ వశమై ఉంటుంది. ప్రతీపుడు అచ్చెరువు పడిపోతాడు. ఇదేమిటి నా తొడ నెక్కావు అసలు ఎవరు నువ్వు అంటాడు. ఆమె చెప్తుంది తాను గంగనీ ఆయన సద్గుణాలకు సంతసిల్లి భార్యగా ఉండటానికి తను వచ్చిందనీ. ప్రతీపుడు లబలబ లాడతాడు. అగ్నిసాక్షిగా పరిణయమైన భార్య ఒక్కతెనే గాని ఇతర్లను కన్నెత్తి చూడని నన్ను ఇలా అనడం భావ్యం కాదంటాడు. నా కుడితొడ మీద నీవు కూర్చున్నావు కనక కుమారుడితో సమానం. నీవు, ఎడమతొడ మీద నెక్కలేదుగాక ఇంకానయం! అని చెప్పి నా కుమారుని చేసికోవలసింది అంటాడు. ఆ మాటలు అనడమే తడవు సరె అలాగే ఏర్పాటు చేయాల్సిందని గంగ వెళ్లిపోతుంది.

ప్రతీపుడు సంప్రాప్త యౌవ్వనుడైన శంతనకుమారునికి పట్టంగట్టి అతడితో చెప్తాడు. "గంగాతీరంలో ఒక చక్కని కన్య కన్పడితే ఆమెతో నా సుతునకు భార్యవు కావలసింది అని అడిగినాను. ఆమె అందుకు ఒప్పుకొన్నది అందుచేత వెళ్ళి ఆమె కన్పడితే ఆమె కులగోత్రాలను అడుగనే వద్దు సుమా! నిరభ్యంతరంగా వివాహం చేసికొనాల్సింది" అని చెప్తాడు. కుమారుడు సరేనంటాడు.

ఈ శంతనుడు ఒకసారి ఆ గంగా తీరానికి వెళ్లి విహరిస్తూ ఉండగా గంగ తిరిగి యవ్వని రూపం ధరించి వచ్చి ఎదుట నిలుస్తుంది. అతడు కళ్ళప్ప ంచి మనసు ఆమెపై నిలుపుతాడు. ఆమె కూడ అలాగే ఉంటుంది. చివరకు టుంది అతడితో - "నీకు ఇష్టమయితే నన్ను భార్యగా చేసుకో: కాని, షరతు ఉంది దాన్ని మాత్రం నీవు పాటించాలి సుమా! ఏమనంటే, — న్ని కూలనాడకూడదు - నే చేసే పనులకు అడ్డం చెప్పకూడదు. ఎప్పుడు నీవు అలా చేస్తే అప్పుడే నేను నిన్ను వదలి లేచిపోతాను" అన్నది శంతనుడు సరే నంటాడు. చేసుకుంటాడు.

ఈ కథలో గంగ ప్రవర్తనం వింతగా అనిపిస్తుంది. పవిత్ర భారత నారీరత్నం అనే భావం మన బుర్రలో ఏ మాత్రమైన ఉంటే ఈమె అలా ప్రవర్తించలేదని ఘంటాపథంగా చెప్తాము. ఇలాంటి ఆమెకు వసువులు జన్మిస్తామనడం - చిత్రం ! అనిపిస్తుంది.

కాని, ఆమె సురల నారి. సురలు భావప్రథానులు. భావం విజృంభిస్తే అలా నిష్కపటంగా బయటపడిపోతారు. మరి ప్రతీపుని చేరటంలో ఈమె భావం ఏమిటనేది కూడ చెప్పజాలని సందర్భం. "సరే" నంటె పెళ్ళి చేసి కొనేదేనా ? అలాచేసికొన్నా తిరిగి తరువాత ఎప్పుడో కొడుకును గూడ చేసి కొని ఆ వసువుల జన్మకు కారణమయేదేనా ? అమరులలో వావివరుసలు కొందరికి లేవు. ఈమె అమర స్త్రీ కనుక అలా ఉన్నదనటం ఒక ఊహ.

లేక, మహాభిషుడు ఈ ప్రతీపుణ్ణి మెచ్చుకొని ఈయనకు పుట్టుతున్నాడు కదా - ఈ ప్రతీపుడి స్థైర్యం ఎలాంటిదో చూస్తాం అని పరీక్షించడం కోసం వచ్చి ఆయన కుడితొడ నెక్కిందా ? అలాఅయితె అందుకేనా కొడుకును చేసికొనవలసిం దనంగానే పెళ్ళిపోయిందని కూడ సమాధానం చెప్పుకోవచ్చు.

అంతేకాక గంగ వయసు ఎంత ? పుట్టబోయే శంతనుడి వయసెంత వీళ్ళు పెళ్ళిచేసి కొనడమేమిటి ? అనే శంక రావటం కద్దు. కామరూపులయిన అమరులు ఎప్పుడూ పదహారేళ్ళ వయసులోనే కనపడగలరు. వయసూ, తలిదండ్రులూ, ఈ ప్రశ్నలు యీమె విషయంలో ఉదయించవు. అది తెలిసే ప్రతీపుడు కుమారునితో ఆ పిల్ల ఎవరో వస్తుంది - కులగోత్రాలడగకుండ వివాహమాడ వలసిందని చెప్పిపోతాడు.

వసువులు ఒకరి తరువాత ఒకరుగా ఈమెకు పుట్టడం ఆరంభిస్తారు. పుట్టిన పిల్లవాణ్ణి బ్రతకనీయకుండా తీసికొనిపోయి గంగలో ముంచేది ఈమె. శంతనుడు ఆమె నేమైనా అంటె లేచిపోతుందేమోనని బహుశ అప్రతిష్ఠ అనీ - ఊరుకొంటాడు. ఎనిమిదవ వసువు పుట్టినప్పుడు మాత్రం ఆయన కసురుకొంటాడు. "నువ్వు పుత్రఘాతివి. ఈ పిల్లవానిని చంపనీయను పో"

మ్మంటాడు. ఆమె సరే అయితే నీకూ నాకూ ఇవాళతో సరి. ఇప్పుడు నా సంగతి చెప్తాను విను. "నేను త్రిభువనపావనియైన గంగను. ఈ నీ పిల్లలు ఎనిమిది మందిన్నీ వసువులు. వారు ఒకప్పుడు తమ భార్యలతో సహా వశిష్ఠ మహాముని ఆశ్రమానికి విహారార్థము వచ్చి అక్కడి కామధేనువును తోలుకు పోతారు. అష్టమ వసువు భార్య అది కావాలని అడగడం వల్ల తోలుకుపోతారు. వశిష్ఠుడు అందరు వసువులనూ శపిస్తాడు మనుష్యులుగా పుట్టండని వసువులు గోలపెట్టారు ఆయన ముందు. అజ్ఞానం చేత యీ పని చేసిన మమ్ములను క్షమించుమని అడుగుతారు. సరేఅయితే ఎక్కువ కాలం మీరు అక్కడ ఉండ కుండ రావలసింది. ఎనిమిదవవాడు మాత్రం చాలాకాలం ఉండాల్సిందే. సంతానం లేకుండా కూడ ఉంటాడు అని చెప్పాడట. అంతట ఈ వసువులు నన్ను ప్రార్థించారు మనుష్యునకు తమను కనవలసిందని. నిన్నందుకే పెళ్ళి చేసికొన్నాను. ఏడుగురు వసువులనూ పైకి పంపేశాను. ఇతడు ఎలాగా ఉండే వాడే. పిల్లవాడిని నేను తీసికొనిపోతాను. కొంతకాలమయినాక, నీకు నప్ప చెబుతాను గాక" అని పిల్లవానిని తీసికొనివెళ్ళిపోతుంది.

శంతనుడికి గుండె జారిపోతుంది. "అనవసరంగా ఈమెను తూలనాడి ఈమె ఇచ్చే సుఖాన్ని వదలుకొన్నానే అని బాధపడతాడు. అంతే. అది అలా జరగాల్సి ఉంది గనక అలా జరిగింది. అయ్యో అలాచేస్తే ఇలా జరగకుండా ఉండేదేమో అనే మనుష్య ఊహలకు దైవదృష్ట్యా అర్థం ఏమీ ఉండదు బహుశ.

❋

## 3. పాండవ ధృతరాష్ట్రుల జననం

శంతనుడిని వదలి గంగ వెళ్ళి పోయింతరువాత ఆయన బుద్ధిగా చక్కగా రాజ్యమేలు కొంటూ ఉంటాడు. ధర్మంగా నడుచుకొన్నాడుట. అంటే స్వధర్మం అనే దాన్ని సరిగ్గా పాటించేటట్లుగా రాజ్యం చేశాడని అర్థం. స్వధర్మమంటె

వ్యక్తి స్వార్థానికి మాత్రమె బ్రతకటం గాక ప్రపంచం కోసం, సమాజసేవ కోసం బ్రతకటం అని అర్థం.

ఇలా చేస్తూ ఒకనాడు గంగ ఒడ్డుకు వేటకని వెళ్తాడు. గంగానది అప్పుడు బహు కృశించి కనపడుతుంది. ఇదేమిటా ఇలా ఉంది అనుకొంటూ ఉండగానే ఒక చక్కని కుమారుని చూస్తాడు. అతడు ధనుర్బాణాలతో అక్కడ విలువిద్య నభ్యసిస్తూ ఉంటున్నాడు. ఇంతలోనే గంగ స్త్రీరూపంలోవచ్చి ఆ కుర్రవాని చేతిని పట్టుకొని తీసుకొనివచ్చి శంతనుడికి అప్పగిస్తుంది. "ఇదుగో ఇతడే నీ కుమారుడు దేవవ్రతు"డని. ఇతడికి అన్ని విద్యలనూ నేర్పించాను. అస్త్రవిద్యను పరశురామునితో సమానంగా నేర్చుకొన్నాడు. వేద శాస్త్రాలు బృహస్పతితో సమానంగా తెలిసికొన్నవాడు. ఈతడ్ని తీసికొని వెళ్ళమం టుంది. శంతనుడు సంతోషంతో తలమున్కలై కుమారుణ్ణి తెచ్చుకొంటాడు ఇంటికి.

నాలుగేళ్ళయింది. ఒకనాడు యమునానది ఒడ్డున శంతనుడు వేటాడుతూ ఉండంగా చక్కని సువాసన నాఘ్రాణిస్తాడు. ఇదెక్కణ్ణుంచి వస్తోందో అను కొంటూ ఆ వచ్చినవైపే నడచి, యోజనగంధియైన సత్యవతి నడిపే బల్లకట్టు దాకా వెళ్ళి ఆమెను చూసి మతి ఆమె పరం చేస్తాడు. "నీవు ఒంటరిగా ఇక్క డుండి యీ పని ఎందుకు చేస్తున్నా"వంటాడు. "మా అయ్య దాశరాజు. ఆయన సన్నిక్కడ యీపని చేయమనడంచేత ఇలా ఉన్నా"నంటుంది. దాశరాజు కూతురు చాల అందకత్తె అనే ప్రతను అదివరకె విని ఉన్నాడు శంతనుడు వెంటనె వెళ్ళి ఆ దాశరాజును అడుగుతాడు—తనకు వాని కూతురనిచ్చి వివాహం చేయుమని.

అందుకు దాశరాజు "ఒక షరతు పాటించా"లన్నాడు. అదేమిటంటే తన కూతుర్ని ఇస్తాడు గాని ఆమెకు పుట్టే కుమారుడే శంతనుడి అనంతరం రాజు కావలసి ఉంటుందట. శంతనునకు గంగ తనవద్ద ఉన్నన్నాళ్ళూ దారేషణ ఎక్కువగా ఉండేది. ఇప్పుడు పుత్రేషణ ఎక్కువయింది. అంటే దేవవ్రతు డంటే ప్రేమ. తన తరువాత రాజు కావలసిన వా డతడుండగా దాశరాజుకు

మాట ఎలా ఇస్తాడు పుట్టబోయే వాడికి రాజ్యం ఇస్తానని. అందుకని తిరిగి ఇంటికి వచ్చి "వాసెనకట్టు కట్టుకొని" అన్నట్టుగా మంచ మెక్కుతాడు. దేవవ్రతుడు వచ్చి "నాయనా! ఏమిటి మీ మనోవ్యాకులతకు కారణము" అని అడిగినప్పుడు, లేమమీదగల వ్యామోహమని ఎందుకు చెప్తాడు గనక ? పైగా తనకు పుత్రులను కనాలని ఉన్నదంటాడు. "ఒక పుత్రుడు పుత్రుడు కాదంటా"రన్నాడు. నిజానికి ఈ అష్టమ వసువైన దేవవ్రతుడికి పిల్లలు పుట్టరని గంగ తనకు చెప్పనుకూడ చెప్పింది. నామ సంకీర్తనాయటు అన్నట్లు ఆయన పుత్రులు ఇంకా కావాలనటం విడ్డూరమేమీ కాదు.

దేవవ్రతుడు పసిగట్టి విచారణ చేసి తెలిసికొంటాడు సత్యవతిని తన తండ్రి మనసు వందుంచుకొన్నాడని. హుటా హుటి దాశరాజు వద్దకు వెళ్ళి అడిగేస్తాడు—"మా రాజుకు నీ పుత్రిక నీయవయ్యా వివాహానికి గాను" అని. దాశరాజు మామూలు షరతును సూచిస్తాడు. పైగా "నీవు అలిగినట్లయితే ఎంతటి వారైతే మాత్రం ఆగ గలరా!" ఈ విషయం వీలుగ పరిష్కరించి నా పుత్రికను మీ రాజుకుగాను తీసుకొనిపోవలసింటంటాడు. అప్పుడు దేవవ్రతుడు ఆ సభలోనే ఒక ప్రతిజ్ఞ చేస్తాడు-ఈ సత్యవతికి కలిగే సంతానమే మాకు రాజు అవుతాడు. అతడే కౌరవ కులస్థితి కారుడు కావలసి ఉంది అని. కాని దాశరాజు మరొక సందేహం వెలిబుచ్చుతాడు. నీవు సత్యవ్రతుడవె గాని, నీ కుమారులు పేచీ పెట్టే అవకాశం ఉంది గదా అంటాడు. వెంటనే దేవవ్రతుడు నేను ఆజన్మ బ్రహ్మచర్యం పాటిస్తాను నాకు సంతానం కలగటమనే ప్రసక్తేలేదు అని అలా దాశరాజును ఒప్పించి, సత్యవతిని రథంపై పెట్టుకొని తీసికొనిపోయి శంతనునకిచ్చి పెండ్లి చేస్తాడు. భీష్మునకు తాను వసువుగా ఉన్నప్పుడు వశిష్ఠు డిచ్చిన శాపం సంగతి తెలిసె ఉంటుంది ఆసమయాన. అంతటి కఠోర దీక్షను సునాయాసంగా తనపై ఆంక్షగా తీసికోవడానికి బలం ఆ తెలియడమె. మనసు అందుకు సిద్ధమై ఉండటమె. పూర్వజ్ఞానం వల్ల యిలాటి భీష్మ ప్రతిజ్ఞలు చేయగలిగే పుణ్యం లభిస్తుందనేది గమనీయం.

ఒకనాడు ప్రతీపుడు యమనియమవ్రతనిష్ఠలో ఉండి గంగ వచ్చి

తన వాళ్ళో కూర్చుంటె నిరశించాడు. శంతనుడు దాశరాజు కూతురను మోహించి, కుమారుని ప్రతిజ్ఞలను వీలుగా ఉపయోగించుకొన్నాడు. ప్రదీపుని రోజుల్లో వేదశాస్త్ర విషయాలపై యజ్ఞాలపై ఎక్కువ మక్కువ ఉంచుకొనేవారు జనులు. ధర్మంపై ఆసక్తి ఎక్కువ ఉండేది. శంతనుని కాలంనాటికి కామంపై ఆసక్తి ఎక్కువయిందనిపిస్తుంది. దాశరాజు విషయంలో అర్థంపై మమకారం ఎక్కువగా ఉన్నట్లు చూస్తాము. ధర్మార్థ కామాలు ఈ విధంగా ఒకొక్క కాలంలో ఒకొక్కటిగా విజృంభిస్తూ ఉంటవట. ఈరోజుల్లో కేవలం అర్థ మొకటే వాంఛనీయమైనదా అనిపిస్తుంది. కామమైనా తరుచు కనపడవచ్చు గాని, ధర్మం అవుపడటమె లెదు.

అయితె దేవవ్రతుడు ప్రతిన చేయడం మాత్రం లౌకికదృష్ట్యా కేవలం పరార్థమే చేసినందువల్ల అతడు ధర్మంకోసమే చేశాడని-అనగా సమాజ హితం కోసం స్వార్థాన్నిత్యాగం చేశాడని-చెప్పక తప్పదు. అదె కర్మయోగి లక్షణం.

అందుకనె అతడికి భీష్ముడనే పేరు వచ్చింది. ఈతడి ప్రతిజ్ఞ భీష్మమయిన ప్రతిజ్ఞ.

అలా శంతనుడు సత్యవతిని పెండ్లాడి, చిత్రాంగదుడు విచిత్రవీర్యుడు అనే ఇద్దరి పుత్రులను పొందుతాడు. భీష్ముడు చిత్రాంగదునే రాజుగా ; తాను పై మీద చూస్తుండేవాడు రాజ్యాన్ని. కాని చిత్రాంగదుడు దురుసు మని, అతడు గంధర్వరాజుని ఆక్షేపిస్తాడు. మహాగర్విగా ప్రవర్తించి ఆ గంధర్వ రాజునకు కోపం తెప్పిస్తాడు. ఆ గంధర్వరాజు పేరూ చిత్రాంగదుడే. రాజీ రాజీ యుద్ధం ఆరంభమై ఇద్దరూ పోట్లాడుతారు. గంధర్వరాజు చిత్రాంగదుని చంపేస్తాడు. మరి భీష్ముడు ఈ సందర్భంలో యుద్ధం చేయకపోవటానికి కారణం తేలీదు. లేక భీష్ముడు యుద్ధంచేసినా మరి చిత్రాంగుడైప గంధర్వుడే గెలిచా డేమొ. లేదా వారిది కేవలం ద్వంద్వ యుద్ధమయీ ఉండచ్చు బహుశ. అప్పుడు భీష్ముడు విచిత్రవీర్యుని రాజుగా చేస్తాడు. ఇతడికి పెండ్లికాలేదు. వానికి మనువు తేవాలనే అభిప్రాయంతో భీష్ముడు కాశీరాజు కూతుంద్ర ముగ్గురకూ

స్వయంవరం జరుగుతున్న సమయంలో అక్కడ మూగిన రాజలోకం అంతా వెరగుపడి చూస్తుండంగా ఆ ముగ్గురనూ పట్టితెచ్చి తన రథ మెక్కించుకొని, "ఎవరొస్తారో రండి అడ్డం—వీళ్ళను మా తమ్మునకిచ్చి వివాహం చేయడానికి గాను తీసికొని పోతున్నాను" అని సవాలుచేసి మరీ వెళ్ళిపోతుంటాడు. సాల్వుడు అనే ఒక రాజన్యుడు ఆ ముగ్గురు కన్యలలో పెద్దామెను వరించి ఉంటాడు. అతడు కోపం ఆపుకోలేక యుద్ధం చేస్తాడు భీష్మునితో. కాని గెలువలేక వెళ్ళిపోతాడు. ఇంటికి తేబడిన ఆ కన్యలలో అంబ తాను సాల్వుని ప్రేమించినట్లూ, తన తండ్రి ఆయనకు తనను ఇస్తానని మాట ఇచ్చినట్లూచెప్పి భీష్మునకు తెలియని ధర్మంలేదు కనక తన్ను సాల్వునివద్దకు పంపుమంటుంది. భీష్ముడు అందుకు ఒప్పుకొని ఆమెను పంపుతాడు. మిగిలినవారు అంబిక, అంబాలిక అనే వారు. వారిని విచిత్రవీర్యునకిచ్చి భీష్ముడు వివాహం చేస్తాడు. రాక్షస వివాహం చేసేటప్పుడు కూడ ఒకానొక ధర్మాన్ని అనుసరించే చేసే వాళ్ళన్న మాట. అంతకు మును పే ప్రేమించియున్నట్లయితే ఆమె రాక్షస వివాహం ద్వారా యింకొకడికి భార్య అయే అవకాశం లేదన్నది గమనీయం.

కాని దురదృష్టవశాత్తు విచిత్రవీర్యునకు పిల్లలు పుట్టకముందే అతడు యక్ష్మవ్యాధితో మరణిస్తాడు. మన మొకటి తలిస్తె భగవంతు డింకొకటి తలుస్తాడన్నట్లు సత్యవతి కొడుకులు రాజులై వంశకరులు కావాలనుకొంటే అది సాగటానికి వీలులేకుండాపోయింది.

అప్పుడు సత్యవతె భీష్ముని పిలచి, నాయనా! నీచే రాజ్యం ఏలవలసింది. పెండ్లి చేసికొని పిల్లలను కనవలసింది. నీ ఒక్కడవే ఈ వంశం నిలబెట్ట కలిగినవాడివి అంటుంది. భీష్ముడు అది వీల్లేదంటాడు. తన ప్రతిన పతినే నంటాడు. ఎలా ఆ ప్రతిన చెల్లేది? విచిత్రవీర్యునికి కుమారులు లేరుదా! అనె సమస్య వారిద్దరినీ క్షణం బాధిస్తుంది. అప్పుడు భీష్ముడు మార్గం చెపుతాడు —

అమ్మా! పరశురాముడి చేత క్షత్రియ వీరులంతా చంపబడిన రోజుల్లో భూసురుల ద్వారా క్షేత్రజ్ఞులను పుట్టించి రాజుల వంశాలన్నీ నిలిపినారు. వారు

చక్కని పరిపాలకులై తామరతంపరగా పెరిగిపోలేదా ? అలాగే మనమూ ఈ కురువంశాన్ని రక్షించాల్సిఉంటుంది అని. అప్పుడు ఒక కథను చెప్తాడు. అది దీతముని కథ. ఈ పై మాటలు చెప్పి ఊరుకొనక ఈ ధీతముని కథ ఎందుకు చెప్తాడు భీష్ముడు అని బుద్ధితో తర్జన భర్జనచేసి తెలిసికొనడం మనకు కర్తవ్యం. సత్యవతి - ఓహో భూసురులచే క్షేత్రజ్ఞులను పుట్టింపజేయడం అన్నాడు గనక మన ఇంటి ప్రక్క పురోహితుణ్ని పిలు - అనలేదు. పారాశర్యుడంతటి మహానుభావుణ్ణే అర్థించింది తన కోడండ్రకు పిల్లలను ప్రసాదింపవలసిందని. మహానుభావులెవరో వారినే ఈ అభ్యర్థన చేయటం ఆచారమనేది గమనీయం. ఒకానొక కులంలో పుట్టిన మాత్రాన ప్రతివాడికీ యీ అవకాశం లభిస్తుంది అనుకోరాదు,

ఇంతకూ ఆ కథ ఏమనంటే – యుచథ్యుడనే ఒక కర్మయోగి ఉంటాడు. అతడు గృహస్థు. భార్య పేరు మమత. ఆమె గర్భవతి. ఆ సమయంలో బృహస్పతి వారింటికి అతిథిగా వస్తాడు. బృహస్పతి - అన్నంత మాత్రంచేత బ్రహ్మతో ఐక్యమైనవాడు అనీ అతడికీ కామక్రోధాలు చిన్నప్పుడు కూడ లేవనీ అనుకోవద్దు. సాధనవల్ల చివరకు గొప్పవాడై దేవతలకు గురువై యుండవచ్చు. కాగా ఆయన అతిథిగా ఉన్న స్థితిలో మమత మీద మరులు పెంచుకొని యుచథ్యుణ్ణి అర్థిస్తాడు. యుచథ్యుడు అందుకు సమ్మతిస్తాడు. తీరా బృహస్పతి మమతను సమీపించిన క్షణంలో ఆమె గర్భంలో ఉన్న పిల్లవాడు "ఇది అధర్మం అధర్మం" అని అరిచిచెప్తాడు. బృహస్పతికి కోపం వస్తుంది. "సర్వభూతేప్సితం బయిన ఈ పనిలో నాకు ప్రతికూలుడయినావు గనక దీర్ఘతపస్సును పొందాల్సింది" అని శాపమిచ్చి వెళ్లిపోతాడు. ఆ శిశువు దీర్ఘతముడనే పేరుతో గ్రుడ్డివాడై పుట్టుతాడు కాని వేదవేదాంగ విదుడవుతాడు.

ఆ తరువాత అతడు ప్రద్వేషిణీ అనే పిల్లను పెండ్లాడి గౌతముడు మొదలైన చాల కుమారులను పొందుతాడు. చిత్రమేమిటంటే భార్యయైన ప్రద్వేషిణీ మాత్రం ఇతణ్ని ద్వేషిస్తూ ఉండేది. ఆ రోజుల్లో స్త్రీలు పశువులతో సమానంగా పురుషుల సంపదగా సమాజంలో చాల తక్కువ హక్కు-

…తో మాత్రమే మసలుతూ ఉండేవారనిపిస్తుంది. తల్లిగా ఆమె తన కుమారులచే పూజింపబడుతుండేది. భార్యగా ఒక వ్యక్తి సంపదలో భాగము …ల్లు మన్నింపబడుతుండేది. ఆమె ఊహలు, తెలివి, విచక్షణాజ్ఞానం అన్నీ భర్త సంపదకు అభివృద్ధి తెస్తూ ఉండేవి. ఆమెకు ప్రత్యేకించి సంపద ఉంట లేదు కాని ఈ ప్రద్వేషిణి భావాలు స్వయంపరమై గమించి పై యోగ …క్షే ద్వేషించడమనే ఫలితాన్ని కలిగించినవి.

దీర్ఘతముడు (గుడ్డివాడు) ఆమె నడుగుతాడు. నా వల్ల నీకు అనేక మంది పుత్రులు కలిగారు కదా! నన్ను ఎందుకు ద్వేషిస్తావు అని. ఆమె అంటుంది - భరింపబడేది భార్య, భరించేవాడు భర్త కదా! నేను నీకు స్నానం తినిపించడం నుంచీ అన్ని పనులూ చేయిస్తూ నిన్నే నేను భరిస్తున్నాను నా యీ సంపదతో. అందుచేత నీవే నా భార్యవు నేనే నీ భర్తను. ఇదిగో ఇప్పుడు నీవు వెళ్లిపో ఎక్కడికి పోతావో! నేనిక భరించను అంటుంది. శరీర కర్మ ప్రధానంగా చేసి తర్కం లేవదీసింది.

దీర్ఘతముడు తిరిగి పోట్లాడాడో లేదో గాని, — ఈ స్త్రీ లోకాన్నంతటినీ చూస్తాడు. వీళ్ళకు ఈ సంపదే కేవలం ప్రమాణంగా ఉంచుకొని మంచి చెడు చూసే జ్ఞానం నశించిపోయింది. భర్తకు అనుకూలురై వాని సంపదను హాయిగా అనుభవింపగలిగిన అవకాశం కూడ దుష్టమయం చేసి, సంపదనే అనుభవించే వ్యక్తిని - భర్తను త్రోసివేయటానికి ఉద్యుక్తులవడం వీళ్ళకు అలవాటు అవుతున్నది. ఇలా ఉంటే ఇంక భర్తలను చంపి వారి సంపదలను అనుభవించే స్థితి వచ్చేయడం ఖాయం కనక నేను ఒక ధర్మాన్ని చేస్తాను గాక "పతిహీనలయిన భామినులతి ధనవంతులయ్యు కులజ లయ్యును, నసలం కృతులమై గృహపతి వృత్తి నిదియు మొదలుగాన్" అన్నాడు. అదే శాసనమయింది. ఓషధిప్రాంద్ర ఆచారంలో మార్పు వచ్చింది.

ప్రద్వేషిణికి కోపంవచ్చి తన పిల్లలను పిల్చి ఈ ముసలివాణ్ణి ఎక్కడి కన్నా తీసికొనిపోయి వదలి రమ్మంటుంది. ఆ పిల్లలు, ఈయనకు కర్రలు తెప్ప కట్టి, నీళ్ళల్లో వదలిపెడుతారు. దీర్ఘతముడు అలాగే పడుకొని

స్వాధ్యాయం చేస్తూ ఉంటాడు వేదం. నదిలో ఆ కట్టెలూ శరీరం అలా కొట్టుకుపోతూ ఉంటాయి. వేదపారాయణం జరుగుతూనే ఉంటుంది, ఒకానొక తీరానికి అలా వెళ్లే సమయాన అక్కడ బలి అనే రాజు గంగాభిషేకం చేయడం కోసం వచ్చిఉంటాడు. ఆయన ఈ మహానుభావుని కట్లు విప్పించి చూచి "మమత భర్తగా" తెలిసికొంటాడు. తాను బలిసని నమస్కరిస్తాడు. ఇంకా అడుగుతాడు మహానుభావా నేను అపుత్రకుడను నాకు పుత్రులు కలిగేట్లు చేయాల్సిందని. ఇంటికి తీసికొనిపోయి తన భార్య అయిన సుధేష్ణను ఆయనకు అప్పిస్తాడు.

ఆమెకు ఈ గ్రుడ్డివాణ్ణి, వృద్ధుని చూడంగానే చీదర కల్గుతుంది. అందుకని రాజుకు తెలీకుండా తన ఒక యౌవ్వనవతియైన దాది కుమార్తెను ఆయన వద్దకు పంపుతుంది. ఆ పిల్లకు పదకొండు మంది పిల్లలు కలుగుతారు. మరి పదకొండేళ్లు అయిందో లేక అంతా కవల పిల్లలో తెలీదు. బలి సంతోషించి ఆ పిల్లలంతా తన పిల్లలే కదా అని ఆ దీర్ఘతమునితో అంటాడు.

అప్పుడు ఆ గ్రుడ్డివాడు వీళ్ళు నీ పుత్రకులు కాలేరయ్యా నీ దాసి కూతురు పుత్రులు అని తెలుసుకో. నీ భార్య చేసిన పని ఇది అన్నాడు. రాజు అలా కాదు అలా కాదు-సుధేష్ణకే పుట్టింప వలసింది-అని ఆమెను పిల్చి మళ్ళీ ఆ దీర్ఘతముని వద్దకు పంపుతాడు. అప్పుడు ఆమెకు అంగ రాజు అనే మహాసత్త్వుడయిన కుమారుడు కలుగుతాడు. ఇలా ధర్మ మార్గంద్వారా బ్రాహ్మణుల వలన పుట్టి క్షత్రియులు వంశకరులయిన వారెంతో మంది ఉన్నారు. కనక—

నియతాత్ము, జగత్పావను ధర్మస్వరూపు, బ్రాహ్మణు బయంగా
గావలయు వాడు సంతతి గావించు విచిత్ర వీరక్షేత్రములన్
అంటాడు - భీష్ముడు.

బ్రాహ్మణుడు అంటే కేవలం బ్రాహ్మణ కులంలో పుట్టిన వానికే యీ సందర్భంలో ఆధిక్యం యీయడమనేది లేదన్న మాట. నియతాత్ముడు జగత్పావనుడు ధర్మ స్వరూపుడయిన వాడు రావలసి యున్నదనేది ముఖ్యం. సత్యవతి తన ప్రథమ కుమారుడైన వేదవ్యాసుని తలచి పిలుస్తుంది. ఆయన్ని తన కోడండ్రయందు వంశ కరులైన పుత్రులను కనవలసిందని అభ్యర్థిస్తుంది.

ఆయన అందుకు ఒక సంవత్సర కాలపు వ్రతం చెప్పి అది చేసిన తరువా
నయితే సత్పుత్రులు పుట్టుతారు అంటాడు. కాని అంబిక అంబాలికలు ఆ వ్రత
జరపలేదు. ఎందుకనంటె సత్యవతి—దేశం అరాజకంగా ఉందిగనక అత
సరం కనుక ఇప్పుడె నీవు వారి యందు పిల్లలను కనవలసింది, వాళ్ళు పె
వారయేవరకూ భీష్ముడు రాజ్యపరిపాలనం చూస్తూ ఉంటాడు అంటుంది
అంబిక వద్దకు వెళ్ళి "మంగళా స్నానంచేసి నీవు పారాశర్యుని కోసం శయ
మందిరంలో వేచియుండాల్సింది. పుత్రుని కనవలసింద"ని చెప్తుంది. ఆ
సందేహించినా, "కులం నిలుపడం గొప్ప పుణ్యం సుమా అన్ని పుణ్యాలకం
అంటుంది.

అప్పటికె జనాభా ఎక్కువయిపోయిఉన్నా, ఇప్పుడు మనకున్న
జనాభా లేరు. జనుల సంఖ్యను అభివృద్ధి చేయవలసిన అవసరం అంత
పూర్వం ఎప్పుడో ఉండేది. కాని వంశం నిలపడం అనే ఆశయాన్ని పు
ధర్మంగా భావిస్తూనే ఉండేవాళ్ళు. అందుకని పదమూడురకాలయిన కొమారు
గుర్తించారు. అందులో ఔరసునితో పాటుగా దత్తు చేసికోబడిన వా
క్షేత్రజ్ఞుణ్ణీ, ఇంకా కొందర్నీ కూడ కుమారులుగా గుర్తించి ఉన్నారు. ఇప్ప
కేవలం, వివాహ వ్యవహారం తరువాత మళ్ళీ వివాహం విచ్ఛిత్తి అయేలో
పుట్టిన పిల్లవాండ్రే తన పిల్లలనీ, దత్తుడు కూడ తన పిల్లవాడేననీ మా
శాసనము. అందుచేత వ్యక్తి చనిపోయిం తరువాత నియోగరీత్యా
క్షేత్రజ్ఞులు, ఆ చనిపోయిన వాని పుత్రులుగా గాని వారసులు గాని ఇప్ప
భావింప బడటల్లేదు.

అంతట వ్యాసుడు అంబికను చేరేటప్పటికి అంబిక శి వా
గపురుగడ్డము, పెద్ద కన్నులు, కనుబొమలు పెద్ద గుడ్లు పెద్ద శరీరం చూసి
మూసుకొని అలాగె ఉండిపోతుంది. గర్భాధానమైన తరువాత వ్యాసుడు
తల్లితో చెప్తాడు—బలపరాక్రమ వంతుడయిన కుమారుడయితె కలుగుతాడు
మాతృ దోషంచేత గ్రుడ్డి వాడవుతాడు-అన్నాడు. సత్యవతి అయ్యో
కొంటుంది. అప్పుడాయన్ను "అంబాలికకు కూడ మంచి కుమా
కనవలసింది-అంటుంది. మళ్ళీ అలాటి తంతె జరుపుతారు. అంబాలిక
అప్పగారిలా భయపడి, విహ్వలయై వెలా తెలా అయిపోయి అలా
పోతుంది. ఆమెకు వెలా తెలా అయినరంగుతో పాండు రాజు పుట్టు
అంబికా పుత్రునకు ధ్రుత రాష్ట్రుడనీ అంబాలికా కుమారునకు పాండు
పేర్లు పెట్టుతారు. సత్యవతి ఈ ఇద్దర్నీ పెంచుతూ మళ్ళీ వ్యాసుని పిలిచి

అంబికకు మరో పుత్రుణ్ణి బడయ వలసిందంటుంది. వ్యాసుడు తల్లి మాట కాదనలేక సరేనంటాడు. అంబిక మాత్రం తాను శయన మందిరంలోకి వెళ్ళక తన దాసీలలో ఒకామెకు అలంకారం చేసి లోపలకు పంపుతుంది. ఆదాసికి విదురుడు పుట్టుతాడు. ఇతడు సమర్థుడు, ధర్మి అవుతాడు ఈయన పూర్వ జన్మలో యముడు. శాపవశంచేత ఇలా పుట్టాడు అని చెప్తాడు వైశంపాయనుడు.

బ్రాహ్మణుల ద్వారానే క్షత్రియ వంశాలు నిలిచినవని మహా భారతంలో వ్రాయడం విషయ గ్రహణ శక్తి లేనివారిలో అభిప్రాయ భేదాలు కలిగించడం కద్దు. బ్రాహ్మణులంటే ఒకానొక కులంలో పుట్టిన వాళ్ళు అని అనటం కాదు. ఈ పనికి ధర్మస్వరూపుడూ జగత్పావనుడూ అయినవాడే కావాల్సి ఉండేది. ఈలాటి సన్నివేశాలు సకృత్తుగా మాత్రమే జరుగుతుండేవి అనేది గమనీయం. వ్యక్తికిగల మహానుభావత్వమే ఈలాటి త్యాగ-వేదా-యజ్ఞ విషయంలో పాల్గొనే అవకాశాన్ని అతడికి గడించి పెట్టుతవి. అంతే గాని ఒకానొక కులంలో పుట్టటం పుట్టక పోవటం ప్రధానం కాదు అని పిస్తుంది. వేదవ్యాసుడు ఏ కులంలో పుట్టినాడు ? పల్లె కులంలోనా లేక పర్వత కులంలోనా నదికి మనుమడై పుట్టాడా ? అతడు బ్రహ్మపదార్థ తత్వ పరిచయంగల మహానుభావుడు కనుక బ్రాహ్మణుడని మన్నింప బడ్డాడు. ఈ ధర్మసూక్ష్మం భీష్ముడు సత్యవతికి చెప్పనే చెప్పాడు.

సందేహాలతో భారతం చదివితె ప్రయోజనం ఉండదంటారు. అప్పటి ధర్మం. పరిస్థితులను సమగ్రంగా ఆకళింపు చేసికొంటేనే గాని సందేహాలు విడిపోవు. విచక్షణాత్మకంగా ధర్మసూక్ష్మం తెలియవలసి ఉంటుంది.

జనమేజయుడు, యముడేమిటి! విదురుడుగా పుట్టటమేమిటి ఆ కథ చెప్ప వలసిందంటాడు. అప్పుడు వైశంపాయనుడు చెప్తాడు ఒకప్పుడు మాండవ్యుడు తన ఆశ్రమంలో మౌనవ్రతం చేస్తూ తపసు చేసుకొంటాడు కొందరు దొంగలు రాజధనం అపహరించి రక్షకభటులు వెంటాడుతుంటె ఆ ఆశ్రమంలో దాక్కొంటారు. భటులు మునిని అడుగుతారు వాటి సంగతిని ఆయన మౌన వ్రత కారణాన మాట్లాడడు. వాటి శోధించి దొంగల్ని పట్టుకుంటారు. వారితో పాటు ఈ మునిని కూడ తీసికొనిపోయి రాజు ముందుంచుతారు దొంగల్నె ఈయన్నీ కూడా శిక్షిస్తూ ఈయన్ను కొరత వేయవలసిందంటాడు రాజు. కొరత అంటే శూలం శరీరంలో గ్రుచ్చి దానిని మాత్రమే భూమిలో గ్రుచ్చి, దాని ఆధారంగా శరీరాన్ని ఆకాశంలో నిలపట మన్నమాట. అలా చేస్తాయి మాండ వ్యుడిని ఆయన అప్పటికీ మవునం వదలడు. అలా కొన్నాళ్ళు ఉన్నాక మౌనం

వదలి ఉంటాడు. అప్పుడు కొందరు మునులు పక్షి రూపంలో వచ్చి ఆయనతో "ఇలా నిన్ను బాధించిన వారెవరు" అని అడుగుతారు. అందుకాయన, "మీకు తెలియనట్లడుగు తారేమయ్యా! సుఖం దుఃఖం కూడ అనుభవించడానికి వరుడు తనకైతానే కర్త. ఇతరులను అనడమెందుకు" అంటాడు.

ఈ మాటలు నగర రక్షకులు వింటారు. ఇలాంటి మనిషి ఎంత మహాను భావుడో అని విస్తూరపడి వెళ్ళి రాజుతో చెప్తారు. అతడు వచ్చి క్షమాపణ చెప్పుకొని లబలబలాడి వదిలించివేస్తాడు. ఆ శూలాన్ని బయటి భాగం కోయిం చేస్తాడు. లోపలిభాగం అలానే ఉంటుంది. అలా మళ్లీ కొంతకాలం గడిచి పోతుంది.

ఆయన ఘోరతపస్సు చేసి ఒకానొకప్పుడు యమునిపురానికి వెళ్తాడు. యముడంటె ధర్మశాస్త్రం అమలు చేసేవాడు. ఈ పను చేస్తే ఇది దండన అని క్రిమినలు శాసనం చేయడమె అతడి పని. అలాంటి యముడ్ని మాం డవ్యుడు అడుగుతాడు - "దండధరా! నేను ఏం తప్పు చేశానని నాకు ఈ దండన కలిగించావయ్యా" అంటాడు. అందుకు ఆ ధర్ముడు నీ చిన్నతనంలో తూనీగలను పట్టి వాటి పృష్ఠంలో ముళ్ళు గుచ్చి ఆడుకొనేవాడివి. ఆ పాప ఫలం ఇప్పుడనుభవించినావయ్యా అన్నాడు. అందుకు ఆ మహాముని - ఆ ధర్మం సరిగాలేదు. పదునాల్గు సంవత్సరాలు దాటే వరకూ బాలుడు గానే ఉంటాడు పురుషుడై పుట్టినవాడు. అతడు చేసే పనులలో దోషబుద్ధి ఉండదు అలాంటి పనులకు కూడ వానికి శిక్ష వేయటం తగదు. ఇకనుంచీ నేను చెప్పిన ఈ ధర్మాన్నే ధర్మంగా పాటించాల్సింది. ఈ మాత్రం నీవు తెలిసి కొనకనే యముడవై శిక్షిస్తున్న కారణాన నిన్ను శపిస్తున్నాను. నీవు మనుష్య లోకంలో శూద్రయోని యందు జన్మింపవలసింది" అన్నాడు. అందుకని ఆ ధర్ముడే విదురుడై అంబిక యొక్క దాసికి పుత్రుడుగా పారాశర్యుని వీర్య బలంతో పుట్టాడు.

ధర్మం అలా మహానుభావుల సూచనలతో ఆదేశికలతో ఉత్తరువులతో మారిపోతూ ఉండటం తెలియాల్సిన విషయం. ఎంతో అనుభవం కలిగినవా ఇలా ధర్మం క్రొత్తగా చేసి అంతా పాటించాలి అనటం భారతంలో అనే సార్లు చూస్తాము. యాచభ్యుడు విధవరాండ్రకు అలంకారాలు లేకుండా చేల టం ఇంతకు ముందు చెప్పుకున్నాం. అతడు కూడ గొప్ప అనుభవం వాడేననేది గుర్తుంచుకోవాలి.

ఇది పాండవ ధృతరాష్ట్ర విదురుల జన్మకథనం.

# మహాభారత కథలు

(ఆదిపర్వం — పంచమాశ్వాసము)

## 1. బోధాక్రమణిక

భారత కథలు బాబాయి చెప్పుతుంటె విని విని రాత్రి యామ ప్రొద్దు పోయినాక— వెళ్ళి పడుకొంటె నిద్రపట్టే లోపునె ఎన్నో ఆలోచనలు వచ్చేవి. ఆ ఆలోచనలె బుద్ధికి వికాసం కలిగించ గలిగేవి అనిపిస్తుంది. వినేటప్పుడు కేవలం విషయ గ్రహణమె కలిగినా ఆలోచిస్తే బుద్ధిలో వికాసం కలుగుతుంది. అదె మానవుడు కోరతగింది కూడాను.

ఉపరిచరవసువు భూమ్యాకాశాల్లో చరించేవాడుట. పంచభూతాల్లో భూమీ, ఆకాశం, మొదలూ చివరగా చెప్పారు. ఆకాశంలో చరించగలిగినవాడు, వాయువులో, తేజస్సులో నీటిలో చరించలేడా? తప్పక చరించగలడు. అలా పంచభూతాల్లో చరించగలిగింది పరాత్పరుడె. ఉపరిచరవసువు ఆ విధంగా పరాత్పరునికి ప్రతీకగా వ్యాసభగవానుడు ఉద్దేశించి ఆపేరు పెట్టాడు ఆరాజుకు. ఆరాజు అరణ్యంలో ఉన్నప్పుడు ప్రశాంతస్థితిలో ఉన్నాడు—అరణ్యమంటే అ + రణ మోతలేని ప్రశాంతమనే అర్థం. ఆయన భార్యయైన గిరికను తలచి ఇంద్రియ స్ఖలనం చేసికొంటాడుట. పరాత్పరుడు తన శక్తిని భార్యయైనగిరికకు లకులో కట్టి పంపటమనేది చిత్రమనిపిస్తుంది. కాని భార్య గిరిక అన్నప్పుడు గీః శబ్దం వేదాలన్ను తెల్పుతుంది. వేదాలకు తన శక్తిని పరాత్పరుడు పంపినాడని చెప్పటంతో ఈ విశ్వాన్ని సృష్టి చేయాలని ఆయన సంకల్పించటంగా వ్యాసమహర్షి సూచించాడు.

సృష్టి చేయాలనే సంకల్పంతోనంచే భారత కథ ఆరంభం కావటం భారతం వేదార్థబృంహితం అనడానికి ఎంతో సమంజసంగా ఉంది. ఐతే,

డేగ మెడలో కట్టి ఆ శక్తిని పంపినప్పుడు రెండోడేగ ఎదుర్కొనడమే కనిపిస్తుంది. వేదంలోగల పూర్వమీమాంస (కర్మకాండ)కూ ఉత్తరమీమాంస (జ్ఞానోపనిషత్తు) + కూ కనపడుతుందే వ్యతిరేక భావం ద్యోతకం చేయడమే దానిపరమార్థమట.*

ఆ శక్తిచింది రెండై జలంలో పడుతుంది. జలం అంటె జడమని అర్థం. అందులో పడిందంటె సృష్టి అయిందని భావం.

సృష్టి అయింతరువాత జీవి తిరిగి పరాత్పరుని చేరటమె మోక్ష సాధన. దానిని తెలియజెప్పటమె వేదాలు చేసేపని. ఉపనిషత్తుల జ్ఞానమె పరమమైన—ఆత్యంతికమైన ముక్తినిచ్చేమార్గం. ఆ ఉపనిషత్ప్రతిపాదితమైన మోక్ష సాధనా మార్గం చెప్పి భారతం పంచమ వేదంగా తయారు చేయడానికి వేదవ్యాసుడు ఈ రచన చేశాడనేది స్పష్టమైన విషయం. ఈ మహాభారత రచనను వ్యాసమహర్షి మోక్షసాధనా గ్రంథంగా వ్రాశాడనేది నిజం.

జడంలో సృష్టిని సూచించియె అప్సరస మీనమై పట్టుబడి కుమారునీ కుమార్తెనూ ప్రసాదించిందని చెప్పటం. సత్యవతి, సత్యాన్వేషణకున్నూ అనగా ఉపనిషదాశయానికిన్నీ కుమారుడు ప్రకృతికిన్నీ ప్రతీకగా పుట్టారనటం అని తెలియాలి. ఈ రెండు గుణాలు జీవిలో ఉంటూనె ఉంటాయి. కొందరికి ఒకటి ఎక్కువగా ఇతర్లకు అది తక్కువగా కన్పడుతాయి అంతె. ఈ రెండు గుణాలూ ఒకదాన్నొకటి ఆశ్రయించుకొనే ఉంటాయన్నమాట. వారు దాశరాజు చే పెంపబడ్డారు అంటే దశేంద్రియాలుకలిగిన శరీరంలో ఉంటున్నారని అర్థం.

---

* ఈ తాత్త్విక అభిప్రాయ వివరణలను కళాప్రపూర్ణ డాక్టరు వేదుల సూర్యనారాయణ శర్మగారి అంతరార్థ భారతమ్ములో వ్యుత్పత్త్యర్థములతో సహా చదివి ఎరుగవచ్చును. ఆయన వ్రాసిన అంతరార్థ రామాయణము, భాగవతములు అదివరకే అచ్చు అయిన గ్రంథములు. అందులో కూడ వ్యాసమహర్షిపదము లెన్నో ఈయన ఆదృష్ట్యా విపులీకరించియున్నారు.

పుట్టిన జీవులు తిరిగి పరాత్పరుని కలవడానికి చేసే ప్రయత్నమే మోక్షసాధన. ఈ సాధన మెట్లు మెట్లుగా వ్యాసమహర్షి మహాభారత కథలో చెప్పాడు. సత్యవతి పడవపై జనులన్ని నది దాటిస్తున్నదనటమే జీవుడు పరాత్పరుని కలవడానికి సంసారమనే నదిని దాటటానికి రోజూ—ఎల్లప్పుడూ—సంప్రదాయికంగా సాధన సాగిస్తున్నాడని అర్థం. అలా చేస్తుంటే ఎప్పుడో పరాత్పరుని అనుగ్రహం కలుగుతుంది. దాని సూచనే పరాశరుడు వచ్చి ఆమెకు వరములిచ్చి వ్యాస జననానికి (వ్యాసుడంటె జ్ఞానమని అర్థం) అంటే జ్ఞాన దర్శనానికి కారణమైనాడని కథ మలచడములో వ్యాసమహర్షి ఉద్దేశ్యం.

అలా అనుగ్రహం వల్ల వచ్చిన జ్ఞానం సాధకునిలో నిల్చిపోతె పరవాలేదు, అది నిలువదు. దీనినె సూచిస్తూ పుట్టిన వెంటనె వ్యాసుడు తల్లివద్ద సెలవు తీసికొని వెళ్ళిపోయినాడనటం. అనగా జ్ఞానం ఫలాన అని తెలిసినా వాసనలుపోవు. మత్స్యగంధి యోజనగంధిగా మారినా వాసనలు, సువాసనలు మిగిలియే ఉన్నాయి. అందుకని శంతనుడు వాటిచే ఆకర్షింపబడివచ్చి సత్యవతిని తనకిమ్మని కోరినాడు.

సాధకుడు తాను కర్మకాండకు – రాజ్యానికి – కట్టుబడేటప్పుడు సత్యాన్వేషణ తరిగిపోతుందేమోనని భయపడాలి. సత్యాన్వేషణ మానితె సాధకుడనటమే పోతుంది. అందుకె శంతనుని, సత్యవతి కొమారులకే రాజ్యమివ్వాలనీ, దేవవ్రతునికిగాని వాని కొమారులకుగాని రాజ్యమివ్వరాదనీ దాశరాజు కోరటమయింది. శంతనుడూ దేవవ్రతుడూ అందుకు అంగీకరించటం సాధకుడు సరైనదోవని పయనిస్తున్నాడని అర్థం. కాని సత్యవతికి కుమారులు కలిగినా సంతతి లేకుండానే చనిపోయినారు. అంటె కేవలం సత్యాన్వేషణ వల్ల సాధన పరిపూర్తికాదని, ఆగిపోతుందని అర్థం. ప్రకృతిపూర్వకమైన కర్మకాండ ఉండాలి. క్షేత్రజులుగా ధృతరాష్ట్ర పాండురాజులు పుట్టటం కర్మకాండకులక్షణం.

దేవవ్రతుడైన భీష్ముడు కర్మిష్ఠి. కాని జ్ఞానాన్ని కూడ విలీనం

చేసికొని మనగలిగిన వాడతడు. చిత్రవీర్య విచిత్రవీర్యులు కేవలం ప్రకృతికి ప్రతీకలు. అందుకె నిస్సంతుగా నశించిపోయినారని బోధ.

భారతంలో ఏ కథలోనైనా ఇలాంటి అంతరార్థాన్ని వ్యాసమహర్షి తన రచనలో చొప్పించి మనకు మోక్షమార్గ సాధనాన్ని బోధించాడనేది శోధించి తెలియవలసిన విషయం.

ఈ కథల్లో ఇంత విషయం ద్యోతకమవుతుంటె భారతకథల్లో ట్విస్టు ఏమిటి ట్విస్టు ఏమిటనే పరిహాసానికెంత విలువనివ్వాలి? అది ఆలోచించటం. మననం చేయటం, అనే కీలకాలు తెలీక—అన్నట్టిది.

ధృతరాష్ట్రాదుల జననం అయిపోయింది. ఇక ధర్మరాజాదుల సంభవ కథ వినాలి. వ్యాసమహర్షి సంభవం మొదలుకొని, ధర్మరాజాదులు పుట్టి వారి అస్త్రవిద్యా పరీక్ష అయే వరకూ ఉన్న కథకు సంభవ పర్వమని పేరు. ఇక ధర్మరాజాదుల జనన కథా విశేషాలు రాబోతున్నవి.

## 2. ధర్మరాజాదుల సంభవము

ధృతరాష్ట్ర పాండురాజుల ఉపనయనాలయిన తరువాత అధ్యయనంలోనూ రాజవిద్యల్లోనూ వారు జితశ్రములవుతారు. కురుభూమండలం చక్కని సౌభాగ్యాలతో విలసిల్లుతున్నాయి. ప్రజావృద్ధీ సస్యవృద్ధీ అవుతుండేది. ధృతరాష్ట్రుడు పుట్టుగ్రుడ్డి కావటంవల్ల హిందూశాస్త్రరీత్యా రాజార్హుడు కాడు. భీష్ముడు, సత్యవతిమాత్రం అతడినె సింహాసనం మీద నుంచి, రాజ్యం నడుపుతున్నారు.

గాంధార రాజైన సుబలుని కుమార్తెను తెచ్చి ధృతరాష్ట్రునికి ఇచ్చి పెండ్లిచేస్తారు. ఆమె శీలవంతురాలు. భీష్ముని పరాక్రమం విన్న సుబలుడు ఆర్యవంశ కీర్తిని మెచ్చుకొని అందుకు ఒప్పుకొన్నాడు. కొందరు ఆక్షేపించారు—'పుట్టుగ్రుడ్డి అయిన ధృతరాష్ట్రునికు పుణ్యవతన్న లక్షణ గాంధారి నివ్వడమేమిటని, గాంధారి మాత్రం తాను ఆయననే చేసికొంటానని ఆయనకు దృష్టిలేదు కనుక తాను కండ్లకు పట్టా కట్టుకొని లోకాలను చూడటమే మానివేస్తున్నట్లు శపథం చేస్తుంది.

ఏమిటీ పిచ్చి అనిపిస్తుంది. కాని ఆమె తన శీలప్రభావాన్ని ప్రకటించుకోవాలనే–అలాంటి–సాహసం చేసిందనుకోవాలి. ఆమె ఒక్కతేగాక ఆమె తోబుట్టువులు పది మంది కూడ ఆ ధృతరాష్ట్రునే పెండ్లిచేసికొన్నారు, అప్పట్లో ఇప్పటిలా కామప్రధానంగా పెండ్లిండ్లు చేసికొనేవారు కాదేమోనని పిస్తుంది. కేవలం స్టేటస్ కోసం ధన సౌభాగ్యాల కోసమే చేసికొనేవారని పిస్తుంది. కామ ప్రవృత్తి అనడానికి వీలులేని కారణమేమంటే అంతమంది ఒక్కణ్ణి వరించి చేసికొనడం కామప్రవృత్తివల్లనేను అనడానికి ఎలా వీలు?

శ్రీకృష్ణునికి కొన్నివేల మంది భార్యలుండటానికి కారణం స్టేటస్ ఒక్కటేకాదు. ఆయన నిర్వృతి తత్త్వాను సంధానకర్త. ఆయన్ను చేరిన మాత్రం చేత వ్యక్తికి ప్రశాంతత, ఇంద్రియా తీతమైన ఆనందం కలుగుతుంది. అందువల్లనే అలా అంతమంది ఆయన దరి చేరి తరించారు. మిగిలిన వారి విషయంలో కేవలం ధన సౌభాగ్యాలు తప్ప ఇంకేవీ కారణం అనడానికి కారణం దొరకదు. కామం అనుభవించిన కొద్దీ పెరుగుతూనే ఉంటుంది. అది తీరేదెప్పుడు? "ఇకచాలు" అనుకొంటె అప్పటికది తగ్గిపోవచ్చు. ధనవంతుడై భర్తచేసే యజ్ఞయాగాదుల కర్మఫలంలో తమకూ పాలు రాగలదనే భావం ఉండేది వారికి.

పాండురాజుకు పెండ్లి చేయాలని భీష్ముడు సంకల్పించి పిల్లకోసం వెతుకుతాడు. శూరుడనే యాదవరాజుకు వసుదేవుడనీ పృథ అనీ, కొడుకూ కూతురూ ఉన్నారు. వసుదేవుడు శ్రీకృష్ణుని తండ్రి. పృథ వాని మేనత్త. ఈమె కుంతిభోజుని ఇంట్లో పెరిగిన పిల్ల. కుంతిభోజునికి సంతానంలేదు. అందుచేత ఈమెను పెంచుకొన్నాడు. వాని ఇంటికి వచ్చే సత్పురుషులకు సేవచేసి ఆమె దివ్యమైన సంతోషం మనసులో పొందుతూ ఉండేది. సంతోషమువేరు. "ఒక పని సాధిస్తాను" అని సాధించిన వానికి కలుగుతుంది. ఇది నాకెవ్వడుకొంచి పడిందని ఈసడించుకొంటూ పనిచేసిన వానికి పని అయినా దివ్యమైన సంతోషం రాదు.

ఒకసారి దూర్వాస మహర్షిని ఆమె పరిచర్యాత్మకతమైన శ్రద్ధాపాటవానికెంతో సంతోషించి ఆమెను పిల్చి ఒక మంత్రం ఉపదేశిస్తాడు. దాని

వల్ల ఆమె ఏ దేవుని ఆహ్వానిస్తే ఆ దేవుని రూపంలో భగవంతుడు వచ్చి పుత్రుని ప్రసాదించగలడని కూడ చెప్పాడు. ఆపద్ధర్మంగా ఈ మంత్రం వాడుకొమ్మని భావన. అప్పటికి పృథకు పన్నెండేండ్లు. ఆపద్ధర్మమంటే అత్యావసరమై తప్పనిసరి అయినప్పుడు పాటించవలసిందనే సంగతి ఆమెకు తెలియదు. ఆకాశంలో ప్రభాపూర్ణుడైన సూర్యుని చూచి మంత్రం జపించింది. మంత్ర ప్రభావం ఎలా ఉందో చూదామని ఆశించింది. వెంటనే సూర్యుడు సామాన్య రూపంతో దగ్గరకు వస్తాడు. ఆమె తన తప్పు తెలిసి క్షమించుమని ప్రతిమాలుతుంది. మంత్ర ప్రభావం వల్ల తనకిప్పుడు పుత్రుడు కలిగితే తనవారు ఏమన్వరా అంటుంది.

సూర్యుడు ఆమెకు వరమిస్తాడు. నీకు గర్భం కలిగినా కన్యాత్వం దూషితం కాదంటాడు. మంత్రానికి తిరుగులేదంటాడు. అప్పుడు పృథకు సద్యోగర్భం కలిగినదై వెంటనే పుత్రోదయమయింది. ఎవరికీ ఆ సంగతి తెలియలేదు.

పుట్టిన పిల్లవాడు కవచ కుండలాలతో సహా పుట్టాడు. సూర్యుని అనుగ్రహంవల్లనే ఒక పెట్టె ఏటిలో వచ్చియున్నందున దానిలో ఆమె పిల్లవాణ్ణి ఉంచి గంగలో వదలుతుంది. ఆ పుట్టిన వాడే కర్ణుడు. 'క' అంటే సుఖము, క + ఋణ అంటే మోక్ష సంబంధమైన సుఖాన్ని ఋణంగా అనగా తాత్కాలికంగా తెచ్చుకొన్నవాడని అర్థం. ఈ సుఖం శాశ్వతంగా ఆతనికి ఉండేది కాదు. కుంభకం అనే సాధన చేసేటప్పుడు ఆ క్షణాన అమనస్క స్థితి కలిగి సుఖం కలుగుతుంది; కాని కుంభకం మానంగానే మళ్ళి మనసు వ్యాపారం చేస్తుంది. ఈ కుంభకయోగానికి ప్రతీక కర్ణుడు, ఇతడికి ఈ సులక్షణం సూర్యుని జ్ఞాన కారణంగా కలిగింది. కుంతి (పృథ) అంటే అర్థం భూ సంబంధమైన ప్రకృతి సంబంధమైన లక్షణాలను కలిగినట్టిదన్న మాట. కర్ణుడు పెద్దయిన మీదట ఈ భూసంబంధమైన స్వభావాన్ని మాత్రమే పెంచుకొని తామసిక వృత్తులయిన దుర్యోధనాదులతో చేరటం అందుకే కలిగింది.

అలా గంగలో పెట్టెతో ఉండి ప్రవాహంతో కొట్టుకుపోతుంటే ఒక సూతుడు వానిని తీసుకొనిపోయి భార్య అయిన రాధకిచ్చి పెంచు

మంటాడు. ఆ పిల్లవానికి వసుషేణుడనే పేరు పెట్టి ఆమె ప్రేమతో పెంచింది. ఆమెకు ప్రేమ కారణంగా చన్నులు చేపుతవి. అతడు రాధేయుడైనాడలాగ.

ఆ పృథను స్వయంవరంలో పాండురాజు పెండ్లి చేసికొన్నాడు. ఈమెగాక మద్రరాజు కుమార్తె అయిన మాద్రి అనే యామెను కూడ పాండురాజు చేసికొంటాడు. భుజ పరాక్రమంతో పాండురాజు ప్రాగ్దక్షిణాపర ఉత్తర దిగ్భాగాల రాజుల నందరనూ జయించి అంతులేని ధన సంపదను తెస్తాడు. వాటినన్నిటిని ధృతరాష్ట్రుని అనుమతితో సత్యవతికి, తన తల్లులకు విదురునకు బ్రాహ్మణులలో సుహృజ్జనులకు ఇచ్చి ప్రశంసల నందుకొంటాడు.

కొన్నాళ్ళయిన తర్వాత హిమాలయ ప్రాంతాలకు భార్యలూ పరివారంలో సహా వెళ్ళి వేటచేస్తూ ఉంటాడు. హస్తినాపురం నుంచి అన్నపాన మాల్యాను లేపన భూషణాదులు వస్తుండేవి.

అక్కడ ఒకనాడు రెండు లేళ్ళు రమిస్తుంటే వాటిపై బాణాలువేస్తాడు. దురదృష్టవశాత్తు ఆ జీవులు కిందముడనే ముని, ఆయన భార్యా అయినారు. వారు ఆ రూపంలో ఉన్నవారై ఆనందిస్తున్నారు. పాండురాజును చూచి వారు "నీవు చేసిన పని తప్పుకాదా" అంటారు. చివరకు "నీవు నీ భార్యను కలసేటట్లయితే చనిపోతావుగాక" అంటారు. ఈ శాపంవల్ల పాండురాజు చాల చింతపడిపోతాడు. తాని వేట అనే వ్యసనంలో పడినందుకు పశ్చాత్తాప పడుతాడు. వెంటనే ముని వృత్తిలో ఉండి, సర్వ సంగమాలనూ వదలి సర్వభూతాలయందూ సమచిత్తుడై రోజుకొక చెట్టు ఫలం తెచ్చి తింటూ తపస్సుచేస్తూ ఉంటాడు.

భార్యలను వెళ్ళిపొమ్మంటాడు కాని, వారు అందుకు అంగీకరించరు. వాన ప్రస్థాశ్రమం స్వీకరించిన విధంగా అంతా ఉంటారు. వారందరూ అక్కడినుంచి నాగశైలం, చైత్రరథం వెళ్తారు. తరువాత హిమవన్నగం దాటి సురలూ సిద్ధులూ ఉండే గంధమాదనం, ఇంద్రద్యుమ్నం

హంసకూటం చూస్తారు. చివరకు శతశృంగమనే చోట చేరి ఘోర తపసు చేస్తారు.

ఐహికంగా కీర్తిని గడించిన పాండురాజు ఆముష్మికంగా ఎంతో సాధనను చేసినవాడైనాడు. ఒకసారి బ్రహ్మలోకానికి పోయే మునులతో కూడా వెళ్ళాలని ప్రయత్నం చేశాడు. వాళ్ళు ఆడవారితో నీవు రాలేవు పొమ్మన్నారు. అనపత్యుడై ఏ కారణంగా దేవలోకాలకు వెళ్ళలేకపోతున్నట్లు పాండురాజు భావించాడు. మనోవ్యథను పొందిన పాండురాజుతో ఋషులు "నీవు అనపత్యుడవు కావు దైవాధిష్ఠితమైన సంతానం నీకు కలుగుతుంది" అని చెప్పారు.

అంతగొప్ప పాండురాజుకు ఈ శాపమేమిటి? ఫలాని పాపం చేశాడనీ అందుచేత ఇది ఫలితంగా కలిగిందనీ అంటాం. మనిషికి శరీరం మనసు బుద్ధి ఇలా అనేక పరికరాలున్నాయి, ఇవేవీ కానివాడు మనిషి. వీటిని సాధారణంగా మనిషి వదలి పోలేడు ఒక్క ధ్యాన సమయంలో తప్ప. అవి ఆధారంగానే అతడు చేసే పనులు నడుస్తూ ఉంటాయి. వాటికయిన కార్య కారణ సంబంధరీత్యానే వివిధ ఫలితాలు కలుగుతూ ఉంటాయి. ఇదే కర్మ బంధమనే సిద్ధాంతం. బుద్ధి గొప్పదైతే అతడు గొప్పవాడంటాం. కాని మరుక్షణాన మనసు మురుగులోకి వెళ్తే పాపం చేసిన వాడవుతున్నాడు. పాపపుణ్యాలనేవి చేసిన పనుల ఫలితాలే. అంటే వాటిని అనుభవిస్తే పోతవి అని అర్థం. వేద జ్ఞానం కలిగి జీవన్ముక్తుడయితే పోతవి అని తెలియాలి.

కాను పిల్లలకుగాను భార్యను చేరడానికి శాపం అడ్డు ఉంది గనక ధర్మపత్నియైన కుంతిని పిలిచి క్షేత్రజులను కనవలసిందిగా అభ్యర్థిస్తాడు పాండురాజు. ఔరసునితోపాటు క్షేత్రజుడు దత్తుడు, కృత్రిమ పుత్రుడు, గూఢోత్పన్నుడు, అపవిద్ధుడు అనే వాళ్ళు కూడ ఆత్మబంధువులే. వీళ్ళకు దాయ భాగార్హత కూడ ఉండేది. ఔరసుని తరువాత క్షేత్రజుడే ఉత్కృష్టుడు.

కాని కుంతి సందేహిస్తుంది. వ్యుషితాశ్వుడనేవాని కథ చెప్తుంది. వానిలా పాండురాజు కూడా పుత్రులను కనవచ్చునని అంటుంది. వ్యుషితాశ్వుడు నూరు అశ్వమేధాలు చేసినవాడు. ఆయన చేసే యజ్ఞాల్లో దేవతలు

ప్రత్యక్షంగా వచ్చి హవిస్సులను పొందేవాళ్ళు. కాని అతడు అనవరత కామ భోగంవల్ల యక్ష్మరుజను పొంది చనిపోయినాడు. పిల్లలు లేరు. భార్యయైన భద్ర వాని శవాన్ని ఆశ్లేషించి ఏడుస్తుంది. అప్పుడు దివ్యవాణి వినవచ్చి నదై వ్యుషితాశ్వుడే చెప్పినట్లు చెప్తుంది. "నీవు శుచివై శయనము నందుండి నన్ను తలుచుకొను, స్వప్న రీత్యా నీకు గర్భం కలుగుతుంది" అని. ఆమె అలా చేసి గర్భవతి అవుతుంది.

ఈ కథను కుంతి చెప్పి భగవదనుగ్రహంవల్ల తనకూ అలాగే పుత్రులు కలుగగల రంటుంది. అనగా పాండురాజు నిర్యాణం తరువాత తనకు పుత్రులు కలిగింపజేసి కొనటం ప్రస్తావించింది. పాండురాజు అలా ఊరుకోలేదు. క్షేత్రజులయిన కుమారులు తనకు అప్పుడే కావాలన్నాడు.

చాల పూర్వంలో స్త్రీలు, పశువులూ, వస్తు సంచయమూ అన్నీ పురుషుని సంపదగా భావింపబడేవి. స్త్రీలకూ పసులకూ మనసులకు మాత్రం స్వేచ్ఛ ఉండేది. సంతానం కోసం పురుషులు ఏ స్త్రీనైనా కలిసేవారు. ఉద్దాలక మహర్షి భార్య ఋతుమతి అయియున్న కాలంలో ఒక వృద్ధ అతిథి ఆమెను కామిస్తాడు. ఆమెకు అదివరకే మహామేధావియైన కుమారుడున్నాడు అతడు శ్వేతకేతువు. ఇదిచూచి అతడు దానిని తప్పు సంగతిగా భావిస్తాడు. ఎందుచేత అని ప్రశ్నిస్తే కారణం చెప్పలేము. అది అతడి బుద్ధి వికాస మనాలి. ఆ శ్వేత కేతువు ఒక ధర్మం శాసుగా చేశాడు - "ఇది యాదిగా సతులెన్నండు పరపురుషార్థినుల్‌గాజనదు. అన్యపురుష సంగమంబున జేసి సకల పాతకములునగు-ఇకనుంచి ఇది మర్యాద. మనుష్యులంతా దీనిని పాటించాలి" అన్నాడు. ఈ మర్యాద పాండురాజు కాలంనాటికి శాసనంగా పాటింపబడుతున్నది-ఒక్క- ఉత్తర కురు దేశాల్లో తప్ప. అప్పటినుంచి నిజ పురుషభక్తి పరపురుష విసర్జన సతులకు ధర్మమనేమాట నిజమే. కాని భర్త నియోగించినపుడు అట్లుచేయక పోయినట్లయితే అది దోషమని మనువు చెప్పాడు కనుక, నేను చెప్తున్నవని నీవుచేసి పుత్రులను కనవలసిందని పాండురాజు చెప్తాడు. కల్మాషపాదుడు క్షేత్రజుడయిన కుమారుని వశిష్ఠుని

వల్ల పొందాడు. అంతేకాదు నేనూ మా సోదరులూ క్షేత్రజులమె అన్నాడు.

అప్పుడు కుంతి పాండురాజు ఆదేశంపై యమధర్మరాజును తనకు దుర్వాసుడిచ్చిన మంత్రప్రభావంతో ప్రసన్నుణ్ణి చేసికొని గర్భవతి అవుతుంది. ఒక సంవత్సరం తరువాత పుత్రుని కంటుంది. అతడిపేరు యుధిష్ఠిరుడని ఆకాశవాణి వినవచ్చినందున ఆపేరే పెట్టుతారు. కొన్నేండ్ల తరువాత మళ్ళీ పాండుని కోర్కెమీద కుంతి వాయువును ఆరాధించి భీముని కంటుంది. ఇక్కడ శతశృంగంలో భీముడుపుట్టిన రోజుననె హస్తిపురంలో గాంధారికి ధృతరాష్ట్రునివలన దుర్యోధనుడు పుట్టుతాడు. ఆ మరునాడు ధృతరాష్ట్రుని వైశ్య భార్యకు యుయుత్సుడు పుట్టుతాడు. అప్పటినుంచీ రోజుకు ఒక్కొక్కళ్ళచొప్పున నూరుమంది పుత్రులూ ఒక పుత్రికా—నేతికుండలలో నుంచి పుట్టుతారు.

ఆ నేతికుండల కథేమిటంటె, శతశృంగంలో కుంతి ధర్మరాజును కన్నప్పుడు గాంధారి గర్భం దాల్చిఉన్నది. తానింకా ప్రసూతి కాలేదనే వ్యథతో గాంధారి తనగర్భాన్ని కొట్టుకొంటుంది ముష్ఠితో. దానివల్ల గర్భపాతం కలుగుతుంది. అది ఒక మాంసఖండంగా పడిపోతుంది. ఈ సంగతి విని పారాశర్యుడువచ్చి ఆమెను మందలిస్తాడు. ఆ మాంసపేశినుంచి నూర్గురు పుత్రులు పుట్టుతారని చెప్పి దాన్ని నూరుకోతలుకోసి నూటఒక్కముక్కలు చేస్తాడు. వాటిని నేతికుండలలోపెట్టి రోజూ నీళ్లు చల్లుమంటాడు. దుర్యోధనాదులు ఆ కుండలనుంచీ పుట్టినవారె. పాండురాజు ఆ తరువాత తపసుచేసి ఇంద్రుని పుత్రుడుకావాలని కోరుతాడు. ఇంద్రు డనుగ్రహిస్తాడు, అప్పుడు కుంతి ఒకసంవత్సరం వ్రతంచేసి తరువాతఇంద్రునాహ్వానించి గర్భవతియై అర్జునుని కంటుంది. అర్జునడనేపేరుకూడ ధర్మ, భీముల విషయంలోవలె ఆకాశవాణి పేరుపెట్టటంవల్ల వచ్చినది.

కుంతికి సంతానం కలిగింది. గాంధారికీ కలిగింది. కాని మాద్రికి లేదని పాండురాజు విచారించి కుంతికిగల మంత్రంతో మాద్రికి కూడ

పుత్రసంతానం కలిగించవలసిందని కోరుతాడు. ఆవిధంగా ఆమెకు అశ్వనీ దేవతల నుపాసించడం ద్వారా కవలు పిల్లలు కలిగి నకులుడూ సహదేవుడు అనే పేర్లతో పిలువబడుతారు.

పాండవుల పేర్లన్నీ ఆకాశవాణి పెట్టినపేర్లని వ్యాసమహర్షి వ్రాశాడు. ఆ పేర్లకు అర్థాలు ఉన్నయి. యుధిష్ఠిరుడంటె శస్త్రకాండయందు యుద్ధమందు స్థిరుడై ఉండేవాడనీ భీముడంటె భయంలేనివాడనీ అర్జునుడంటె ఋజుప్రవర్తకుడనీ, నకులుడంటె వైరాగ్యవృత్తి కలవాడనీ, సహదేవుడంటె జ్ఞానప్రకాశకుడనీ అర్థం. ఆ అర్థం ఆపేరుల వ్యుత్పత్త్యర్థాలలో ఉంది. ఇవన్నీ సాత్త్విక వృత్తులనె సూచిస్తున్నవి. ఆ సాత్త్విక వృత్తులన్నీ సాధకునిలో ఉండేవే. మోక్ష సాధనామార్గం చెప్పడానికి వ్యాసమహర్షి వీరికథను ఆధారం చేసికొనడానికి వీలుగా వారిపేర్లు మలచి మహాభారత రచన చేశాడు అనేది గమనీయం.

అవసానకాలం ఎప్పుడు కలుగుతుందో తెలియదు, వసంతకాలం వచ్చి అరణ్యం ఎంతో మధువును వెదజల్లుతున్న రోజుల్లో అతిలోకసుందరి అయిన మాద్రిని పాండురాజు కామించి కలిసి శాపవశంచేత హఠాత్తుగా చనిపోతాడు. అన్నీతెలిసినా విధివశాన్ని దాటటం అసంభవం. ఎందుకనంటె—

తెలివివేరు ఎఱుకవేరు. ఎఱుకకేవలం బుద్ధికి సంబంధించింది మాత్రమెకాదు. అది మనసుకూ బుద్ధికీకూడ అతీతమయింది. అందుకని, శరీరం, మనసూ బుద్ధీలు ఏకంచేయబడి మోక్ష విషయానికి ప్రాకులాడినప్పుడె ఎఱుకకలిగి నిలిచేది. ఇంకా బుద్ధిస్థాయిలోనే ఉన్న మనలాంటి వారికి, పాండురాజులాటి వారికి, అనగా యింకా సాధనాస్థితిలోనే ఉన్న వారికి—అతీతమయిన విధివశం అనేది తప్పనిసరి అవుతుంటుంది.

ఇంతకూ మాద్రి పాండురాజు శరీరంతో సహగమనం చేస్తుంది. కుంతి కుమారులయిదుగురకు రక్షణదారుగా ఉంటుంది.

# 3. కౌరవుల విద్యాభ్యాసం

శతశృంగంలో ఉంటూ పాండురాజు పిల్లలకు 13 నుంచి 17 సంవత్సరాల వయసు వచ్చేటప్పటికి శాపవశంచేత చనిపోతాడు. మాద్రి సహగమనం చేస్తుంది. వారి అస్థికలనూ కుంతిని, పాండవులయిదుగురినీ అక్కడి మహామునులు తీసికొని వస్తారు హస్తినాపురానికి.

ధృతరాష్ట్రుడూ దుర్యోధనాదులూ మంత్రులు పురోహితులు బ్రాహ్మణులు పౌరులూ అంతా ఎదురువచ్చి ఆహ్వానిస్తారు పాండవుల్నీ, కుంతినీ. పాండవుల తేజస్సు అందర్నీ ఆకర్షించింది. వారిని వెంటపెట్టుకొని వచ్చిన తపస్వి రాజాస్థానంలో అందరితో అంటాడు—"పాండురాజు వీరిని వదలి వెళ్ళిపోయినాడు. కుంతీదేవికూడ సహగమనం చేస్తానంటే మేం వారించి ఈ పిల్లలతోపాటు తీసికొని వచ్చాము. కురువృద్ధులయిన మీరు వీరిని ధర్మబుద్ధితో రక్షింపవలసింది" అని. అలాచెప్పి వారు వెళ్ళిపోతారు అంతర్ధానమై.

అంతట పాండవులు పితృమేధ శాస్త్రవిధిగా చేస్తారు. కాలం గడుస్తూ ఉంటుంది. ఒకనాడు కృష్ణద్వైపాయనుడు వచ్చి తనతల్లి అయిన సత్యవతితో అంటాడు—"అమ్మా! జరిగిపోయిన కాలంకంటె రాబోయే కాలం చెడ్డదిగా ఉంటుంది. ఈ ధృతరాష్ట్రుని సుతులు ధర్మాచారాలనుంచి తప్పిపోతారు. సత్వృత్తిలేని వారవుతారు. కౌరవకులానికి ఎగ్గు పుట్టబోతున్నది. వీటివల్ల చింతకలిగి నిన్ను వేధించకముందె జాగ్రత్త పడటం మంచిది. సంపత్తు చంచలమయింది. అది వదలిపోయి మనసును ఏడిపించకముందె మనమె దానిని వదలటమనే యుక్తిని తెలిసికొనాలి. ఆ చింత ఏదో ధృతరాష్ట్రుడు పడతాడుగాక. నీవు తపోవనానికి వెళ్ళిపోవలసింది" అన్నాడు. సత్యవతి అలాగెనని, భీష్మాదులకుచెప్పి కోడండ్రనిద్దరనూ తీసికొని తపసు చేసికోడానికి వనానికి వెళ్ళిపోయింది—అక్కడనె శరీరత్యాగం చేసింది.

కష్టాలువస్తాయి. మనసు ఏడుస్తుంది. వ్యక్తి అయ్యో ఏడుస్తున్నాననుకొంటాడు. నిజానికి కష్టసుఖాలు ఒకటి తరువాత ఒకటి కలిసి మెలిసి

వస్తువి సుఖాలకోసమని ప్రాకులాడి వెళ్ళితే అక్కడ కష్టాలు మనకు అంటుకొంటయి. ఈ కష్టాలూ సుఖాలూ రెంటిని దూరంగా ఉంచటం వేదవ్యాసుడు చెప్పేబోధ. వ్యక్తికి సుఖదుఃఖాలు పుష్కలంగా గృహస్థాశ్రమంలో కలుగుతవి. ఆ తరువాత వానప్రస్థం తరువాత సన్న్యాసం ఈ వరసను వ్యాసుడు తల్లికి మామూలు మాటల్లో బోధించాడు.

పాండవులూ కౌరవులూ రాజధానిలోఉండి చదువులూ ఆటలూ ప్రారంభించారు. వీరందర్నీ ధృతరాష్ట్రుడూ భీష్మవిదురులూ సమానంగానే మన్నిస్తున్నారు. కాని ఆటలాడటంలో భీముడు అందర్నీగెలిచి ఇతరులకు అసూయ కలిగిస్తున్నాడు. శక్తి, బలం అధికారం ఇవి యథాతథంగా పెద్దవి కాకపోయినా బలహీనులకూ పిరికివారికీ దుర్బుద్ధులకూ ఈర్ష్యను జనింపజేస్తయి. భీముని బలం అలాటి ఈర్ష్యను కౌరవుల్లో రేకెత్తించింది.

గెలుపుసేయు నెడ వడి
బలిమి నెడం బెనగు నెడ నపారబలంబుల్
మెఱయునెడ భీముసకునం
దొలుగీద్పడ దొడగి రుద్ధతులు రాజసుతుల్.

కౌరవులు భీముణ్ని ఒంటరిగా గెలుపనేలేరు. ఎప్పటికప్పుడు, ఎక్కడికక్కడ సామూహికంగానైనా గెలవాలని ప్రయత్నాలు చేస్తుండేవారు. ఉద్ధతులు కావటంచేత వారికి కొంత పొగరుండేది అని అర్థమవుతున్నది. వీళ్ళ మనఃస్థితి యిలాఉండగా భీముడు–

ఒదలక పెసగి పదుంద్రం
పదియేవుర నొక్కపెట్ట పట్టి ధరిత్రిం
జెదర బడవైచి పవనజు
డదయుండై వీపులొలయ నందర నీడ్చున్.

ఇలా ఈర్ష్య ఎక్కువ అవటం ఆరంభించింది క్షణక్షణానికీ. రవ రవ ఎక్కువయింది. చివరకు దుర్యోధన శకుని, దుశ్శాసనులతో సంప్రదించి

భీముడ్ని ఎలాగయినా రహస్యంగా చంపేసి ధర్మరాజును బంధించి మిగతా వాళ్ళనూ అలాగే చేసి అపాండవంగా తాను రాజ్యం చేయాలనే కుట్రకు దిగుతాడు. కాని ఎలా భీముడ్ని చంపేది?

ఒకసారి త్రాళ్ళతో నిద్రపోయే భీముడ్ని కట్టి గంగలోకి విసురుతారు. అతడు కట్లు తెంచుకొని ఈది బయటకు వస్తాడు. నిద్రపోతున్నప్పుడు విష సర్పాలను తెప్పించి కాటు వేయిస్తారు. ఆ సర్పాల కోరలు అతడి చర్మంలోకి దిగలేకపోయినయి. భీముడు నిద్రలేచి పాముల్ని చితకద్రొక్కి కరిపించేవాడి వీపుమీద ఒక్క దెబ్బ చరుస్తాడు. వాడు నెత్తురు కక్కుకొని నేలకంటుకొని క్షణంలో ప్రాణమొదుల్తాడు. ఒకప్పుడు విషాన్నం పెట్టుతారు. భీముడది గబాగబా తిని హరాయించుకొంటాడు. అలా కౌరవులు చేసిన పనులన్నీ కృతఘ్నులకు చేసిన మేళ్ళలా ఫలశూన్యమైపోయినాయి. ఇలా కొంతకాలం వ్యర్థప్రయత్నాలతో కాలం వెళ్ళింది.

భీష్ముడు కృపాచార్యుని పిలిచి వారికి విలువిద్య నేర్పుమన్నాడు. కృపాచార్యుడూ ఆయన సోదరి కృపి వీరిద్దరూ శరద్వంతుడనే వాని సంతానము. గౌతముడి కొడుకు శరద్వంతుడు. శరద్వంతుడు శరములతో సహా పుట్టినవాడు. ఘోర తపస్సు చేసి శరములన్నీ పొందాడు. ఇంద్రుడొకసారి జలపది అనే అప్సరసను ఈయన వద్దకు పంపితే శరద్వంతునికి రేతఃపతనమై శరముల మీద పడుతుంది. రెండుగా అవుతుంది. ఆ రెండు భాగములూ కృపుడు కృపిగా నయినాయి. వాళ్ళను శంతనుడు ఇంటికి తెచ్చి పెంచాడు. భీష్ముడితో పాటు పెరిగిన ఆ కృపాచార్యునే పాండవకౌరవులకు ఉపాధ్యాయుని చేశాడు భీష్ముడు.

వీరికి విలువిద్య నేర్పింది కృపాచార్యుడొకడే కాదు. ద్రోణాచార్యులని మరొక మహానుభావున్నాడు. ఆయన భరద్వాజముని కుమారుడు. భరద్వాజుడొకసారి హరిద్వారంలో తపస్సు చేసుకొనే కాలంలో ఘృతాచి అనే అప్సరస జలక్రీడలాడటం చూచి మోహపడుతాడు. మోహం శరీరంలో జనించే వికారాల్లో ఒకటి. బుద్ధిని పరాత్పరునిలో ఐక్యం చేయడం తపస్సు. ఇరవయి

నాల్గు గంటలూ తపసులో వున్నవారికి ఈ వికారాలేమీ చేయవు. కాని కాస్త ఖాళీ వస్తే మనసు తన సంస్కారాన్ని బహిర్గతం చేస్తూ ఉంటుంది. అప్పుడు బుద్ధి వచ్చిందని కాదు, కాని ఈ మనశ్శరీరాలన్ను ఎదిరించే శక్తిలేక అది తక్కువదై పోవటం కద్దు. అలాగే భరద్వాజముని మనసు రమించినదై ఆయనకు రేతస్కందనమవుతుంది. ఆయన ఆ రేతస్సున్ను ఒక కుండలో నుంచి రక్షిస్తాడు. అప్పుడు ద్రోణుడు పుట్టుతాడు. ద్రోణునకు కుంభసంభవుడన్న పేరు అందుకె వచ్చింది. ఈయన శుక్రుని అంశతో జన్మించినవాడు. భరద్వాజాశ్రమంలో పెరిగినవాడు.

భరద్వాజునికి పృషతుడనే రాజు స్నేహితుడు. ఆయనకూడ ఒకసారి ఈ ఆశ్రమానికి వచ్చి తపసు చేస్తాడు. ఒకానొక సందర్భంలో ఆయన మేనకను చూసి రేతస్కందనము చేసికొంటాడు. ద్రుపదు డనె కుమారుడు దానిద్వారా కలుగుతాడు. మేనక దేవలోకానికి చెందింది. వాళ్ళు మనః ప్రధానులు. సద్యః ఫలంగా పిల్లలు పుట్టటం ఇలాంటి వారి విషయంలో వింటూ ఉంటాం ఎక్కువగా. కాగా ద్రుపదుడూ ద్రోణుడు ఆ ఆశ్రమంలో స్నేహితులుగా పెరుగుతుంటారు. ద్రుపదుడు తన తండ్రి చనిపోయినాడని తెలిసి వెళ్ళి తాను రాజరికం చేస్తుంటాడు.

ద్రోణుడు అగ్నివేశుడనే వానివద్ద అస్త్ర శస్త్రాలు నేరుస్తాడు. కృపాచార్యుని చెల్లెలయిన కృపిని పెళ్ళి చేసికొంటాడు. ఒక పుత్రుని కంటాడు. అతడు అశ్వత్థామ. బీదతనం భరించలేక ద్రోణుడు, పరశురాముడు భూధన సంపదలను బ్రాహ్మణులకు దానం చేస్తున్నట్లు విని ఆయన వద్దకు యాచనకు వెళ్తాడు. దురదృష్టవశాత్తు పరశురాముడు అంతా దానం చేసేసి కేవలం శరాసనాలతో మాత్రం మిగిలి ఉన్నాడప్పటికి. అందుకని అవి అన్నీ ఆయన పరంచేస్తాడు. ద్రోణుడు గొప్ప ధనుర్విద్యావిదుడు మాత్రమవుతాడు. ఆ తరువాత మళ్ళీ ధనార్థిఅయి ద్రుపదుడు స్నేహితుడుగదా అని అతడిని ధనం అర్థిద్దామని వెళ్తాడు.

కాని అక్కడకు వెళ్ళిన పనిమాట అలా ఉంచి చిరిగి జీర్ణించిన వస్త్రాల్లో ఉన్నవాడై తాను ఆ రాజుగారి బాల్యస్నేహితుడుగా చెప్పుకొనేటప్పటికి ద్రుపదుడికి నలుగురి ఎదటా చిన్నతనమనిపించి "నీకూ నాకూ ఎంత తేడా ఉందయ్యా స్నేహము ఎలా ఉంటుంది నీకూ నాకూ వెళ్ళు వెళ్ళు" అంటాడు. ద్రోణుడు అవమానం భరించలేక గ్రుడ్లనుండి నీరు గ్రక్కుకొంటూ తన బావమరిది అయిన కృపుడున్నచోటుచేరి భీష్ముని కలిసి బ్రతుకుతెరువు చూచుకోవాలని వస్తూ ఉంటాడు.

దోవలో ఒక ఆట స్థలంలో ఈ కౌరవపాండవులు బంతి ఆట ఆడుతూ ఉంటారు. అది బంగారుబంతి. అది వెళ్ళి అక్కడొక బావిలో పడుతుంది. "దానిలోనుంచి ఎలా వస్తుంది బయటకు అది।" అని ఆలోచిస్తూ పిల్లలంతా ఆందోళనలో ఉంటారు. ద్రోణుడు అక్కడకువచ్చి విలువిద్య నేర్చుకొనే వాళ్ళు ఈలాటి పరిస్థితుల్లో చింతించాల్సినపనిలేదు. నేను చెప్తాను–చేసి చూపిస్తాను చూడండి: అని, బాణం విల్లుతో సంధించి నీటి అడుగున ఎక్కడో నక్షత్రంలా కనుపించే బంతిలో గుచ్చుకుపోయేట్లు వేస్తాడు. ఆ బాణం ఆ బంతిమీద గుచ్చుకొని అలా నిలబడి ఉంటుంది. ఇంకో బాణం తీసి ఆ మొదటి బాణం చివరలో గుచ్చుకొనేటట్లు కొట్టుతాడు. ఇప్పుడు రెండు బాణాలు ఆ బంతిమీద ఒకదానిమీద ఒకటి నిలుచుని ఉన్నాయి. ఇలా మళ్ళీ మళ్ళీ బాణాలు గుచ్చుతాడు. చివరిబాణం పైపైకి వచ్చి చేతికందేవరకూ కొట్టాడు. ఆ బాణాలన్నీ తాడును లాగినట్లు పైకిలాగి బంతిని తీసియిస్తాడు.

అద్భుతమైన ఈ ప్రతిభకు అచ్చెరువుపొందుతారు పిల్లలు. మా తాతగారి దగ్గరకు రమ్మని భీష్ముని దగ్గరకు ఆయన్ను తీసికొనిపోతారు. భీష్ముడు ద్రోణుని గొప్పదనంవిని యున్నవాడు కావటంచేత వానిని ఆదరించి ఒక ధనుర్విద్యాలయంలో ఆయన్ను ప్రధానోపాధ్యాయునిగాచేసి పిల్లలను అక్కడ ధనుర్విద్య నేర్చుకొనవలసిందనే ఏర్పాటు చేస్తాడు.

ఇలా ద్రోణుడు కౌరవపాండవులకు గురువయినాడు. పిల్లలందరికీ గురువు మొదటనే పరిచయం అయినవాడు కావటంవల్ల వారిమధ్య అత్యంత

మైన ఆదర గౌరవాలున్నాయి. మొదటి రోజునే ద్రోణుడు శిష్యుల్ని పిలిచి మీకు అస్త్రవిద్యలయితే నేర్పుతాను. కాని నాకు ఒకానొక ఇష్టమైన పని ఉన్నది. దానిని తీర్చగలవారు మీలో ఎవరో ముందుకు రండి అన్నాడు. అదేమిటో ఎవరికీ తెలీదు. శిష్యులు వెలవెలబోయి ఊరుకున్నారు. అర్జునుడు "నేనున్నాను" అంటూ ముందుకువస్తాడు. ద్రోణుడు మహాసంతోషపడతాడు. అప్పటికి ఆ సంగతి అంతవరకె నిల్చిపోయినా "పాండవుల్లో ఒకడు గురువు గారికి దగ్గరవుతున్నాడు. మనలోకూడా ఎవరైన గొప్ప విలువిద్య నేర్వగల వాడు ఉండాలి అని యోచించడం ఆరంభించారు కౌరవులు. వీరితోపాటు కర్ణుడు కూడా నేర్చుకొంటూ ఉండేవాడు. కర్ణుడు ఒకొక్కప్పుడు అర్జునునితో సరిసమానమైన నేర్పును కలిగిఉంటూ, విద్యావిషయంలో అర్జునునితో మత్సరించుతూ ఉంటే దుర్బుద్ధితో దుర్యోధనుడు ఈ మత్సరాన్ని ఉద్రిక్త పరచి కర్ణుడు తన జట్టువాడు అన్నట్టు ప్రవర్తించేవాడు.

ఇత అశ్వత్థామకూడ విద్యామత్సరంతో అర్జునుని మించాలని ప్రయత్నం చేస్తూండేవాడు. చీకట్లో విలువిద్య నభ్యసించడమనే ప్రక్రియ అర్జునునకు తోచి అది అభ్యసిస్తాడేమోననే భయంతో అశ్వత్థామ ఒకనాడు వంటవాఁ ధిపతితో అర్జునునకు చీకట్లో ఎప్పుడూ అన్నం పెట్టకు అంటాడు. చి( మేమిటంటే ఈ చీకట్లో విలువిద్యను అశ్వత్థామ నేర్చాడో లేదో తెలీదుగాని అలాగే జాగ్రతపడుతున్నాడైనవశాత్తు ఒకసారి రాత్రి భోజనం చేస్తూండగా గాలికి దీపాలు ఆరిపోతవి. అర్జునుడు ఈ మాత్రానికి భోజనం ఆపడ మెందుకని భోజనం మామూలేనన్నట్లు పూర్తిచేస్తాడు. అలాచేసి ఆలోచిస్తాడు. ''కనపడని వస్తువుల్ని ఎలా తిన్నాను? బుద్ధిలోనున్న జ్ఞానం శరీరంలోకి ఇంకింది కావడంచేత అలవాటుగా తిన్నానుగాక అని విమర్శించుకొని జ్ఞానం ఇంద్రియాలకు ప్రసరింపచేసి, విలువిద్యను చీకట్లో అభ్యసించడం ఆరంభిస్తాడు. రాత్రివేళ వింటినారి ఠం ఠం మ్రోగుతూ వినపడుతుంటె ద్రోణుడు విని లేచివచ్చి అర్జునుణ్ని చూస్తాడు. ఎంతో మెచ్చుకొంటాడు. అప్పుడంటాడు–

"నాయనా నీకంటె ఎక్కువ ఎవరూ ధనుర్ధరులై ఉండకుండ ఉండేటట్లుగా నీకు విద్య ఘనంగా గరపుతాను'' అని కాలక్రమాన ద్వంద్వసంకీర్ణ యుద్ధాల విధమూ రథ, మహీ, వాజి, వారణాలపై ఉండి, దృఢ, చిత్ర సౌష్ఠవ స్థితులలో బాణాలు వేయడమూ, బహు విధ వ్యూహభేదనోపాయాలు ప్రయోగము, రహస్యము అన్నిటినీ అర్జునునకు చెప్తాడు.

మానవుడు వేరు-మనోబుద్ధ్యహంకారాలు వేరు అంటాము గాని-అది సాధనకోసం చెప్పే మాట మాత్రమె. సాధన ఫలించినప్పుడు సర్వమూ పరమేశ్వరుడేనని తెలుస్తుంది. కాగా మానవుని బుద్ధిననుసరించి మనసు, శరీరం, దానిచుట్టూ వాతావరణం పరిస్థితులూ ఉంటయిగనక బుద్ధినొక్కదాన్ని సంస్కరించితే ఇవన్నీ వాటంతట అవి సంస్కరింపబడతాయి అంటారు. మరి పాండవుల బుద్ధికీ, కౌరవుల బుద్ధులకూ తేడావల్లనే గురువు ప్రేమ పాండవ మధ్యముడైన అర్జునునిమీదనే ప్రసరించింది. పాండవుల బుద్ధి కారణంగానని ఒప్పుకోకపోతే మరో భగవంతుడెక్కడో ఉండి మీటనొక్కుతున్నాడనే చెప్పాలిగాక. మరి చీకట్లో అన్నంతిన్న ప్రతివారికీ ఈలాటి ప్రయోజనం ఎందుకు కలగలేదనేదానికి సమాధానమేమిటి? దేవుడందామంటె అతడు పక్షపాతి అనికూడా అనాల్సివస్తుందే. అలా అంటే అతడు దేవుడనబడటమే న్యాయముకాదనిపిస్తూందిగదా! ఎవరికి వారు ఈ విషయం మనోబుద్ధులతో చర్చించి తెలిసికోవలసిన విషయం అనిపిస్తుంది.

ఒకసారి హిరణ్యధన్వుడనే ఎఱుకరాజు కుమారుడు ఏకలవ్యుడనే వాడు ద్రోణుని వద్దకు వచ్చాడు. తనకు విద్య నేర్పుమని. అతడు నిషాద జాతికి చెందిన వాడు గనక అతడ్ని తన పాఠశాలలో చేర్చుకోనని ద్రోణుడు త్రిప్పి పంపివేశాడు. గురుడుని కాలంలో నిషాదులకు హక్కుల్లేవు. వాళ్ళు కేవలం పాపం చేసేవారని ప్రతీతి. అది పాత సంగతి.

నిషాదుడు అంటే అలాటి పాపి కనక నా పాఠశాలలో అక్కర్లేదని ద్రోణుడన్నాడనేది కథ. ద్రోణుడు నిషాద కులాన్నంతనూ నిరసించి అలా వెళ్ళగొట్టాడనటం వల్ల ద్రోణునికి కూడ రజస్తమోగుణాలు ప్రకోపించుతూ

ఉన్నవనేది గమనింపదగిన విషయం. ఈ కథ ఇంకా చెప్పుకొంటె అలాటి పైమనస్య పూర్వకమయిన తత్త్వం ద్రోణాచార్యునికి ఉందనె అనిపిస్తుంది. ఒకనాడు పాండవ కౌరవులంతా వేటకు వెళ్ళారు. వీరి కుక్క మొరిగింది. ఆ శబ్దం విని ఎవరో బాణాలు ఎక్కడ్నుంచో వేస్తే అవి వచ్చి ఏడు బాణాలు ఆ కుక్క నోట్లో గుచ్చుకొని మొఱగడానికి వీలులేకుండా చేసినవి. అర్జునుడు విస్తుపోతాడు. శబ్దం విని ఊహచేత ఇంత సూటిగా కొట్టిన వాడెవరని వెతుకు తాడు. తీరా చూస్తే ఏకలవ్యుడు ద్రోణుని విగ్రహం ముందు ప్రణతుడై నిల్చి విలువిద్య సాధిస్తున్నాడు. వెళ్ళి ద్రోణునకు చెప్పారు అంతా. ద్రోణుడూ ఆశ్చర్యపోయి చూదామని అడవికి వస్తాడు వాళ్ళతో. ఏకలవ్యుని కలుస్తాడు. ఏకలవ్యుడు నమస్కరిస్తే గురుదక్షిణ ఏమిస్తావని ద్రోణుడడుగు తాడు. అందుకు ఏకలవ్యుడు "ఇదిగో నా శరీరం మొత్తం మీ పరంచేస్తాను. ఇదిగో ఇది నాకున్న సంపద. ఇదంతా ఇచ్చేస్తాను. ఇదుగో వీరు నాకున్న పరిజనం. వీరిని మీ పరం చేస్తాను. ఆజ్ఞ ఇవ్వండి" అన్నాడు.

ఈ మాటల వల్ల నిషాదులు కూడ పూర్వంలా కేవలం పాపులుగా మసటల్లేదు– ద్రోణాచార్యుని కాలం నాటికి - అనిపిస్తుంది. అప్పుడు ద్రోణుడు "నీ శరీరమంతా అక్కర్లేదు. నీ కుడిచేతి బొటనవ్రేలు ఇమ్మం టాడు. అప్పుడు అర్జునుడూ ద్రోణుడూ తమను మించిన ధనుర్ధారి ఇంకెవరూ ఉండదని తృప్తిపడుతారు. ఇది స్వార్థపరుడైన వ్యక్తి ఆలోచించే రీతిని తెలియజేసే కథ. స్వార్థపరుడు ద్రోణుడన్నంత మాత్రాన ఫరవాలేదు. అలాంటి స్వార్థం తప్పునుకోవటం ధర్మం. వ్యాసుడీ కథను చెప్పింది ఆ స్వార్థపూర్ణ మనసు యొక్క పరిణామం ఎలా వుంటుంది అని చెప్పటానికి అనిపిస్తుంది.

కుడిచేతి బొటనవ్రేలు పోయినంత మాత్రం చేత విలువిద్యా పాటవం నశించదు. విల్లు పట్టుకోవడానికి ఎడమ చెయ్యీ నారిని లాగడానికీ వదలడానికీ కుడిచేతి నాల్గువ్రేళ్ళూ అవసరం. వెనకనున్న పొదినుంచీ బాణం లాగడానికి కొంత కుడిచేతి బొటనవ్రేలు ఉపయోగించుతుంది. అందువల్ల ఏకలవ్యుని లాఘవం మాత్రం కొంత తగ్గించాడు ద్రోణుడు అనచ్చు.

ఏకలవ్యుని కథను ఆ రోజుల్లో కులద్వేషం ఉన్నదని చెప్పడానికి వ్యాసుడు వ్రాశాడనటం సరికాదు. "మత్సరం ఈర్ష్య స్వశక్తిపై అభిమానం ఇవన్నీ వ్యక్తి అధిష్ఠానంలో కలిగే వికారాలు. వ్యక్తి అహంకారంతో "నేను" అన్నప్పుడు వాటన్నిటితో తాదాత్మ్యం చెంది 'నేను' అంటూ ఉంటాడు. అది చూచి మనం అతడు మంచి ఇతడు చెడ్డ అంటూ ఉంటాము. మంచి చెడూ అనేది మనకున్న సంస్కారాన్ని బట్టి ఉంటాయి. ఆ సంస్కారం ఆవతలకు పెట్టి ఆలోచిస్తే ఒకొక్కప్పుడనిపిస్తుంది— మొత్తం ప్రపంచమంతా ఒక యంత్రం. అందులో చిన్న చిన్న పనులు చేయడానికి ఏర్పాటు చేయబడ్డ "మర"లమే మనం, లేదా కడ్డీలు ఆపిరి యంత్రంలో 'ఆపిరి' మనం, అనిపిస్తుంది. నట్లులేకపోతే కడ్డీలు లేకపోతే ఆపిరిలేకపోతే ఏ ఒక్కటి లేకపోయినా మిగిలినవి పనికిరావు, అవి అలా అలా నడపటానికి కారణం యంత్రం నడవాల్సిన అవసరమేను-అనిపిస్తుంది. ఐతే నడిపించే వాడెవడు అంటే నిశ్చయంగా ఫలానా కడ్డీ అని చెప్పలేక భగవంతుడంటాం. ఇది తత్వవిషయం శాంతి పర్వంలో కవిత్రయం వారు వ్రాశారు.

వేదవ్యాసుడు ఈ ఏకలవ్యుడనే పేరుతో కథ చెప్పటం అద్వైత సాధనా విషయాన్ని చురుకైన చదువరికి చెప్పి వేదాంతంలో ఉన్న ఉపనిషద్బోధలను చెప్పటానికేనని అధ్యాత్మవాదులంటారు. ఏక + ల + వ్యుడు అంటే ప్రకృతిని తొలగించినవాడు అని అర్థం. అనగా 'నేను' పేరు ప్రకృతి నేనుకాదు—అనీ, నేనే బ్రహ్మమను, అనే స్థితిని కలిగినవాడని అర్థం. అద్వైత సిద్ధాంతాలకు ఆధారమైనట్టి 'ప్రజ్ఞానం బ్రహ్మ' అనేది గురువు ద్వారా తెలిసి 'తత్త్వమసి' అనేది విని అహంబ్రహ్మాస్మి అనేది అనుభూతి చేసియున్న స్థితి ఈ ఏకలవ్యునిది అని సూచన. అలాంటివాడికి ఇక గురువు చేయగలిగిందేదీలేదు. ఆ తరువాతి సాధన స్వయంగా ఎవరికివారు చేయాలి. అలాచేసి "సర్వం ఖల్విదం బ్రహ్మ" అనేది ప్రపంచంలో సర్వత్ర భగవంతుడున్నాడనేది అనుభూతి చేయటమే మిగిలింది. అందుకే ఏకలవ్యునికి ఇక తాను గురువుగా ఉండపనిలేదని ద్రోణుడు తోసివేసిన కారణం. ఇక అర్జునుని సంగతి. "అంగుష్ఠం" కోయించటం అంటే అర్థం. అంగ + ష్ఠ

అంటె శరీరవిషయకమయిన ఊహలు నాశం చేయాలని బోధ. అది అర్జును నికి తెలియజెప్పటం. అప్పుడే ఋజుప్రవర్తనకు ప్రతీక అయిన అర్జునునకు తిరుగులేని సాధన సమకూరుతుంది.

ఇదేమిటి! పాపం ఏకలవ్యుని అంగుష్ఠం కోయించి అర్జునునికి ఈ ఆధ్యాత్మిక బోధేమిటి అనుకోవద్దు. కథ–కథే. దాన్ని తెచ్చి ఆధ్యాత్మికంలో జొనపవద్దు. వ్యాసుడు కొన్ని సాంకేతిక పదాలద్వారా ఈ ఆధ్యాత్మికమైన అర్థాన్ని తత్సంస్కారం కలిగినవారికి తెలియజేయడమే వ్యాసమహర్షికిగల ఆస్థ. కథలో ఇంత మంచిగా చెప్పబడి పేర్లు పెట్టబడినా సాధకుడొకడే. అంతా వానిలోగల తత్త్వాలకు ప్రతీకలె.

ఇక కథాభాగానికి వస్తే ద్రోణుడు విద్యార్థులకు శాస్త్రవిద్యలో పరీక్ష పెట్టాడు. ఆకాశంలో పక్షినిపెట్టి "బాణంతో కొట్టాలి రండి అందరూ. నన్నాడు. శిష్యుడు బాణం ఎక్కుపెట్టి నిల్చునేవాడు ద్రోణుని ఆజ్ఞకోసం.

ద్రోణుడు :–"నీకు పక్షి కన్పడుతోందా?"

శిష్యుడు:—ఆ

ద్రోణుడు:–మేమూ కన్పడుతున్నాం గదా!

శిష్యుడు:—ఆ

ద్రోణుడు:–అయితేసరి. తరువాత వాణ్ని పంపు సువ్వు. అనేవాడు. అలా వచ్చినవాళ్ళలో అర్జునుడు మాత్రం తనకు కేవలం పక్షి తలకాయతప్ప ఇంకేదీ అవుపడటల్లేదన్నాడు. "ఐతె కొట్టెయ్య" అని ఆజ్ఞవచ్చింది. అర్జునుడు కొట్టేశాడు. దీంతో అర్జునుడ్ని ఇంకోమెట్టు పైకి నెట్టాడు ద్రోణుడు.

మరొకసారి ద్రోణుడు శిష్యులతో గంగా స్నానానికి వెళ్తే అక్కడ ఒక మొసలివచ్చి ద్రోణుని తొడ పట్టుకొంటుంది. ఆయన చేతకానివాడులా "త్రాహి త్రాహి" అంటాడు. ఎవరూ ఏమీ చేయలేక దిగాలు పడుతారు. అర్జునుడు చీకటిలో అభ్యసించిన విద్య ఆధారంగా గురువుగారి దిగంబలాలు నీళ్ళల్లో కూడ ఊహించి మొసలిని బాణాలతో కొట్టి చంపుతాడు. దాంతో ద్రోణునికి అర్జునుని యందు నిశ్చయమైన నమ్మకం కలుగుతుంది. ఇతడు ద్రుపదుణ్ణైనా కొట్టిరాగలడని.

*

# మహాభారత కథలు

(ఆదిపర్వము—షష్ఠాశ్వాసము)

## విద్యా ప్రదర్శనం-గురుదక్షిణ

ఆచార్య ద్రోణుడు శిష్యులందరికీ విద్యాదానం చేస్తున్నా. రాకుమారులకు చేస్తూ ఉండటంలో ఎంతో సంతోషాన్ని పొందుతున్నాడు. దానికి తగ్గట్టుగా దుర్యోధనుడేమి- భీమార్జునులేమి అత్యంత కౌశలాన్ని కలిగిన వారుగా తయారవడం చేత వీరి విద్యా ప్రదర్శనం మహారాజుల ఎదుట చేయించి మెప్పు పొందాలని ఆయన ఆశయం. ధృతరాష్ట్రునికి ఆ సంగతి విన్నవించుకొంటె అందుకు ఆయన అంగీకరించి ఒక చక్కని విద్యా సందర్శన రంగాన్ని తయారు చేయించుమన్నాడు.

అలా తయారయిన రంగంలో పెద్ద స్థలం- గుర్రాలు పరుగెత్తేందుకు వీలయినంత పెద్దది- చక్కని అలంకారాలతో ఉండేట్లు చేశారు. చుట్టూ ప్రేక్షకులకు ఆగారం (స్టేడియంలా) తయారుచేశారు. నిశ్చయించిననాటికి కిటకిటలాడుతూ జనం, ధృతరాష్ట్ర గాంధారులు, కుంతి, విదురుడు అంతా తమ తమ స్థానాల్లో ఆశీనులయి ఉంటారు.

తెల్లని జుట్టూ వీబూది పిండి కట్లుతో ద్రోణుడు సూర్యుడిలా ఆ రంగస్థలంలోకి వస్తాడు. ఆయన కుమారుడైన అశ్వత్థామ కూడ ఆయన్ను అనుసరించి వస్తాడు. ముందుగా పుణ్యాహవాచనమనే క్రతువు చేస్తారు. ఆ తరువాత ద్రోణాచార్యులు తన వెంట ధర్మరాజూ, దుర్యోధనుడూ, భీముడూ ఇలా వరసవారీ రంగస్థలంలో ప్రవేశిస్తారు.

అలా వచ్చి శక్తిసామర్థ్యాలు: విలువిద్య, గుర్రపుస్వారి, ఏనుగనెక్కి పగవారిని వెంటనంటటంలో దక్షత ఇంకా అనేక ఆయుధాలను ఉపయోగించ

టంలో కౌశలాన్ని చూపించడం ఆరంభించారు. జనులెంతో పొగడుతున్నారు వీరిని. భీముడూ దుర్యోధనుడు గదాయుద్ధం ప్రారంభించారు. ఇద్దరికీ మనసుల్లో మత్సరమున్నది. అది కొందరి ప్రేక్షకులకు తెలీదు. రెండు పర్వతాలు తాకినట్లున్నది. కుడీ ఎడమా అనకుండా కొట్టుకుంటున్నారు. కాళ్ళతో తొక్కిన వేగానికి భూమి అదురుతున్నది. హుంకారాలు చేస్తుంటే ఆకాశంలో గుభిల్లని వినపడుతోంది. వీరిలా యిలా యుద్ధం చేస్తున్నారని విదురుడు ధృతరాష్ట్రునకూ గాంధారికీ చెప్తున్నాడు. జనులు కొందరు దుర్యోధనుని కౌశలాన్నీ, ఇంకొందరు భీముని సాహసాన్నీ మెచ్చుకొంటున్నారు. ఒకరన్నది ఇంకొకరు కాదంటున్నారు. వారిలో వారికే తగాయిదాలు వచ్చేటట్లున్నయి. అది గమనించి ద్రోణుడు రంగ భంగము కాకుండా వారి ప్రదర్శన ఆపవలసిందని చెప్పి- అర్జునుడి ధనుఃకౌశలం చూడవలసిందని ప్రేక్షకులను హెచ్చరిస్తాడు.

ఒకొక్కరికి ఒకొక్క సమయంలో ప్రకాశమూ ప్రశస్తి కలుగుతుండడం ప్రపంచంలో మామూలు. అర్జునుడు తన కవచం చాపంతూణీరాలతో రంగ ప్రవేశం చేసేటప్పటికే "ఓహో ఇతడూ- అఖిలాస్త్రవిద్యలు నేర్చినవాడు. భరతవంశంలో వెలుగు వెలగగలిగినవాడు. కుంతి కడుపున పుట్టిన ఘనుడు" అని మెచ్చుకొంటున్నారు జనం. ఈ మెప్పుదల గలగల ఆకాశంలో ఒక్కసారిగా రేగంగానే ధృతరాష్ట్రుడదరిపడి "ఏమిటిది! ఏమిటిది!" అంటాడు. విదురుడు అది ఫలానా కారణం వల్ల అని చెప్పగానే ఎంతో సంతోషాశ్చర్యాలను అనుభవిస్తాడు. ఓహో ఈ కుంతి కొడుకులు నా వంశంలో గల దురితమనే అరణ్యాన్ని కాల్చిపారేస్తారు గాక అనుకొంటాడు. తన గ్రుడ్డితనం, తన పెత్తండ్రి గర్వపోతుతనం, తన తండ్రి యక్ష్మవ్యాధి గుర్తు తెచ్చుకొన్నాడు కావలె.

అప్పుడు అర్జునుడు ఆగ్నేయశరం వేసి భీకరాగ్నినీ, వారుణాస్త్రంతో దుర్వారజలమునూ, అనిలబాణంతో అత్యంత అధికమైనగాలినీ, మేఘ అస్త్రంతో మహామేఘభయాన్ని పుట్టిస్తాడు. ఒక క్షణాన తాను ఒక పర్వతంలా అవుపడుతాడు. అంతలో అవుపడడు. ఇంతలో చిన్నవాడుగా -

మరోక్షణంలో దీర్ఘుడుగా, సూక్ష్ముడుగా రథం...లో, బయట, అన్నిచోట్ల అవుపడుతూ విద్యలను ప్రదర్శించాడు. ప్రజల కాశ్చర్యాన్ని కలుగజేశాడు.

ఇంతలో హఠాత్తుగా కర్ణుడు రంగద్వారానికి వచ్చి భుజస్ఫాలనంతో గొప్ప శబ్దాన్ని చేసి జనులంతా సంభ్రమించేటట్లుగా చేస్తాడు. చిత్రమైన సంగతేమిటంటే- ఇది రాకుమారుల విద్యాకౌశల ప్రదర్శనకు మాత్రమే ఏర్పాటు చేయబడిన రంగం అవడంచేత, కౌశల ప్రదర్శనానికి కురువంశ కుమారులను తప్ప ఇంకెవ్వరినీ ప్రవేశ పెట్టలేదు. ఏ వరి కుమారుల ప్రదర్శనం వారికి సౌఖ్యమిస్తుంది. ద్రోణుడు అంటేనే అర్థం 'జ్ఞానవృత్తి' కలవాడని. ఆయన తెలివితేటలకు యోగ్యతకు తక్కువవాడు కాదు. కాని సాత్త్వికవృత్తి కలవారికి తామసవృత్తి కూడ ఉండటంకద్దు. అలాంటి తామసవృత్తి ఉండిన కారణంవల్లనే ద్రోణుడు ఏకలవ్యుని బొటనవ్రేలిని గురుదక్షిణగా కోరినాడని కథాపరంగా మనం ద్రోణుణ్ణి విమర్శించవచ్చు. అంతేకాదు అతడికి కల ఆ తామసవృత్తిలేశం వల్లనే మహాసంగ్రామంలో తాను తామసప్రవృత్తులయిన కౌరవులతో చేరి ఉన్నాడు. సాత్త్వికులనుకొనే వారే కౌరవులతో ఈ తామసవృత్తి లేశ కారణంగా ఇలాటి ఇరుకుల్లోపడటం చూస్తాం. భీష్ముడూ కర్ణుడూ కూడ అలాంటి కారణాలవల్లే ఆ పక్షంలో చేరారు.

ఇంతకూ కర్ణుడు ఉత్సాహంకొద్దీ తనూ తన విద్యాకౌశలాన్ని చూపించాలని ఆశపడి వచ్చాడు. ఇతడు చేసిన భుజస్ఫాలనంవల్ల కలిగిన ధ్వనికి అందరకూ కలగుండు పడినంత పనయింది. ''ఇదేమిటి'' అని ఆశ్చర్యపడుతూ పాండవులు ద్రోణాచార్యుని వెనక్కు కదిలారు. కౌరవులు నోళ్లూ కళ్లూ తెరుచుకొని కర్ణుని అభినందించారు. రంగస్థలంలో ఇద్దరు పాక్షికులున్నట్లవుపించింది. కర్ణుడు ఉద్ధతుడై అవుపించాడు. బాలసూర్యునిలా ఉన్నాడు. శరాసనాలు ధరించాడు. బంగారు రంగులో ఉన్నాడు. జనాన్ని త్రోసుకొంటూ వచ్చి కృపాచార్యునికీ ద్రోణునికీ నమస్కరించి అర్జునునితో అంటాడు. "నీవే కాదయ్యా నేర్పుకాడవు మేమూ ఈయగలం ఇలాంటి

ప్రదర్శనం" అంటాడు. అర్జునునకు అది కొంచెం సిగ్గు కలిగించే సంఘటన మయింది. దుర్యోధనునికి సంతోషమైంది.

రెండు కక్షలుగా విడిపోవటం-మనసుల్లో - ఇదే మొదలు. కౌరవ పాండవ పక్షాలని స్థిరపడటానికి నాంది ఇది.

ఇక ధృతరాష్ట్రుని సంగతి. అతడు పుట్టుగ్రుడ్డి కావటంచేత హిందూ ధర్మశాస్త్ర ప్రకారం రాజ్యాధికారంలేదు. సత్యవతి, భీష్ముడు, వీరిద్దరే ధృతరాష్ట్ర, పాండురాజ, విదురులు పుట్టేవరకూ రాజ్యం చేశారు. కేవలం ప్రతినిధులుగా. ఆ తరువాత కూడ విదురుని మంత్రిగాచేసి, వారిద్దరూ విదురుడూ పాలనం చూస్తూ పాండురాజు చేత దేశాలను జయింపజేశారు. ఇప్పుడు పాండురాజు పోయినాడు, ఇక తనకెవరు శక్తిమంతుడైన వాడు బాసటగా ఉండేవాడు? అర్జునుని పరాక్రమం వింటూ అతడు సరైనవాడనుకొని ఉంటాడు ధృతరాష్ట్రుడు. తన కొడుకులకు తగినంత ధర్మం, బలంలేదని అతడి ఊహ. కర్ణుడిప్పుడు ప్రదర్శించబోయే విద్యాపాటవంతో తరువాతి సంఘటనలతో ధృతరాష్ట్రునిలో తామసగుణం వృద్ధి కాబోతోంది, అది భారతం వినేవారు గమనిస్తూనే ఉండాలి గాక.

ద్రోణుడు కర్ణునకుకూడా ఆచార్యుడేగనక సంతసంతో "నీ ప్రజ్ఞ కూడ చూపించాల్సింది" అంటాడు. వెంటనే కర్ణుడు అర్జునుడు చేసిన యుక్తు లన్నిటినీ శ్రమలేకుండా చేసిచూపిస్తాడు. దుర్యోధనుడు అత్యంత సంతోషాన్ని పొంది కర్ణుని కౌగలించుకుని "నీవు నా స్నేహితుడివి కావాల్సింది. నా చేత ఈ కురురాజ్యాన్ని ఏలించాల్సింది. నా ఐశ్వర్యం నీవుపయోగించు కోవాల్సింది" అంటాడు. కర్ణుడు అది ఒప్పుకొంటాడు. వారిద్దరికీ అలా మాట కరారు అయిపోయింది. అంతటితో ఆగక కర్ణుడు "ఇప్పుడు నేను అర్జునునితో ద్వంద్వయుద్ధం చేయాలి" అంటాడు.

అర్జునుడు వెంటనే "నిన్ను పిలువకుండానే యీ రంగస్థలానికి వచ్చి ఎదుటివారి పరిమాణమెరుగకుండ మాట్లాడుతున్నావు-పాపులు పోయే

లోకానికి పోవాలనుందా" అంటాడు. "అడ్డంపెట్టుకొనే నిబంధనలు చెప్పకోయి. బాణాలు తీసికొనిరా నన్నెదిరించడానికి" అంటాడు కర్ణుడు. దుర్యోధనుడు "వాళ్ళ ద్వంద్వయుద్ధం చేయాల్సిందే అనే నినాదం ఆరంభించాడు. కర్ణుడు రంగస్థలంలో ద్వంద్వయుద్ధానికి వచ్చి నిలుస్తాడు. అప్పుడు ద్రోణుడూ, ధర్మరాజాదులూ "సరె చేయండి ద్వంద్వయుద్ధం, వెనుతీయాల్సిన పనేమిటి" అంటారు.

అర్జునుడు సత్రువ యుగాంతకాలానలుడా అన్నట్లు వెళ్ళి ద్వంద్వ యుద్ధానికి నిలుస్తాడు. కర్ణుడు పర్జన్యాస్త్రాన్నివేసి మేఘాలు కల్పిస్తాడు. ఆ మేఘాలలో మునిగిపోతాడు అర్జునుడు. అతడు చీకట్లో ఉండడాన ఎవరికీ కన్పడడు. కుంతి కెవ్వున కేకవేసి మూర్ఛపోతుంది. సూర్యుడు తన కుమారుడైన కర్ణునిపై దివ్యకాంతుల్ని ప్రసరించి ప్రతిఫలింపజేస్తాడు. కుంతి ముఖంపై చల్లని నీరుచల్లి సేదతీర్చుతాడు విదురుడు. ఇంతలో అర్జునుడు వాయువాస్త్రమేసి ఆ మేఘాలను చెదరగొట్టిపోయేటట్లు చేస్తాడు. కుంతి, పాండవులూ అర్జునునిచూసి సంతోషిస్తారు. అప్పుడు కృపాచార్యుడు వారిద్దరిమధ్యనూ నిలచి మళ్ళీ ఆక్షేపణా నిబంధనను చెప్తాడు. అప్పటికి ఆ ద్వంద్వ యుద్ధం ఆపడమే ఆయన లక్ష్యం. ఆక్షేపణేమిటంటే.

ఈ అర్జునుడు పాండురాజుకు పుత్రుడు. రాజధర్మబంధురమయిన చరిత్ర కలవాడు. ఈతనితో నీవు రణం చేయాలన్నట్లయితె నీ వంశాన్ని తల్లిని తండ్రిని తెలియచెప్పాలి. ఇది ద్వంద్వ యుద్ధాలకు పూర్వం పాటించాల్సిన నిబంధన. ఆలాచెప్తే అప్పుడు నీవు దొరవని తెలిపినట్లయితె నీకెదురుగ నిల్చి ద్వంద్వయుద్ధ క్రీడను జరుపుతాడు—అర్జునుడు. అలా కాక పోయినట్లయితె ఇలాటి ద్వంద్వయుద్ధాలు చేయడానికి వీల్లేదు. ఇది రంగస్థల నిబంధన, యుద్ధం ఒకరినొకర్ని చంపుకోడానికయితె అతడెవరూ ఇతడెవరూ అని అందరకూ తెలిసే అవసరమూలేదు—ఆ అవసరం తీరేదాకా రణము ఆగనూ ఆగదు. ఇలాటి కేవల పోటీలలో సమాన ప్రతిపత్తిగలవారినె ప్రకర్ష చేసిచూపు మనడం న్యాయం.

ఆచార్యుడైన కృపుని మాటలు అందరికీ శిరోధార్యం కావడం చేత, ద్వంద్వయుద్ధం ఆగిపోయింది. ఇంతకూ కర్ణుడు తన కులవిషయాలు ఏవీ చెప్పలేదు.

అందువల్ల దుర్యోధనునికి తన పక్షంలో గల వీరునికి కలిగే ఇలాటి నిబంధనల అడ్డంకిలేకుండా చేయడం కర్తవ్యమని తోచింది. తాను చెప్పిన ద్వంద్వయుద్ధం చేయాలనే నినాదం ఫలించక పోవటం వల్ల తనకు దర్పం తగ్గినందుకు తాను మాట్లాడవలసివచ్చిందన్నట్లుగా నటించి అంటాడు. "రాజవరుడైన పార్థుతో రాజుగాని యీత దని సేయగాదగడేని వీనినెల్ల వారలు జూడంగ నీ క్షణంబ రాజు జేసెదనేనంగ రాజ్యమిచ్చి". వెంటనే ధృతరాష్ట్రునికి నచ్చచెప్తాడు. తన మాట కోసం కర్ణుని రాజుగానే చేయాలనే కుమారుని మాటకు ధృతరాష్ట్రుడు కాదనలేదు. ఇందులో అధర్మమేముంది గనుక. అప్పటికప్పుడు కర్ణుని అంగరాజ్యానికి అభిషిక్తుని చేస్తారు. కిరీట మణిభూషణాలతో కర్ణుడు వెలిగిపోయి దుర్యోధనుని "అతి సమర్థతను" హృదయపూర్వకంగా మెచ్చుకొంటాడు. తనను తాను సర్వస్వం ఇచ్చుకొనే పరిస్థితి. దుర్యోధనుడు తన స్నేహాన్ని ఎప్పటికీ కోరుకొన్నందున, అందుకు "ఒల్లె" అని స్నేహము అనేదానికి అవసరమయిన ప్రవర్తన ఏదోదానిని చేపట్టుతాడు కర్ణుడు మనోవాక్కాయ కర్మల.

కర్ణునికి రాజ్యాభిషేకమయిన సందర్భాన్ని పురస్కరించుకొని సూతుడు వానిని కౌగలించుకొని తలమూర్కొంటాడు. అప్పుడు తెలుస్తుంది. అందరికీ కర్ణుడు సూతపుత్రుడని. అప్పుడు భీముడొచ్చి— "ఓయి నాయనా నీవు సూతకులస్తుడవా! ఏదో రథం తోలుకోక అర్జునునితో పోటీకి దిగుతున్నావా!" అని ఎగతాళి చేస్తాడు. పైగా రాజ్యం కట్టుకొన్నావు— "కురురాజులు పాలించ దగిన రాజసింహాసనం కుక్కకిచ్చినట్టున్నదే" అంటాడు.

దుర్యోధనుడు అది విని వచ్చి "వాయుపుత్రు పుట్టినవాడా! నీవలా పలకూడదు. ఎంతటి దివ్యతేజుడితడు? లేడి కడుపున పులి పుట్టుతుందా? ఇతడు పులిపంటివానికే పుట్టి ఉంటాడు. శూరుల పుట్టుక. దేవతల పుట్టుక.

నదుల పుట్టుక ఎవరు చెప్పగలరు? గాంగేయుడెవరికి పుట్టాడు. కృపుడు, ద్రోణుడు వీళ్ళ పుట్టుకలెలా కలిగినయి. ఆ మాటకొస్తే మీ అందరి జన్మలు ఇలాంటివి కావా? దానికేమిటి? దివ్యలక్షణలక్షితుడూ సహజ కవచకుండల మండితుడూ అయిన ఇతడికి ఒక్క అంగరాజ్యం మాత్రమేమిటి? ఇతడు సకలమహీ రాజ్యానికీ అర్హు"డంటాడు.

ఇదంతా కుంతి చూసి తన ప్రథమ పుత్రుడు వాని సహజకవచ కుండల ధారణమూ జ్ఞాపకానికి వచ్చి అతడా అనుకొంటూ మిన్నక ఉండుంటుంది. దుర్యోధనుడు జరిగిన దానికి సంతోషించాడు. విద్యాప్రదర్శనా రంగం దుర్యోధనునికి గొప్ప సహాయకారి అయింది తాత్కాలికంగా.

ఈ భారత కథ జరిగే నాటికి విప్రుడు అంటే బ్రహ్మ పదార్థతత్త్వ జ్ఞాని అనీ గుణకర్మవశంచేతనే బ్రహ్మక్షత్రియ వైశ్యశూద్రుల విభాగం గమనించాలనీ భగవంతుడు చెప్పిన సూత్రం వ్యవహారికంలో మర్చిపోయి నారు జనం. మనుశాసనం ప్రకారం ఎవరు పుట్టిన కులం వారికి ఇదమిత్థమని మాత్రం తెలుసు. ఎవరి వంశం వారికి గొప్పకావటం, వారలా అనటం తప్పేం కాకపోవచ్చు. కాని ఫలాన మిగతా కులాలు మా కులంకంటే తక్కువ తరగతివి అనే దురభిమానం కూడ కొన్ని కులాల్లో వచ్చినట్లు అవుపడుతుంది. అదే పతనకాలం. కనుకనే భీముడు సూత కులాన్ని సభలో తక్కువగా మాట్లాడటం జరిగింది. దుర్యోధనుడుకూడ సూతుడు కర్ణుని తండ్రి అనేది ఒప్పుకొనకనే లేడి కడుపున పులి పుట్టుతుందా అనడం జరిగింది. కృపుడు తెలివిగా "నువు దొరవయితే అప్పుడే దొర అయిన అర్జునునితో పోరగలవు" అనే సమభావం చెప్పి ఊరుకొన్నాడు—కులవిచక్షణ చేసినట్లు అవుపడకుండా. ఈ దురభిమానం ప్రజల్లో తమ తమ కులాల విషయమై పెరిగియుండటంచేతనే ధర్మాధర్మాలు సమంగానే చెప్పినట్లు—అర్థం చేసికొనటల్లేదనే హెచ్చరికను శ్రీకృష్ణుడు భగవద్గీతలో చేయడం అయింది.

ఆరోజు పూర్తి అయింది. తరువాతి రోజునే ద్రోణుడు శిష్యులను అందరనూ పిలిచి, "నాకు గురుదక్షిణ ఇవాళ మీరివ్వాల్సి ఉంటుంది, అది

ఏమిటంటే ఐశ్వర్యంచేత అవలిప్తుడైన ద్రుపదుడు నన్నవమానించాడు. కనుక అతడ్ని పట్టి తీసికొని రావలసింది. అదే నాకు కావలసింది" అంటాడు. ద్రుపదుడు అంటే పట్టి భూ సంబంధమైన కర్మలు చేసేవాడని అర్థం. ద్రోణుడు జ్ఞానకాండకు చెందినవాడు—ఇద్దరికి సఖ్యం నిలవదుగనక వైరం కలిగింది.

అందుకు "ఓ! ఈమాత్రం మాలో ఎవరమైనా చేస్తా"మనుకొంటూ గబా గబా రథాలను తోలుకుపోతారు పాంచాల రాజ్యాన్ని ముట్టడించడానికి కౌరవులు. పాండవులు వారిచర్యకు ఆశ్చర్యపడుతారు, ఎందుకనంటే పాంచాల రాజ్యం చాల గొప్ప ఆర్యరాజ్యం ద్రుపదుడు చాల శౌర్యవంతుడు. ధరిత్రి పైగా వీళ్ళు ద్రోణుని ఆశీర్వచనాలు పొందకుండానే పొగరుతో వెళ్ళిపోయి నట్లు తెలుస్తున్నది. ఈ ప్రపంచాలను నడిపే శక్తి ఒకటున్నది. అది పొగరు కానిది. కేవలం శక్తి కానిది. అది సామరస్యం. దాని పేరే ధర్మం. ఆధర్మం ముందు వెళ్ళిన కౌరవుల తొందరపాటును హర్షించదని తెలుస్తున్నది పాండవులకు. వాళ్ళు అంటారు – "ముందు వీళ్ళు వెళ్ళిపోయినారు – వీళ్ల పాంచాలుర్ని గెలువగలరా! సమ్మకంలే"దంటారు. తాము ద్రోణుని తీసికొని అందరూ ఆయన ననుసరించి బయలుదేరుతారు. వారు చేయాల్సిన మొదటి నిజమైన యుద్ధమిది! గురువు కనుసన్నల్లో పాండవులు చేస్తున్నారు. ఇంత లోకె వెళ్లిన కౌరవులు వెనుకకు తరుమగొట్టబడి పాండవులను కలుస్తారు. అనుకున్నంతా అవనే అయింది.

అంతా మళ్ళి ముందుకు నడుస్తారు. పాంచాలుని సేనతో తలపడ తారు. భీమసేనుడు మహా భీభత్సం చేస్తుంటాడు. పాంచాల రాజైన ద్రుపదుడు అర్జునునితో తలపడతాడు. అతడు వాని ధనస్సు విరిగేటట్లు కొట్టుతూ బాణాలు వేస్తాడు. ధనుస్సు విరగంగానే అర్జునుడు కత్తితీసికొని ఒక్క ఉరుకులో వెళ్ళి ద్రుపదుని రథమెక్కి ద్రుపదుని పట్టుకొని బంధిస్తాడు. అతడ్నితెచ్చి ద్రోణాచార్యుని కాళ్ళముందు పడేస్తాడు. ద్రోణుడు పూర్వ స్నేహితుడైన ద్రుపదునితో ఎకసెక్కమాడి తనకు అవమానము చేయటాన్ని గుర్తుచేసి "మహారాజ్య మదాంధకారమది వదిలిందా" అంటాడు.

దీనితో పాండవుల పలుకుబడి వృద్ధి కావడం ఒక పక్కనూ, తన పక్షము వ్యతిరేక పక్షంగా నిశ్చయించుకొన్న దుర్యోధనుడు చింతపడడమూ కలిగింది. పాండవుల విజయ కారణంగా ధృతరాష్ట్రుడు, పెద్దవాడూ సత్గుణుడూ అయిన ధర్మరాజునకు యౌవరాజ్యపట్టాభిషేకం చేస్తాడు.

ధృతరాష్ట్రుడు రాజు— ఎవరినైనా యువరాజుగా అభిషేకం చేయవచ్చు ఒక విధంగా. కాని ప్రజలనూ సామంత రాజులనూ కూడ సంప్రదించటం ఆచారం, వారంతా ధర్మరాజునే వరించారు. అందుకె ధర్మరాజును యువరాజుగా చేశాడు రాజు. ధర్మరాజు పరిపాలనం భీమార్జునయశుల శౌర్య విజృంభణం ప్రజలను బాగా అలర జేస్తున్నది.

ఈ రోజుల్లోనే ద్రోణుడు అర్జునునకు, బ్రహ్మశిరమనే దివ్యబాణాన్ని సప్రయోగ నివర్తనలతో సహా ఇస్తాడు. ఇచ్చి, "దీనిని నాకు అగ్నివేశుడనే ముని ఇచ్చినాడు. నీవు దీనికి అర్హుడవు గనక నేను నీ కిస్తున్నాను. దీనిని మానుష్యులయందు ప్రయోగింపవద్దు. నిన్ను బాధించేవారిపైననే వేయవలసింది" అంటాడు. ఇంకా "నాకు నీవు గురుదక్షిణ మళ్ళీ ఇవ్వాలి. అది ఏమిటంటే నీవు నాతో ఎన్నడూ ప్రతియుద్ధము చేయకుండా ఉండవలసింది. అలా బాస చేయాల్సింది" అంటాడు. పాండవులు ఎంతో సంతోషంలో ఉండిపోతారు. కౌరవులు ఈర్ష్యలో మునిగిపోతుంటారు. అందుకని కుట్రకు ఆరంభిస్తారు నెమ్మదిగా.

ఇక్కడివరకూ సంభవపర్వమనే ఉపపర్వంలోని కథ అయింది. ఈ సంభవపర్వం ఐదో ఉపపర్వం. పౌష్యం, పౌలోమం, ఆస్తీకం అంశావతరణ పర్వం అయింతరువాత జగదుత్పత్తి కథ నుంచీ ఇంతవరకూ సంభవపర్వమనె అంటారు. మరీచి, దక్షుడు పుట్టటం నుంచి దేవదానవుల వివిధ వ్యక్తులుగా పుట్టటం, శంతన భీష్మ ధృతరాష్ట్రాదుల జననం కర్ణ పాండవ కౌరవుల జననం. కౌరవులు పెరిగి విద్యావంతులవడం అంతా చేరి ఈ పర్వమయింది.

వ్యాసమహర్షి పంచమ వేదంగా ఈ భారతాన్ని వ్రాసి ఆధ్యాత్మిక సిద్ధాంతాల బోధ చేస్తున్నాడనేది మరిచిపోరాని విషయం. ఆధ్యాత్మిక సాధన అంటె అద్వైత జ్ఞానసాధనకు పరమార్థంగా కలది– అని వ్యాస సిద్ధాంతం. ఆధ్యాత్మ సాధన చేయడానికి అధికారం కావాలంటారు సాధకునికి. అంటె కనీస సల్లక్షణాలుండాలని అర్థం. పాండవులు సాత్విక లక్షణాలకు ప్రతీకలు. అధికారికి కావలసినవి. (1) యుక్తాయుక్త వివేకజ్ఞానం (2) ఇహాఽముత్ర ఫలభోగ విరాగం. (3) శమదమాది షట్క సంపత్తి (4) ముముక్షుత్వము (5) శరీరదార్ఢ్యము (అభయం.) ఈ ఐదింటికి ప్రతీకలయిన వారు వరుసగా అర్జునుడు, నకులుడు, ధర్మరాజు, సహదేవుడు, భీముడు– ఇలా పాండవులు సాధనకు ఉండవలసిన సాత్వికవృత్తులున్నూ కౌరవులు– తామసిక వృత్తులున్నూగా వున్నారు. రెండూ సాధకునిలో ఉండేవే. ఆ సత్ వృత్తులు దుర్వృత్తుల్ని ఓడించి నివృత్తితత్వం ఎరిగి మోక్షం ప్రాప్తింప జేయ గలగటం అద్వైత సాధన. అదె ఉపనిషత్తుల్లో చెప్పిన బోధ. అది విశదీ కరించటం వల్లనె భారతం పంచమ వేదమయిందనేది ఊహా మాత్రంగా తెలిసి ఉపక్రమించటం ఇక్కడ కోరదగిన విషయం.

## కుట్ర—లాక్షాగృహ దహనం

జతుగృహపర్వం ఇక్కడే మొదలు. కురుకుమారుల అస్త్రశస్త్ర సంధాన పాటవ ప్రదర్శనంలో కర్ణుడు అర్జునున కెదురుగా నిలవటం దానిని దుర్యోధనుడు బలపరచటంతో పాండవ పక్షమనీ కౌరవ పక్షమనే ఊహాలు దయించినవి. ద్రుపదుని గెలవడానికి వెళ్ళి దెబ్బతిని కౌరవులు రావటం అర్జునుడూ సోదరులూ ద్రోణునితో వెళ్ళి ద్రుపదుని పట్టి తెచ్చి ఔద్ధత్యం చూపడం ఇవి చిత్రమైన పరిణామాన్ని కలిగించినవి.

పాండవుల్ని సర్వులూ మెచ్చుకొంటున్నారు. దుర్యోధనునికిది గుండెలో ముల్లులా ఉంది. కురువృద్ధులు ధర్మరాజు గుణగణాలను మెచ్చుకోవడంతో ధృతరాష్ట్రుడు ధర్మరాజుకే యువ రాజ్యాభిషేకం చేశాడు. దుర్యోధనాదులకు

పలుకుబడి లేకపోయింది. అందుకని దుర్యోధనుడు కర్ణశకుని దుశ్శాసనుల్ని పిలిచి వారితో మంతన మాడుతాడు. నృపనీతి అంటేనే తన వారిని పిల్చి ఏం చేయాలో చర్చించి అలాచేయటం. వారిని అలా పిల్చి దుర్యోధనుడు నృపనీతి ఏమిటో ఇప్పుడు చెప్పండి అంటాడు. అప్పుడు 'గణికు'డనేవాడు చెప్తాడు.

"రాజు ఉచితమైన దండనా విధానాన్ని పాటించాలి. జనులందరూ తమ తమ కర్తవ్యాలు పాలించేటట్లు చూడాలి, దానినే వర్ణాశ్రమ ధర్మం అంటారు'' అన్నాడు. వర్ణాశ్రమ ధర్మమంటే వ్యక్తి సమాజంలో మెలగాల్సిన తీరు. సమాజసేవ, అందులో రాజుకి కూడ కొన్ని విధులున్నాయి. తదను సారమయిన నీతి ఉంది. ఎవరు దుశ్చరితుడైనా అతడు గురువైనా, సుతుడయినా దండించాల్సిందే. శత్రువులనుండి అపాయం రాకుండా సలుగుర్నీ ఇలాగే విచారించి మసులుకోవాలి' తన పొరపాట్లు శత్రులకు తెలీకుండావారి పొరపాట్లు తెలిసి సరతరించాలి. శత్రువులు బలహీనులయితే వారిని అణచి పాఠెయ్యాలి బలవంతులయితేవారితో నమ్మినట్టే వ్యవహరిస్తూ. సమ్మకుండా ఉండాలి. మంత్రాంగం చేస్తుండాలి. మంత్రాంగమంటే శపథాలు చేయటం అంజలి ఘటించటం అభివాదనం సామప్రియ భాషలు శుశ్రూషవిసయాలా ఇవి పాటించి వారిని వంచించాలి. అదనుదొరికేవరకూ అలావుండి సర్పంలా కాటు వేయాలి. అవసరమున్నంతవరకూ మట్టికుండను వాడుకొని ఆ తరువాత రాతిమీద్దకు విసరినట్లే చేయాలి. అపకారిని దగ్గర పెట్టుకోరాదు. అలాపెట్టుకోవటం చివరి కొమ్మనెక్కి అక్కడ నిద్రపోవటానికి సమానం. ఇప్పుడెలాగయినా ధర్మరాజాదుల్ని చంపడం నీకు కర్తవ్యం. ముందు వారిని దూరంగా పంపి ఆ తరువాత వారిని మాషించటం ఆరంభించాలి" దీంతో కుట్ర పథకం రచన ఆరంభమయింది.

దుర్యోధనుడు వెంటనే తండ్రి దగ్గరకు చేరాడు. ఇలా అంటున్నాడు ''నాయనా! రాజులందరి ఎదుటా నీవు ధర్మరాజుకు యౌవరాజ్య పట్టాభిషేకం చేసేసావు. దానివల్ల ఎంత అపకారం నీకూ నాకూ అవుతున్నదో గమనించావా? మూర్ఖులు కొందరు అనటం నేను విన్నాను. నీవు రాజ్యపాలనం చేయడానికి సమర్థుడవు కాదట. భీష్ముడున్నా అతడు నిర్వృతి మార్గంలో చేరడానికే

ప్రయత్నించేవాడుట అందుకని ధర్మరాజు మాత్రమే రాజ్యాని కర్హుడట— ఎందుకనటంటే అతడు గుణవృద్ధుడట ధర్మశీలుడట. పరాక్రమ శాలైన తమ్ముళ్లు కలవాడట. అతడు రాజయితే వృద్ధులు అమాత్యులు బంధువులు అందరూ ఎక్కువగా పూజింపబడతారట. విదురునికి కూడ ఇది ఇష్టమేనట. ఇలాంటి కర్ణపుట భేదనమైన మాటలు విన్నాను. ఇది నీకూ నాకూ కూడ ఎంత దుస్సహమైంది?

దీనిని తొలగించుకొనాలంటే కనీసం కొంతకాలం ఈ పాండవుల్ని ఎక్కడికైనా పంపి ఉంచి తరువాత రమ్మన్నట్లయితే మనసులు కుదుటపరచుకోవచ్చుననిపిస్తున్నది. నీవే మంటావు?" అంటాడు.

ఈ మాటలు అదివరకే ధృతరాష్ట్రుడూ విన్నాడు. అందుకని దుర్యోధనుని తిరస్కరించి చీవాట్లు పెట్టలేదు. తన తమ్ముడైన పాండురాజును అప్పుడు తలుచుకొని దుఃఖిస్తాడు. అతడు తనకు కుడిభుజం. అతడిప్పుడు లేదు. అతడదివరకు చేసిన మేలుకు ఈ పాండవులకు ప్రవాసం ఎలా కలిగించేది అనుకొంటాడు.

దుర్యోధనుడు "ఇప్పుడు నీ తమ్ముని విషయం తలచవద్దు. ధర్మరాజే రాజయితే ఇక వారి సంతతే ప్రభువులవుతారు మేమంతా భరణానికి మాత్రం తగిన వాళ్ళమవుతాము ఆలోచించు"

ధృతరాష్ట్రుడు "ఆమాట నిజమే. ఆ సంగతినె తలచి ఎప్పుడూ విచారిస్తూ ఉంటున్నాను. కాని వాళ్ళను కేవలం మనసుంచి విడదీసి పంపేదెలా? సమష్టి కుటుంబాన్ని పగులగొట్టటమెలా? అలా చేయడానికి కుటుంబ సభ్యులయిన గాంగేయ విదురులూ కలశజాశ్వత్థామ గౌతములు ఒప్పుకొంటారా!"

"ఒప్పుకొంటారు. ఎలాగంటే అశ్వత్థామ నా మిత్రుడు. అతడ్ని ప్రేమించే అతడి తండ్రి ద్రోణుడు అందుచేత మన పక్షం. ఆయన బావమరది కృపుడు కూడా అందుకె మనపక్షం. ఈ ఇంటిని ఎప్పటినుంచో కనిపెట్టుకొని ఉన్న భీష్ముడు మధ్యస్థుడు కనుక ఇప్పుడు పాండవుల పక్షపు అయిపోవడు గాక. పక్షపాతి అయినా విదురుడొక్కడే ఏమి చేయగలడు!"

అందుకు ధృతరాష్ట్రుడు "సరే"నంటాడు.

ఆ మీదట దుర్యోధనుడు తన మాట వినే మంత్రులను పిలచి, వారి వారణావతం చాలమంచి వాస యోగ్యమైన స్థలమని పాండవులకు నచ్చచెప్ప సిందని పంపుతాడు. వారు పాండవుల మనసుల్లో వారణావతంలో కొన్నా నివసించి రావాలన్న ఊహను పుట్టిస్తారు. అది 'అనవరత వరభి కుసుమ భారనమ్ర శాఖావిశాలతరు వనరేఖాలంకృత" మంటాడు. "మనోరమ సుఖానుభోగభాగి మహాభాగ జనసమృద్ధ" మంటారు. పుణ్యనదీ ప్రవా శోభిత" మంటారు. పాండవులకె వారణావతం వెళ్ళాలన్న ఊహాలు జని జేయటం రాజనీతిఫలం. వారికలా పుట్టటం వారికి ప్రాప్తానుభవ కారణం

కొన్ని రోజులకు ధృతరాష్ట్రుడు పాండవులనుపిల్చి "మీరూ కు కూడ వారణావతం వెళ్ళి కొన్ని రోజులుండి రావలసింది నాయనా! అక్క పాండురాజుకూ మా తండ్రులకూ పితృతర్పణంచేసిరావలసింది" అం పాండురాజును తలచి కన్నీళ్లుకార్చి హృదయంగా మాట్లాడతాడు. అదిచ ప్రజలు చాలామంది తామూ ధర్మరాజాదులతోపాటు వా ణావతంవెళ్ళి కొ రోజులుండి వద్దామనుకొంటారు. ప్రజలు ధర్మరాజు పక్షంలో ఉన్నా అనేదానికి ఇలాంటి రుజువులు భారతంలో ఎన్నో కనపడుతవి. విదురుడు క వారితో కొంతదూరంవెళ్ళి ధర్మరాజుతో చెప్తాడు—అన్ని విషయాలు గ్రహి గలిగిన నీకు వేరే చెప్పనక్కర్లేదుగాని, ''ఎఱుగజెప్పవలయునెరిగినంతవని లేక మిమ్ముశ్రీ జాపిన కురుపతి హితుడవోలెమీద నెగ్గుసేయు.'' ''నాకు సిన విషయం ప్రకారం మీరు ఏమరకుండ విషాగ్నులవలన ప్రమాదమో కుండ కాపాడుకొంటూ ఉండాల్సింది" అంటాడు.

ఇలా వీరిని సాగనంపకముందె దుర్యోధనుడు పురోచనుడనేవ పిలచి "నీవు నాకు పరమ విశ్వాసపరుడవు, ఇది ఇతర్లకు చెప్పేదిక నీవు వారణావతంలో ధర్మరాజాదులు ఉండేందుకు ఒక గృహాన్ని నిర్మి ల్సింది. లక్కతోను, మండే పదార్థాలతోనూ కలిపి చక్కగా గృ తయారు చేయాల్సింది. వారు అందులో ప్రవేశించిన కొన్నాళ్ళకు క చూడకుండ సమయంచూసి ద్వారం దగ్గర ఇంటికి నిప్పంటించి తగలబె

వారు చనిపోయిన విషయం వచ్చి నాకు చెప్పు. నీ మంచిచూసే విషయం ఇక ఏకచ్ఛత్రాధిపతిని కాబోయే నాకు జెప్పనక్కర్లేదసు'హా!" అని పంపుతాడు.

పాండవులు అక్కడకు వస్తున్నారని తెలిసి అక్కడ అమాయక ప్రజలు వీరికి పెద్ద స్వాగతమిస్తారు. ఆనాడు ఫాల్గుణ శుక్లఅష్టమి. రాజ మందిరంలో కొన్నాళ్ళుంటారు. అప్పటికి పురోచనుడు తయారుచేసిన గృహం తయారయిందనీ అందులో చేరుడనీ వారిని కోరుతారు. తీరా అందులో చేరి పురోచన్నుని పూజించి పంపినాక ధర్మరాజూన్నూ భీముడున్నూ ఆ ఇంటి గోడలు లక్కతోనూ నేతితోనూతైలంతోనూ ఉన్న వాసన కొట్టుతున్నట్లు పసికట్టుతారు. అప్పుడు ధర్మరాజు భీముడికి చెప్తాడు "ఈ రహస్యమైన విషయం ఎవరికీ ఇక్కడి వారికి తెలియనీయవద్దు. ఈ పురోచనుడు చేసిన పని ఏమిటో అందరకూ తెలిసేంతవరకూమనకై మనంచెప్పకపోవటం మంచిది. మనం ఇక్కడ నుంచీ పారిపోవడమూ మంచిదికాదు. అలా పారిపోతే దుర్యోధనుడు మనని వెతుక్కుంటూనే వచ్చి హాని కలుగచేస్తాడుగాక. విదురుడు మొదటనే చెప్పాడు విషాగ్నులవల్ల భయం కలుగకుండా జాగరూకులై ఉండాల్సిందిఅని. లోకపు తీరే అంత. రాజ్యపదస్థుడు రాజ్యంలేని వానిని, పక్షబలాఢ్యుడు పక్షబలంలేని వానిని, విపులార్థవంతుడు అర్థంలేని వానిని దూషించటం మామూలు, మనలను దుర్యోధనుడు దూషిస్తూ ఉంటాడు ఇప్పుడు. తను చేసిన తెలివి మనం తెలిసికోలేకుండ ఉన్నామని. దూషించనీ" అంటాడు.

అప్పటినుంచి జాగరూకులై ఆయుధహస్తులై ఉంటూ ఉంటారక్కడ. మనకనిపిస్తుంది ఈ ధర్మరాజు లేనిపోని బాధనుతెచ్చి పెట్టుకొన్నట్లున్నాడు. నేనీ ఇంట్లో ఉండను లేచి పోతాను అంటే ఏంపోయింది' అనిపిస్తుంది. పైగా దుర్యోధన్నుడ్ని అలా దూషిస్తూనేఉండనీ అంటాడేమిటి అనిపిస్తుంది. వారణావతంలోని జన్నులకు దుర్యోధనుడికి తమపట్లగల వర్తనం తెలియదు. ఇప్పుడు దుర్యోధనుడు తలపెట్టిన పనిలో గృహం తగలడిపోయి, తాము తమ తెలివి వల్ల బయటపడితే వారణావతంలోని వారికి కూడ దుర్యోధనుడంటే రోత, ధర్మరాజాదులంటే ప్రేమ కలగటం తథ్యం. ఇదీ ధర్మరాజు ఊహ. భీముడికి అలాగే అర్థమయింది. కాని జరిగింది వేరు.

విదురుడు ఒక మనిషిని వారణావతం పంపి, ధర్మరాజుకు కబురు చేస్తాడు రాబోయే కృష్ణచతుర్దశినాడు ఆ లాక్షా గృహానికి రాత్రిపూట నిప్పంటించుమని పురోచనుడికి ఆదేశం వెళ్ళిందనీ, అందుచేత ఒక కందకం ఆ ఇంట్లోంచి ఊరిబయటకు వెళ్ళేందుకు వీలుగా త్రవ్వి ఉంచాల్సిందనీ అలా పురోచనుడ్ని వంచించి తమను తాము రక్షించుకోవలసిందనీ కబురుచేస్తాడు. ఆ వచ్చిన మనిషిచేత కందకం త్రవించి పెట్టుతాడు అరణ్యాలదాకా. ఆనాడు కుంతీదేవి అందరకూ అన్నదానం చేయిస్తుంది. పురోచనుడే ఒక నిషాద వనితనూ దాని ఐదుగురు పిల్లలనూ ఆ ఇంట్లో కుంతికి పనిచేయడానికి పెట్టుతాడు. అది పాండవులుచేసే పనులను చూచి సమాచారం పురోచనుడికిజాకీ చేస్తూ ఉంటుంది. వాళ్ళంతా తాగి ఆనాడు ఆ ప్రక్కనపడి నిద్రపోతారు. భీముడు ముందేవెళ్ళి పురోచనుడు పడుకున్న గదికి ద్వారంపద్ద నిప్పంటించి తమ్ముళ్ళనూ తల్లినీ లేపి ధర్మరాజును తీసికొని ఆ కందకంలో నడిచి ఊరి బయటకు వెళ్ళిపోతాడు. లక్క ఇల్లు ఆ నిషాద వనిత దాని బిడ్డలయిదుగురితో సహా దగ్ధమయిపోతుంది. దుర్యోధనుడు లాక్షాగృహదహనం ఒక స్త్రీ ఇంకా ఐదుగురి బూడిద కనపడటం సంగతి తెలిసి సంతోషిస్తాడు. కందకం లోంచి వారు వెళ్ళిపోయినాక విదురుడు పంపిన వ్యక్తి ఆకందకాన్ని బూడిదతో పూడ్చి పాండవులు అలా వెళ్ళిపోయిన సంగతిని, వెళ్ళి విదురునకు చెప్తాడు అతడు సంతోషిస్తాడు. భీముడూ తల్లీ అందరూ తాము పురోచనుని చక్కగా వంచించినందుకు తాత్కాలికంగా సంతోషించి ఉంటారు. తత్కాలానికి జరిగింది-ఇంచుమించు అందరి మనసుల్లో ఒకానొక శాంతి అనబ్బ ఎందుకనంటే దుర్యోధనునకుగాని, ధృతరాష్ట్రునికుగాని, విదురునకుగాని చేయవలసినపని అప్పటికేదీలేదు. క్షణంలో కలిగే మార్పు స్వభావాన్ని ఎరుగకుండానే మనుషులు బ్రతుకుతుంటారు. ఏ క్షణానికాక్షణాన సుఖాన్ని ఆస్వాదిస్తూనే ఉంటారు జగత్తులో.వారణావత ప్రజలు మాత్రం పాపం దుఃఖించారు.

లాక్షాగృహదహన కథలో అంతరార్థం ఉంది. సాత్త్వికవృత్తులయిన పాండవుల్ని సాధనలో పురోగమించకుండా దుర్వృత్తులయిన కౌరవులు వారించే ప్రయత్నమే వారణావతం వారిని పంపటం. శరీరంలో అన్నమయ, ప్రాణ

మయ, మనోమయ విజ్ఞానమయ ఆనందమయికోశాల్లో మొదటిదాన్ని తరవాతి దానిలో కలిపిచేసే సాధన ధర్మరాజ భీమ అర్జున నకుల సహదేవులు చేస్తున్నారు వారణావతంలో. అప్పుడు విదురుడు (తెలిసినవాడు) దుర్వృత్తుల మంతనం సాత్త్విక వృత్తులకు తెలియచెప్పి వారిని రక్షించడానికి ఒక సొరంగం త్రవ్వించాడు. భీముడు లాక్షాగృహాన్ని తగులబెట్టటం అంటేసాత్త్విక వృత్తుల్ని ప్రజ్వలింప చేశాడని అర్థం. సొరంగంనుంచీ మిగతావారిని రక్షించినవాడు భీముడు. భీముడు యోగానికి ప్రతీక. ప్రాణాయామయోగంవల్లనే వ్యక్తి రక్షింపబడతాడన్న దానికది అర్థం. వారంతా కుంతిని అంటిపెట్టుకొనే ఉన్నారనటంలో 'కుం' అంటే భూమి. ఈభూసంబంధమైన జీవనం తప్పని సరిగా సాధనా సమయం అంతలోనూ కలిగే వుండాలితప్ప నేలవిడిచి సాము చేయరాదనేది సూచన అని తెలియాలి. ఇది లాక్షాగృహదహన కథనం.

## 3. పాండవ వనప్రవేశం

పాండవులు లక్కఇల్లు కాలే సమయానికె కంటకం గుండా ఊరి బయటకు వెళ్ళిపోతారు. అక్కడ మిగతా ప్రపంచంతో ఎలాంటి సంపర్కం ఉండదు. ఇది చిత్రమైన పరిస్థితి. పదిమందితో కలిసి సంకీర్ణమైన విధంగా ప్రవర్తించనక్కర్లేదు. రక్షింపబడాల్సినది శరీరం. వాళ్ళు అలా నడిచి ఉండటంచేత శరీరాలు—ఒక్క భీముడికితప్ప అందరివీ అలిసిపోయినయి. తిండి ఆ ఉదయంనుంచి ఇంచుమించు లేదు. ఇక మనసేంచేస్తుంది? అందుకని నిద్ర ముంచుకువస్తోంది వాళ్ళకు. తూలిపోతున్నారు. భీముడు వాళ్ళని భుజాలమీద చంకల్లోనూ వీపుమీద, నెత్తిమీద ఎక్కించుకొని నిద్ర పోనిస్తూ నడిచి వెళ్ళిపోతున్నాడు.

భీముడికి మాత్రం నిద్ర ఎందుకు రాలేదనిపిస్తుంది. అతడి శరీర బలంవల్ల శారీరకంగా అలిసిపోలేదతడు. వీళ్ళందరూ ఇలా ఉన్నారు అని చూస్తున్నది బుద్ధి. తానొక్కడే వాళ్ళకు ఈ ప్రపంచంలో అప్పటికి ఆత్మ బంధువు. రక్షించాల్సినవాడు. నిద్ర రమ్మన్నా రాదుగాక. కర్తవ్యం అనేది

ఒకటి పెట్టుకొంటె సర్వసాధారణంగా నిద్రరాదు. భీముడు వీళ్ళందర్నీ అ
ఎత్తుకొని సూర్యకిరణం చొరరాని వనంలో తీగలు, రాళ్లు గడచి నడచి ఒ
పెద్ద వటవృక్షంక్రింద వాళ్లను దింపి వారిపంకచూస్తూ ఉంటాడు. వాళ
పై ఉత్తరీయాలుపరచి తలక్రింద చేతులుపెట్టుకొని నిద్రపోతూఉంటార

"కులపాంసనులై యహితాలే చేస్తూఉండే చుట్టాలను పొంద
దూరంగా ఉండేవాడే పుణ్యుడు. గ్రామంలో ఉండే వృక్షం, రాళ్లదెబ్బ
తింటూ ఉండటంతప్ప ప్రయోజనం వృక్షానికేమీఉండదు. "పరహిత ఫ
వంతులు సుస్థిరమూలాన్వితులు అపాపధీరులు పరస్పర సంశ్రయాన జీ
స్తారు. వీళ్ళు వనంలో ఉండే వృక్షాల్లాగా ఒకళ్లనొకళ్లు పెనవేసికొని ఇ
ఆకాశమెత్తున విజృంభించి పనగలుగుతారు అనుకొంటున్నాడు. ఊ
వదలి లేచివచ్చిన పనిని తలచి "అయ్యో తప్పుచేశాననుకొనటంలేదు"అనే
గమనీయం. ధీర నాయకుడు భీముడు.

ఇలా అనుకొంటూ చెట్టెక్కి దూరదూరాలుచూసి ఎక్కడో సరస
ఉన్నట్లు గమనించి దిగి అక్కడకు వెళ్ళి నీళ్ళుతాగి తామరాకుల్లో నీళ్ల ప
తీసికొని వచ్చి తల్లినీ తమ్ముళ్లన్నీ నిద్రలేపడం ఇష్టంలేక-అలా జాగ్రత్త
పెట్టి ఉంటాడు. ఇంతలోకె జాముసేపయింది. సూర్యుడు దిగిపోయినాక
రాత్రి అయింది. ఇంతవరకూ జతుగృహపర్వంలోని కథ.

## 4. హిడింబ వధ

అప్పుడు హిడింబ అనే ఒక అసుర అక్కడకు వస్తుంది. త
అన్న పంపగా వచ్చింది. హిడింబాసురుడు పాండవుల్నిచూచి మనుష్యు
ఆ వనంలోకి ఎలా వచ్చారా అనుకొన్నాడు వాళ్ళను తెచ్చి చంపి వాళ
మాంసం పెట్టాల్సింది తింటాను అని హిడింబను పంపితే ఆమె వచ్చింది
వచ్చి భీముడ్ని చూసి ప్రేమలో పడి మోహిస్తుంది. అన్న పనుపు పాటి
చడం మానేసి, భీముడ్ని అనుసరిస్తుంది. చక్కని రూపంతో అతడి ఎ
టకు వస్తుంది. భీముడు దబాయిస్తాడు— "నీవెక్కడ్నుంచి వచ్చావు. వెళ

వెళ్ళు దూరంగా"నంటాడు. అప్పుడు హిడింబ ఉన్న విషయం చెప్పేస్తుంది. "నేను నిన్ను మోహించాను. మా అన్న మిమ్ముల సందరిసూ చంపుమని పంపాడు మనుష్యుల్ని తినేస్తాడు. వాళ్ళను నిద్రలేపి అవతలకు పంపేస్తే తప్ప వీళ్ళంతా చనిపోవటం ఖాయం" అంటుంది. "నన్ను పెళ్ళిచేసుకోవలసింది నేను మేలు చేస్తా"నంటుంది.

భీముడు– "మీ అన్న ఒక్కడేనా కాదు అలాంటి వాళ్ళు వేయి మందిని రానీ–ఫరవాలేద"ని గొప్ప చెప్పుకొంటాడు. మనకెలా అనిపించినా ప్రేమించి వచ్చిన స్త్రీకి ఇది వీరమయిన మాటగా అనిపించదు. అతడు మహా వీరుడనిపిస్తుంది. తీరా హిడింబుడు రానేవస్తాడు. భీముడు వాడితో తలబడుతాడు. వాడు అరిచే అరుపులకు ధర్మరాజాదులు లేవనే లేస్తారు. వారు తీరా లేచి చూస్తే ఈ హిడింబ ఒక్కతె కనపడుతుంది. "ఎవరు నువ్వ"ంటారు. హిడింబ అంతా చెపుతుంది. అదుగో వాళ్ళు అక్కడ పోట్లాడుతున్నారంటుంది. అర్జునుడు వాళ్ళ దగ్గరకు వెళ్ళి చూస్తాడు. భీముడు సరదాగా హిడింబాసురుడితో ఆడుతూ కొట్లాడుతున్నాడనిపిస్తుంది. అప్పుడంటాడు అర్జునుడు. "రాత్రి అయినకొద్దీ పిశాచాలకు బలం జాస్తి. తెల్లారితే, పారిపోవచ్చు ఎందుకాలస్యం వాణ్ణి కడతేర్చు"మంటాడు. భీముడు వాణ్ణి పట్టుకొని వందసార్లు గిరగిరా తిప్పి పడేసి, నడుం విరిచి, వెన్ను పగలగొట్టి విసిరి పారేస్తాడు.

పాండవులు ఇంతసేపూ తమని తాము విధివశానికి వదలేసి గుర్రు పెట్టి నిద్రపోయారు. నిద్రలేచేటప్పటికి విధి వారికి కొంచెంసేపంత ఆశచూపటం ఆరంభించింది. భీముడు ఇంతబలవంతుడని కనీసం ఇంత సాహసవంతుడని వారికి తెలియడం ఇదే మొదలేమో. యౌవరాజ్య పట్టాభిషేకం తరువాత ఉద్ధృతిలో నున్నవారు ఒక్క రాత్రిలో సర్వమూ వదలి అడవుల పాలయిన శ్మశాన దుఃఖం మరిచిపోటానికన్నట్లు వాళ్ళు అలా మూడు పూటలు నిద్రపోయినారు. ఇప్పుడు తిరిగి పెద్ద ఆశయ ఫలాన్ని పొందినవాళ్లై ఉపక్రమిస్తున్నారు. వీరి మనస్తత్వం గ్రహించి దాన్ని మనం సంతరింపగలగాలి అనిపిస్తుంది.

హిడింబ వీళ్ళ ననుసరిస్తుంది. భీముడు వద్దంటాడు, చంపేస్తానంటాడు. ఆమె కుంతినీ ధర్మరాజునీ శరణువేడి అనునయిస్తుంది. ధర్మరాజు ధర్మం చెప్తాడు: ఈమె ధర్మవంతురాలు రక్షించటం మన ధర్మం అంటాడు. ఆమె యందు రాక్షసభావం చూడవద్దంటాడు. "పరధాన్యార్థభంగం చేయటం రాక్షసత్వం. తమకోసం ఇతర్లను బాధించటం అసురభావం. హిడింబాసురుడు తన తిండికోసం వీళ్ళను చంపుమనటం అసురభావం. కాని, తాను తన అన్న పంపినపని మాని మనను రక్షించడం ధర్మభావం. ఈమె రాక్షసి కాదు, అసురా కాదు అంటాడు. కుంతి భీమునితో ఈ పిల్లను పెండ్లిచేసికొని పుత్రులను కనవలసిందంటుంది. హిడింబ రాబోయే విషయాలుకూడ తనకు తెలుస్తవన్నట్లు చెపుతుంది. "మీరంతా శాలిహోత్రునివనంలో ఉండబోతారు. అక్కడకు కృష్ణ ద్వైపాయనుడు వచ్చి మిమ్ములను పరామర్శ చేస్తాడు" అని చెప్తుంది. వాళ్ళు ఎంతో సంతోషిస్తారు. తమ మేలుకోరే ఆయన నిజంగా వస్తాడా అక్కడకు?

అంతా అలా బయలుదేరి వెళ్తారు శాలిహోత్రుని ఆశ్రమానికి, అక్కడి సరోవరంలో స్నానం చేస్తారు. శాలిహోత్రుడు వీళ్ళను ఆహ్వానిస్తాడు. వీరు క్షుత్పిపాసలు వదిలించుకొన్నవాళ్లై సుఖంగా ఉంటారు. అప్పుడు హిడింబ చెప్పినట్లే కృష్ణ ద్వైపాయనుడు వచ్చి పరామర్శిస్తాడు. "కొడుకు మాట విని ధృతరాష్ట్రుడు మీకు అపకారం చేశాడు" అంటాడు. లక్కయిల్లు కాల్చటం ధృతరాష్ట్రుడికి కూడ తెలుసుననె కృష్ణద్వైపాయనుడు అభిప్రాయపడినాడో లేక కేవలం ధృతరాష్ట్రుడు దుర్జనుడని చెప్పడానికే అలాంటి విధంగా మాట్లాడాడో తెలియదు. "దుర్జనుల్ని నమ్మకూడదు సుమా" అని మాత్రమే ప్రబోధించటం చూస్తాం. ఇంకా మీకు అన్ని ధర్మాలూ తెలుసు. జరిగిందానికి చింతపడకండి. ఎందుకంటే ముందు ముందు మీరు మళ్ళీ పైతృకమైన ఆ రాజ్యాన్ని పాలిస్తారుగాక. ఇలా మీరు బాంధవులకందరకూ దూరంగా రావలసి యుండటం—ఇది పురాకృతము" అంటాడు. పురాకృతము అంటె అదివరకే చేయబడినది అని అర్థము. అనగా భగవంతుడు అప్పటికే అది భావించినమీదట జరిగినటువంటిదని భావం. అర్జునునికి విశ్వరూపంచూపే,

అర్జునుడ్ని సంహరించెయ్యవయ్యా. అందర్నీ "కృతకృత్యు"- డవుతావు: అంటాడు శ్రీ కృష్ణుడు. అనగా తాను భగవంతుడుగా చేసినదాన్నె తిరిగి చెయ్యమని బోధ. వేదవ్యాసుడు అదె వారికి సూచిస్తాడు.

"ఇక్కడ కొన్నాళ్ళుండి ఏకచక్రపురం వెళ్ళవలసిం"దంటాడు. ఈ హిడింబపేరు కమలపాలిక అనీ, దానియందు భీమునికి మహాసత్త్వుడయిన కొడుకు పుట్టుతాడనీ అతడు మిమ్మలను ఆపత్తులో రక్షిస్తాడు కూడాను అని చెప్పి వెళ్లిపోతాడు.

శాలిహోత్రుని తపః ప్రభావంవల్ల సరస్సులోని నీళ్ళు త్రాగినవారికి ఆకలి దప్పి పాసలు కలుగవు. పాండవులు అవి త్రాగిసమీదట ప్రాణాలు నిల్పుకోవడానికి వేరేతిండి తినవలసిన పనిలేకుండా సరిపోయింది. భీముడు కమలపాలికను పెండ్లాడుతాడు. వాళ్ళిద్దరూ పగలంతా అక్కడక్కడా తిరిగి భోగ విషయాలు అనుభవిస్తారు. రాత్రుళ్ళు ధర్మరాజాదులతో ఉంటూ ఉంటారు.

కొంత కాలానికి సద్యోగర్భంలో కామరూపధరుడైన ఘటోత్కచుడు వారిద్దరికీ పుట్టుతాడు. పెద్దరూపం: విశాలమైన భయంకరమైనముఖం, జుట్టు లేని పెద్దతలకాయ, శంకులులాగుండే చెవులు, వికృతమైన కళ్ళు, నల్లటి రూపం, వికటమైన వజ్రంవంటి కోరలు వీటితో పుట్టాడు. వెంటనే సవయౌవనుడవుతాడు, అనేకాస్త్రశస్త్రకుశలుడవుతాడు. రాక్షస పిశాచ బలాలు వచ్చి వాణ్ణి సేవిస్తుంటవి. అతడు తల్లిదండ్రులకు మొక్కి "నేనూ మా అమ్మా వెళ్ళిపోయి మా చోట మేముంటాము. మీరంతాఎప్పుడు నన్ను చూడాలంటే అప్పుడు తలుచుకొనండిచాలు నేను వస్తాను కామరూపుణ్ణి" అని శెలవు పుచ్చుకొని వెళ్ళిపోతాడు. పాండవులు ఇన్నాళ్ళు గడిచిన దీన్ని సినిమాలా యోచిస్తారు.

పాండవులు శాలిహోత్రుని దగ్గర ధర్మశాస్త్రమూ నీతిశాస్త్రము తెలిసికొని నేర్చుకుంటారు-కొన్నాళ్ళు. ఆ తరువాత బయలుదేరి కృష్ణద్వైపాయనుడు చెప్పిన ఏకచక్రపురం చేరుతారు. అక్కడ ప్రచ్ఛన్నంగా ఉండదలచి బ్రాహ్మణుల వేషం వేసికొని ఒకానొక బ్రాహ్మణుని యింట్లో కాపురం

ఉంటారు. భిక్షాటనం చేస్తూ తెచ్చిన అన్నాన్ని తల్లికిస్తే ఆమె భీముడికి పెట్టి సగభాగాన్ని మిగిలిన అందరకూ పంచియిచ్చి

ఇది ఒక క్రొత్త స్థితి. భిక్షాటనస్థితి. ఇది ఎందుకు వాళ్ళ సందేహం వస్తుంది. మరేం చేస్తారు? వేషం ఫలానా అని న్యూనత మరొకటి ఉండదు. అలా చెప్తే ప్రజల్లో దురభిమానా టమే జరిగేదిగాక, ఏదో ఒక గొప్పపని చేసి చూపెట్టుతారు అని కొండంత నమ్మకంతో ఉంది ఆ తల్లి. భీమునిమీద పరి కం, వేదవ్యాసుని వచనం ఆ నమ్మకానికి ఆధారం. ఇది స్థితి. పాండవులందరికీ శతశృంగంలో ఉండగానే పాండురా ప్పుడే ఉపనయనమయింది. వాళ్లంతా అక్కడే వేదాధ్యయన అధ్యయనం ఇప్పుడు తాము బ్రాహ్మణ కులజులమని చెప్పి జేయగలిగిందనవచ్చు. కులాల ప్రత్యేకత అప్పటికి బాగా దే చిందనిపిస్తుంది. అయితే ఇంకా పెండ్లిండ్లు చేసుకొనడంలో అంతగా అడ్డువస్తున్నట్లులేదు. భీముడు హిడింబను చేసికొన ఒక ఉదాహరణం. ముందు ముందు అర్జునుడు బ్రాహ్మణుడని ద్రౌపదిని చేసికొంటాడు. ఈ విభేదాలు ఒకరినొకరు సహా డానికేగాని ఇప్పటిలా కక్షలుపెంచి సాధించుకోడానికి కాద చదువుతుంటే తెలుస్తూనే ఉంటుంది. ఇంతవరకూ హిడింబ విభాగంలోని కథ.

హిడింబ కథ చెప్పటంలో సాధనలో సాత్విక ప్రవృత్తి అడ్డంకులు వస్తవనీ, అందులో ఈ హిడింబ ఒకటనీ సూచన అల్ప విఘ్నాలనుదాట గలిగేది ధైర్యం. అభయం. భీముడె ప్రతీక. అభయం కలిగి ఉంటేనే సాధన విజయవంతమయేది. హిడింబ లొంగింపజేయబడి సాధనకు సహాయపడింది. తామసికుడైనా భీముడు అభయుడు కావటంవల్ల లొంగిపోయి బదులు సాధనా సహాయమే చేశాడనేది గమనీయం. అల్పతా కూడ అభయుడైన సాధకునకు లొంగిపోయి సాధనకు సహాయ ప్రసిద్ధమైన విషయం. ఇది సాధనా విషయబోధన.

# 5. బకవధ

ఒకనాడు పాండవులు ఉంటున్న ఇంట్లోనుంచి ఏడ్పులు వినవస్తవి. ఇంట్లో కుంతీ, భీముడూ మాత్రం ఉంటారు. కుంతి వెళ్ళి వాళ్ళను అడిగి తెలుసుకొంటుంది. ఏమయిందంటే ఆ వూరిబయట ''బకు'' డనే రాక్షసునికి, ఒకానొక కరారు ప్రకారం, రోజు కొక్క ఇంటినుండి ఒక మనిషి బండె డన్నంతో రెండు ఎనుబోతులతో వెళ్ళి ఆహారం కావాల్సి ఉంటుంది. ఆ వంతు ఈ యింటికి వచ్చింది ఆనాడు. బ్రాహ్మణుడు తాను వెళ్తానంటున్నాడు, భార్య తానే వెళతానంటోంది. కుమార్తె తాను వెళతానంటోంది. పసివాడు తన్ను పరిణాకోలుతో చంపేస్తానంటున్నాడు బకుణ్ని. వాళ్ళెవర్నీ పంపను నేనే పోతానంటున్నాడు బ్రాహ్మణుడు.

అప్పుడు వాని భార్య ఒక సత్యమైన విషయం చెప్తుంది. మనుష్యులకు ఏ విధంగా గాని అతిక్రమించడానికి వీలులేని ఆపదవచ్చినప్పుడు సంతాపించి ప్రయోజనంలేదు, అది తెలిసికూడ సంతాపించడం పరమ తెలివితక్కువ అంటుంది అన్ని ఆపదలకూ ఏడపడమే పని కాదనిఅర్థం. చావు వచ్చి నప్పుడు బాధ కలిగినా ఏడవటం అనవసరమైనపని అన్నమాట! కర్త వ్యంగా ఇప్పుడు తాను బలిగా వెళ్ళటమే మేలు అంటుంది. వీరి సంభాషణం వింటే ఎంత నిస్వార్థంగా కుటుంబంలో ఒకరికోసం ఒకరు త్యాగం చేసు కొనేవారా! ఆ రోజుల్లో ననిపిస్తుంది, "నన్ను సినిమాకు తీసికుపోకపోతే ఎందుకు పెళ్ళి చేసికొన్నట్లు! మాకు సరియైన తిండి పెట్టలేనివాడివి మమ్మల్ని ఎందుకు కన్నావు?" ఇలాటి ఇప్పటి మాటలకీ అప్పటి నిస్వార్థమైన మాట లకీ ఎంత తేడా కూతురు అంటుంది. "నేను ఎప్పటికయినా ఇతర్ల ఇంటికి వెళ్ళవలసినదాన్నేకదా నన్ను పంపండి బలిగా" అంటుంది.

బ్రాహ్మణుడు ఆ ఊరి పరిస్థితిని చెప్పుతూ ఇలాంటి బాధలు వస్తే రాజులు యుద్ధంచేసి లేదా ఉపాయం చేత ప్రజలను రక్షించేవాళ్ళు ఈ రాజు అది చేతకాకుండా ఉన్నాడు. పైగా ఇతడు పాపి. బ్రాహ్మణులయినవారి వద్ద పోకచెక్కకూడ రాజులు తీసికోరాదంటూ ఉంటే ఈ రాజు తాను భక్షించ

డానికి అరినిగొంటున్నాడు విప్రులనుంచి అంటాడు. — "ఊళ్ళల్లో ఎందుకు నివసిస్తాము భార్యా పుత్రులతో? రాజు ఉన్నాడనీ అతడు రక్ష చేస్తాడనీ వచ్చి ఉంటాము అలా కానప్పుడు, "ఏల గృహస్థ వృత్తి? సుఖమేగ వనంబున నునికి- కష్టమే" అంటాడు. ఊరిలో రాజు అన్నవాడుండి రక్షింపి నప్పుడే ఊరూ- ఉండటంగాని లేకపోతె వనమే మేలుట; ప్రతి యూర రాజు ఉంటాడు కావలె. లేదారాజు తరపున రక్షకుడు, అప్పటి పరిపాలనా క్రమాలు తెలియటానికి ఇలాటివి ఎంతో ఉపయోగించుతవనిపిస్తుంది.

అప్పుడు కుంతి తన కుమారుణ్ణి పంపవలసిందని, అతడు బకుణ్ణి చంపివేయగలిగినంత సమర్థుడనీ, అంతకు ముందు కొందరి రాక్షసులను చంపాడనీ అందుచేత ఏమాత్రం భయం అక్కర్లేదనీ చెప్పి ఒప్పిస్తుంది. ఎంతో సేపటికివాళ్ళు ఒప్పుకున్నవాళ్ళయి తరువాత. అంతా సంతోషపడతారు. భీముడు పండగనాడు లాగా సరదాగా ఉన్నట్లు ఊగుతున్నాడు, తనకు మంచి పని కలిగిందని. సోదరులు వచ్చారు. వాళ్ళ సంగతీ మాటలూ అతడు వినిపించుకోలేదు. వాళ్ళు ఆశ్చర్యపోయి తల్లినడుగుతారు. భీముడెక్కడన్నా యుద్ధం సంతరించాడా ఏమిటన్నారు. కుంతి చెప్తుంది. జరిగిన విషయమంతా: ధర్మరాజు ముక్కుమీద వ్రేలు వేసికొని "అదేమిటమ్మా భీముణ్ణి రాక్షసునివద్దకు పంపుతావా ఎంత పొరపాటు." అంటాడు. 'ఏం' అంటే అది చాలా సందిగ్ధమైన జయంకదా అంటాడు. అప్పుడామె అలాకాదు నాయనా ఈ భీముని బలం మీకు తెలీదు నాకు తెలుసు. అతడ్ని పసివాడుగా ఉన్నప్పుడు ఎత్తుకొని కొండ ఎక్కుతుండగా చెయిజారి క్రిందపడ్డాడు. అప్పటికి పదోరోజు అతడు పుట్టి. అప్పుడు వాని శరీరం తాకిన కొండరాళ్ళు నుగ్గు నుగ్గయిపోయినయి.

అంతేగాక మనం ఇందువల్ల రక్షించేది మొదటగా ఈ బ్రాహ్మణ కుటుంబాన్ని. తరువాత ఈ ఏకచక్రపురంలోగల బ్రహ్మ క్షత్రియవైశ్య శూద్రులంతరనూ. బ్రాహ్మణులు రక్షింపబడితె సత్పుణ్యలోకాలను పడయవచ్చు. క్షత్రియులు రక్షింపబడటంచేత బుధులు అంతా మెచ్చుకొంటారు. వైశ్యశూద్రులు రక్షింపబడటంవల్ల సర్వప్రజానురంజకమూ అవుతుంది. ఇలా అని వేదవ్యాసుడు చెప్పగా విన్నాను — ఈ విధంగా చేసిన పుణ్యకర్మవల్ల

నీకూ నీతమ్ములకూ అనవరత శ్రీ సుఖాయురైశ్వర్యాలు కలుగుతవి అంటుంది.

ధర్మరాజు కుంతికి తెలిసిన ధర్మానికి మెచ్చుకొని భీముని వెళ్ళి రమ్మంటాడు.

భీముడు తనకు తగిన బలంకోసం బాగా తిండి తినాలంటాడు. ఆ ఇంటి బ్రాహ్మణుడూ చుట్టాలూ కలిపి ఎంతో అన్నం పిండివంటలు పప్పు నేతికుండలు పెరుగు కుండలూ తెచ్చి ఇచ్చి తినిపిస్తారు.

తరువాత ఒక బండిలో అన్నం నింపి దున్నపోతులను పూన్చి బకాసురుడుండే చోటికి వెళ్ళి కొంతదూరంలో నిల్పి ఆ అన్నాన్నంతా తానే తింటూ బండిమీదే కూర్చుంటాడు. బకాసురుడు కాలయాపనకు ఓర్వలేక అరుచుకుంటూవచ్చి భీముడి వీపుమీద ఒక్కగ్రుద్దు గ్రుద్దుతాడు. దాన్ని భీముడు లెక్కచెయ్యడు. వాడొక చెట్టు తెస్తాడు. భీముడు మరొకచెట్టుపీకి యుద్ధం చేస్తాడు.

చివరకు మల్లయుద్ధం చేస్తారు. భీముడు వాణ్ణి మెడా నడుమూ పట్టుకొని వెన్నుమీద ఒక్క పోటుతో విరగదీసి చంపిపడేస్తాడు. బకాసురునితో ఉంటూ ఉండే రాక్షసులంతా భయపడిపోతారు. వాళ్ళను భీముడు బెదిరిస్తాడు. "మీరు ఇక మనుష్యుల్ని తినడం మానేశారా సరేసరి– లేదంటే ఇదుగో వీడిలాగానే నాశనం అయిపోతారు జాగ్రత్త" అంటాడు.

భీముడు పాండవుల్లో ప్రప్రథమంగా ప్రపంచానికుపయోగించిన వాడనిపిస్తుంది. చిన్నతనం వదలి జీవితంలో దిగినవాడితడె. హిడింబను పెళ్ళాడి ఘటోత్కచుని కుమారునిగా బడయుటం, హిడింబాసురునీ బకాసురునీ ఇద్దరనూ చంపి ప్రజోపకారం చేయటం, ఇవీ అతడిని గూర్చిన ముఖ్యమైన సంగతులు. మంచి ఆశయానికి రూపం ఇచ్చినట్టివి. ఇది బకవధ పర్వం.

ఏకచక్రపురం అనే మాటలో అంతరార్థముంది. షట్చక్రాల సాధన మొత్తంగా వున్న దాన్ని సూచించేది ఈ మాట. ఇక్కడ సద్వృత్తులయిన

పాండవుల జ్ఞానాన్ని (పంచకోశ జ్ఞానాన్ని) షట్చక్ర సాధనను బ్రాహ్మణులుగా అయి నడిపారనటంలో బ్రహ్మపదార్థ తత్త్వసాధన అలా చేయాలని చెప్పటం అనేది తెలియాలి. బకుడు తామసవృత్తి. అది ఒక్కొక్కళ్ళనె తన వద్దకు తెప్పించుకొని తింటూ చాలా సంయమనం చేస్తున్న కొంగలా ఉండనేది తెలియాల్సిన అర్థం, అభయుడైన భీముడు (అంటే యోగసాధన) వల్లనె ఈ తామసిక వృత్తి విచ్ఛిన్నం చేయబడింది (బడాలి) అని భావంగా ఎరుగాలి.

ఇది షష్ఠాశ్వాసం.

# మహాభారత కథలు

(ఆదిపర్వము-సప్తమాశ్వాసము)

## 1. జీవితంలో ప్రకాశించే ప్రయత్నం

పాండవులు ఏకచక్రపురంలో బ్రాహ్మణులుగా చలామణీ అవుతూ ఉంటారు. అలా ఎంతకాలం వుంటారుగనక. ఎవరి స్వభావం వారిది. రాజ్య పరిపాలనం చేసో, పగవాళ్ళను జయించో యశోధనాలను సంపాదించటం వారి స్వభావమయితే, వారిని బ్రాహ్మణ వృత్తి పెట్టుకొని జీవించుమంటే అది ఎంతకాలం నడుస్తుంది. ఇక చైత్రరథం అనే విజృంభమాణమైన కథ చెప్తున్నారు వ్యాసమహర్షి.

బ్రాహ్మణులు, క్షత్రియులు, వైశ్యులూ, శూద్రులూ అని విభాగం అయింతరువాత బ్రాహ్మణుల విద్యాప్రతిభ వలన గౌరవస్థానం సమాజంలో వారికి ఈయడం జరిగింది. గౌరవం పొందుతూ అలాగే ఆ ధర్మాలతో ఉండి పోవడానికి ఏం కష్టంగనుక అంటారు సామాన్యులు. సుఖమయినా కష్టమయినా ఎవరికి వారు తమకు ఇష్టమైన కర్మలనే చేయాలని ఆశిస్తూ ఉంటారనేది మరువకూడదు. "ఆత్మబుద్ధిస్సుఖంచైవ" అని రక్తపుకూడు తినవలసి వచ్చినా రాజస్వభావం కలిగినవారు భిక్షమెత్తుకొని హాయిగా పొట్టనింపుకొనే బ్రాహ్మణ వృత్తిని చేయడానికి ఇష్టపడరు. ఏ కులంలో పుట్టిన రాజసికుడైనా రాజరిక ప్రవృత్తినే కలిగివుండటం కద్దు కదా.

ఇంతకూ ఆ వూరునుంచి ఎక్కడికి వెళ్ళిపోదామా అనే ఆలోచనలో పాండవులున్నారు. ఒకనాడు ఎక్కడెక్కడో తిరిగి వచ్చిన ఒకానొక బ్రాహ్మణుని ద్వారా కొన్ని విషయాలు వింటారు. ద్రుపదుడు పాంచాలరాజు. ఆయన రాజ్యపాలనం ఎంతో బాగా చేస్తున్నాడు. ఆయనకూ, కౌరవ కుమారులకు విద్యగరపిన ద్రోణునకూ, స్పర్థ వచ్చింది. ఆ కారణాన ద్రోణునికి ప్రియ శిష్యుడయిన అర్జునుడు ఈ ద్రుపదుణ్ని ఓడించి, కట్టి తీసికొనిపోయి ద్రోణుడి ముందుంచాడట. అప్పుడు ద్రోణుడు ద్రుపదుణ్ణి అపహరించాడట

ఆ కారణంగా ద్రుపదుడు పుత్రకామేష్టి యాగంచేసి, అగ్నిహోత్రంలోనుంచి ఒక పుత్రుణ్ణీ ఒక పుత్రికనూ పొందాడు. ఆ పుత్రుడు ద్రోణుని యుద్ధంలో జయించకలిగేవాడుగానూ ఆ పుత్రిక, అర్జునునంతటి విద్యాపారంగతునికి భార్య కాదగినట్టిదిగానూ ఉన్నారు. ఇద్దరూ అలా అగ్నిదత్తులై ఆయనకు సంప్రాప్తించారు.

పాండవులు లాక్షాగృహంలో నశించినారన్న సంగతి విని ద్రుపదుడు చింతించాడట. ఐతే వాని పురోహితుడు "ఉపశ్రుతి" ఆధారంగా లెక్కలువేసి ద్రుపదుడు తన పుత్రికకుగాను స్వయంవరం పెట్టినట్లయితే పాండవులే వచ్చి ఆమెను గ్రహిస్తారు అని చెప్పి స్వయంవరం పెట్టించుమన్నాడట. ఇది విన్నారు పాండవులు. తమకు ఈ అజ్ఞాతంనుంచి విముక్తి కలిగే కాలం దగ్గర పుతోందనుకొన్నారు. స్వయంవర ప్రత్యేకత ఏమిటంటే "ఆకాశంలో ఎక్కడో మత్స్యం ఒకటి తిరుగుతూ ఉంటుంది. ఒక మహాధనుస్సును ఏర్పాటు చేశారు. దానిని సంధించి మత్స్యయంత్రం కొట్టినవానికి తన కూతురయిన "కృష్ణ" అనే ఆమెను, పెండ్లి చేస్తాడుట ద్రుపదుడు. అది పెద్ద విల్లు. సర్వసాధారణంగా ఎవరూ ఎక్కుబెట్టజాలనిది. స్వయంవరం పౌష్యమాసం శుక్లపక్ష అష్టమిన జరుగుతుందనికూడ ఆ వచ్చిన బ్రాహ్మణుడు పాండవులకు చెప్తాడు.

ఈ సంగతులు పాండవులేగాక ఊరివారు అంతా విన్నారు. పాండవులే అక్కడికి వెళ్ళాలని మనసుల్లో నిర్ణయించుకొనడం అది వారి స్వభావ విషయం. పైకి "అవును దక్షిణ పాంచాలానికిపోదాం. ఎందుకంటే, అక్కడి పౌరులు బ్రాహ్మణులకు కుడుములతో అన్నం పెట్టుతారట" అంటుందికుంతి. కుడుములు తినడానికి ఇష్టపడటం బ్రాహ్మణుల స్వభావంగనక దానిని గుర్తు చేసికొని మరీ కుంతి ఆ వూరివాళ్ళను నమ్మిస్తుంది తాము బ్రాహ్మణులే అయినట్లు.

తరువాత ఒకనాడు ఆ వూళ్ళో సెలవు పుచ్చుకుని బయలుదేరుతారు పాండవులు. స్వయంవరం ఇంకా డెబ్బయి ఆయిదురోజులుంది. నడిచి వెళ్లాలి, దూరభారం. రాత్రింబవళ్ళు నడిచి వెళుతుంటారు.

మధ్యలో ఒకానొకచోట కృష్ణద్వైపాయనుడు తటస్థపడుతాడు. ఈయన జ్ఞానానికి ప్రతీక. ఆయనకు వీరు నమస్కారాలు చేస్తారు. వీరు స్వయంవరానికి వెళ్తున్నారు గనక, పెళ్ళిహాతుస ధ్యానంలోనే ఉన్నవారై ఈయన ఆమెను గురించిఏంచెపుతాడోననే ఆదుర్దాతో ఉన్నారు. ఇదిగమనించి వ్యాసుడుచెప్తాడు. "ఈ పెళ్ళికూతురు పూర్వజన్మలో ఒక మునికన్య. భర్త లేదు. ఆమె శివుడ్ని గూర్చి పెద్ద తపస్సు చేసింది. శివుడు ప్రత్యక్షం అయి "ఏం కావా"లని అడిగినపుడు, పతి, పతి, పతి, పతి, పతి అని ఐదుసార్లంటుందిట. ఐతే నీకు ఈ దేహాంతమయిన మీదట ఐదుగురు భర్త లుండేటట్లు దీవిస్తున్నాను అంటాడు శివుడు. ఆ మునికన్య ఇప్పుడు, "కృష్ణ"గా ఉద్భవించింది యజ్ఞగుండంలో. మీకు ఐదుగురకూ శుభమవుతుంది వెళ్ళరండి" అని చెప్పి వెళ్ళిపోతాడు వ్యాసుడు.

ఈ సంభాషణం పాండవుల్లో ప్రతివారికీ (కృష్ణను) వీలయితే పెళ్ళాడదామనే ఆశ కలిగించింది. పైగా ఐదుగురూ ఆ అమ్మాయిని చేసుకొంటే ఏమవుతుంది అనే విషయం హాస్యంగా గాని ఆశగా గాని అయిదుగురూ అనుకొంటూ ప్రయాణం చేయడం ఆరంభించారు.

అలా వెళ్తున్న కార్యక్రమంలో గంగలో స్నానం చేయాలనే ఉద్దేశ్యంతో ఒకానొకరాత్రి కాలంలో వెళ్తుంటారు. చీకటి. అడవులు. ఒక వెలుగుతూ ఉండే కొరివిని అర్జునుడు పట్టుకొని దోవ చూపుతూ ముందు నడుస్తుండగా తల్లీ సోదరులూ నడుస్తూ గంగ దరికి వెళ్తుంటారు. అక్కడ అంగారవర్ణుడనే యక్షుడు తన భార్య అయిన భీనసితో నీళ్ళల్లో సరసాలాడుతూ వీళ్ళు అక్కడకు వస్తున్నందుకు కోపగించి ధనస్సు ప్రయోగించి ఇదంతా నాదైన ప్రదేశం. మీరు రాకండి వెళ్ళండి" అంటాడు. అప్పుడు అర్జునుడు త్రిభువనపావనీ అయిన ఈ గంగ నీదేమిటి? మేమేమీ మాటలకు జడిసిపోయేవాళ్ళం కాదు. జాగ్రత్త అంటాడు. అప్పుడొక యుద్ధం చేస్తారు వారిద్దరూ.

అర్జునుడు ఆగ్నేయాస్త్రం వేసి అంగారవర్ణుడి రథం తగుల పెట్టేస్తాడు. అంగారవర్ణుడు తప్పనిసరిగా కిందకు దూకి పడిపోతాడు. అతడ్ని పట్టుకొని ఈడ్చుకొనిపోయి ధర్మరాజు ముందు పెట్టుతాడు అర్జునుడు. వెంటనే అంగారవర్ణుని భార్య, భీనసి వచ్చి "అయ్యా ఆయన నా భర్త వానిని రక్షించాల్సింది" అని కోరుతుంది. ధర్మరాజు అతడ్ని వదలివేయు మంటాడు. పాండవుల్లో ఒక చిత్రమైన పద్ధతి అపుపడుతుంది. ఇతర్లను క్షమించడానికి ఇది ధర్మం అని చెప్పడానికి ధర్మరాజుకే పెద్దరిక మిస్తారు. ఇంకొకర్ని నిర్జించాలన్నప్పుడు భీముడూ, అర్జునుడూ బాధ్యత నెత్తిన వేసి కొంటారు. నకుల సహదేవులు హంగుచేస్తారు. ఆజ్ఞలను పాటిస్తారు. ఈ నియమము వాళ్ళెప్పుడూ తప్పినట్లులేదు—చివరకు ద్రౌపదిని ఐదుగురూ పెండ్లి చేసికొనడం విషయంలో సహా.

అంగారవర్ణుడు లొంగిపోయి అర్జునునివద్ద ఆగ్నేయాస్త్రప్రయోగం తెలియాలనే ఉద్దేశ్యంతో పాండవులయిదుగురకూ నూరేసి గంధర్వ హయాలనిచ్చి అర్జునునకు చాక్షుషి అనే విద్యను చెప్తాను నేర్చుకోవలసిందనీ, దాని కోసం ఆరు నెలలు వ్రతం చేయవలసిందనీ చెప్తాడు. అర్జునుడు గుఱ్ఱాలను మాత్రం తీసికొనడానికి అంగీకరించి ఆగ్నేయాస్త్రప్రయోగం వానికి తెలియజేస్తాడు. చాక్షుషి విద్యను నేర్చుకోలేదు. ఓడిపోయిన వానినుంచి విద్య నేర్చుకోవడం అర్జునునకు న్యూనత అనిపించింది. అదేగాక ఆరు నెలలు ఈ వేషాలతో ఒకచోట ఉండే అవకాశమేది? ఇక్కడ అంగారవర్ణుడి రథం ఆగ్నేయాస్త్రంతో దగ్ధమయిం తరువాత అంగారవర్ణుడు చిత్రరథుడనే పేరు తనకుతానే పెట్టుకొంటాడు. అందుకనే బహుశా ఈ పర్వాన్ని చైత్రరథ మన్నారని పిస్తుంది. అక్కడి చోటు పేరు చైత్రరథం అని కొందరంటారుకూడ. అప్పుడు సంభాషణలో అర్జునుడు అంగారవర్ణుని అడుగుతాడు. "మేము బ్రాహ్మణులముగా వస్తున్నాముకదా: నీవు మమ్మల్ని తృణీకరించి పలికినావే అలా సర్వసాధారణంగా ఎవరూ చేయరు నీవెందుకు అలా చేశావు" అంటాడు. అందుకు అంగారవర్ణుడు –

"మీరు బ్రాహ్మణులు కారనీ పాండవులనీ తెలుసునాకు. నారదుడూ సిద్ధసాధ్యగణాలు ఇలా మీరు వేషధారులై ఉంటున్నారని మాకు ఎప్పుడో చెప్పారు. మిమ్మలను గుర్తింపలేనివాళ్ళెవరు గనక. నేను ఆడుదానితో కలిసి కామప్రవృత్తిలో ఉండటంచేత గొప్పవారైన మిమ్ములనుకూడ చులకనచేసి మాట్లాడే దుర్బుద్ధి నాకు కలిగింది. అదీగాక మీరు బ్రాహ్మణ పురస్కృతులయి యున్నట్లయితే అలాటి పరుషవాక్యుల ననకపోయేవాడ్ని. "సురగరుడ విషోరగ యక్షరాక్షస పిశాచ భూత గంధర్వులు నోపరుధి్కరింప బ్రాహ్మణపురస్కృతుల బుణ్యమతుల, భూతల పతులన్" అంటాడు. మనుష్యుల మాట అటుంచి బ్రాహ్మణులనూ బ్రాహ్మణులను ముందుంచుకొని నడచుకునే క్షత్రియులనూ పరుషవాక్కులను సురగరుడ మొదలయిన వీరెవ్వరూ తిట్టరు. వారికి వీరి శక్తి తెలుసును.

"మహారాజులై ఉర్వీజనులకు హితాన్ని చేయాల్సిన మీరు ముందుగా ఒక పురోహితుని పెట్టుకొనడం కర్తవ్యం సుమా" అంటాడు అంగారపర్ణుడు. అసురులా దేశంలో లేకుండా చేసి రాజ్యం చేయడం కేవలం అభిజాత్య శౌర్యం ద్వారా అంటే పుట్టుక కారణంగా మాత్రం సంభవించ కలిగింది కాదు. శౌర్యంతో పాటు బ్రాహ్మణ శక్తి కూడా ఉండాలి" అన్నారు. బ్రాహ్మణ కులంలో ఎవరినో ఒకరిని తెచ్చిపెట్టుకున్నా చాలు అని కాదు ఇక్కడి భావం. బ్రాహ్మణులనిపించుకొనే మహాత్ములకుగల శక్తికోసం ప్రయత్నించుమని ధ్వని. వారి వైపు సంపత్తి దైవశక్తి రాజులకు తోడు కావటం అతిముఖ్యం అని చెప్తాడు.

## 2. తపతీ సంవరణము

ఈ సందర్భంలోనె ఒక కథను చెప్తాడు అంగారపర్ణుడు. సూర్యుని కుమార్తెయైన 'తపతి' చాల కాంతిమతి. ఆమెకు తగిన వరుడు సంవరణుడని సూర్యుడు అనుకొని కూడ ఊరుకొంటాడు. ఎందుకంటే వరుడే వచ్చి నీ పిల్లను నా కీయవలసిందని అడగటం ఆచారం అప్పట్లో. ఒకనాడు తపతి భూమికి దిగి విహరిస్తుంటే సంవరణుడు చూసి మోహించి తనను వివాహమాడుమని ఆమె నడుగుతాడు. ఆమె అలాంటి పని నేను చేయను మా నాన్నగారినడుగు. నీకు నన్నిస్తాడు అప్పుడు పెండ్లియాడుదాము అంటుంది.

సంవరణుడు సూర్యునిగూర్చి తపస్సు ఆరంభిస్తాడు. మరి అక్కడకుపోయే దెలా? అందుకని ఇంతలో ఆయన పురోహితుడైన వశిష్ఠుడు వచ్చి చూచి సంవరిణుడి అభిప్రాయమెరిగి తన తపోమహిమచేత సూర్యలోకానికి తానె వెళ్తాడు–అక్కడ సూర్యుడు దిఙ్మండలం అంతా నిముషానికి మూడువందల అరవయి నాలుగు యోజనాల వేగంతో తిరుగుతూఉన్నట్లు చూచి ఆయనతో సమానంగా వేగంపొంది తానూ తిరుగుతూ ఆయన కూతురైన తపతిని సంవరణునకు ఇవ్వాల్సిందని అభ్యర్థిస్తాడు. చివరకు ఆమెను వెంటబెట్టుకొనివచ్చి సంవరణునకిచ్చి పెండ్లి చేస్తాడు. సంవరణుడు సంతోషించి పన్నెండేండ్లు రాజధానికే వెళ్ళక అక్కడనే తపతితో విహరిస్తూ ఉండిపోవడంచేత రాజ్యానికి కీడువచ్చే పరిస్థితి కలుగుతుంది. అప్పుడు పురోహితుడైన వశిష్ఠుడు శాంతిక పౌష్టికమనే యజ్ఞాలను చేయించి రాజ్యాన్ని రక్షిస్తాడు. ఇది చెప్పి పురోహితుని తప్పక పెట్టుకోవాలని చెప్పడం అందుకేనని అంగారపర్ణుడు పాండవులకు బోధిస్తాడు.

వశిష్ఠ మహామునిని పురోహితునిగా కలిగియుండడంచేతనే ఇక్ష్వాకులు గొప్పవారయినారట. "బలమతి కామక్రోధంబులు రెండు జయింపబడి, తపోవీర్య బలంబులజేసి చేయునవి నిచ్చలం బెవ్వనియేని పాదసంవాహంబుల్" ఎవరికి తపో వీర్యములుంటాయో వారికి కామక్రోధాలు మాత్రమే కలిగిన వారు పాదాక్రాంతులు కావాల్సి ఉంటుంది సుమా, అన్నాడు.

## 3. వశిష్ఠ మాహాత్మ్యం

అర్జునుడు అప్పుడు "అయితే వశిష్ఠుని మహాత్మ్యమేమిటో చెప్పాలిసింది" అంటాడు. నిజానికి వాని మహాత్మ్యం తపతీసంవరణులకు పెళ్ళిచేయడంలోనే తెలియవచ్చు. కాని ఇలా అడుగడంలో అర్థం కేవలం మహాత్మ్యం విషయం చెప్పుమనికాదు ఆయన గుణగణాలు అంతుపట్టేట్లు చెపితే అలాటి వాణ్ని తాము పురోహితునిగా కుదుర్చుకోవచ్చునని ఉద్దేశ్యం.

అప్పుడు అంగారపర్ణుడు చెప్తాడు. "ఒకసారి కన్యాకుబ్జంలో పరిపాలించే రాజైన విశ్వామిత్రుడు వేటకువచ్చి అలిసిపోయి సేనతోసహా వశిష్ఠ

మహాముని ఆశ్రమంలో అతిథిగా దిగుతాడు. వశిష్ఠుడు తనకూ, పరివారానికీ అందరికీ ఏంపెట్టి పోషించగలడని విశ్వామిత్రుడనుకొనే సమయంలో వశిష్ఠుని దగ్గరున్న కామధేనువు కావాల్సిన మధురాహార పదార్థాలతోసహా అన్నిటినీ పొదుగుద్వారా కురిసినదై అందరనూ తృప్తిపరుస్తుంది.

ఆతిథ్యం అయింతరువాత వశిష్ఠునితో విశ్వామిత్రుడు నీకు ఇంతకంటె అందమైన ఆవుల్ని లక్ష ఇస్తాను. ఈ కామధేనువును నాకివ్వాల్సిందంటాడు. అందుకు వశిష్ఠుడు అన్ని ఆవుల్ని నేను పోషించలేను. ఈ ఆవుతో అతిథులను పోషించగలుగుతున్నాను—నాకు నీ సంపద అక్కర్లేదయ్యా అంటాడు. విశ్వామిత్రుడప్పుడు బలవంతంగా ఆ కామధేనువును పట్టి తీసికొనిపో ప్రయత్నిస్తాడు. కామధేనువు వశిష్ఠునిముందుకువచ్చి ఇదేమిటి నన్ను అధర్మపరులయిన వీళ్ళకిచ్చావా అంటుంది. ఆయన మాట్లాడడు. కామధేనువు ఉన్న సంగతి నెఱిగి ఒక్కసారిగా విజృంభించి నిప్పులు కురిపిస్తుంది. పెద్ద సైన్యాన్ని పుట్టిస్తుంది. పెద్దయుద్ధం లేవదీస్తుంది. అందులో విశ్వామిత్ర సైన్యం చిత్తుగా ఓడిపోతుంది అప్పుడు నిశ్చయానికి వస్తాడు విశ్వామిత్రుడు- క్షాత్రబలంకంటె తపోబలం ఎంతో గొప్పదనీ వశిష్ఠుడు అందుకని చాల గొప్పవాడనీ వెంటనే తపస్సుకు వెళ్తాడు. మహాతపస్వి అనిపించుకొంటాడు. అయినా వశిష్ఠుడంటే మాత్రం కోపం స్పర్థపోలేదు.

కాగా కల్మాషపాదుడని ఒక ఇక్ష్వాకురాజు ఉండేవాడు ఆ రోజుల్లో ఆయనకు పురోహితుడు వశిష్ఠుడె. కాని విశ్వామిత్రునకయితె తాను కల్మాషపాదునికి పురోహితుడుగా ఉండాలని కోరిక ఉండేది. అదను చూస్తున్నాడు. ఒకప్పుడు కల్మాషపాదుడు వేటకువెళ్ళి అలసిపోయి వశిష్ఠాశ్రమంలో శ్రమదీర్చుకుందామని వస్తుంటె ఎదురుగా వశిష్ఠుని నూర్గురుకుమారుల్లో పెద్దవాడైన శృంగి వస్తూఉంటాడు. కల్మాషపాదుడు గర్వంతో "దారితొలగవేం మేమువస్తుంటే" నని బదరుతాడు. అందుకు శృంగి నేను రాజబాటలో ధర్మపథంలో వెళ్ళుతున్నాను. నేను తొలగవలసిన పనేమిటి అంటాడు. రాజు వెంటనే తనచేతి కోలతో శృంగిని ఒక్కదెబ్బ వేస్తాడు. శృంగి వెంటనే వానిని శపిస్తాడు రాక్షసుడివై మనుష్యులను తినేవాడివి కావలసింది అని. కాని కల్మాషపాదుడు

వెంటనే శరణు వేడటంవల్ల శృంగి అనుగ్రహిస్తాడు. కల్మాషపాదుడు రాక్షసాకారాన్ని పొందలేదు.

కాని, అదనుకోసం వేచియున్న విశ్వామిత్రుడు కింకరుడనే రాక్షసుని పంపి కల్మాషపాదుని అంతరాత్మలో ఆవేశించి ఉండుమని ఆదేశిస్తాడు. ఆ తరువాత కింకరుడు అలా ఆవేశించినంతసేపూ కల్మాషపాదుడు రాక్షసునిలా ప్రవర్తిస్తూ, ఆవేశించని కొంచెంసేపూ రాజుగా తన కర్తవ్యాలను చేస్తూనూ ఉంటున్నాడు. ఈ రాక్షసుడి ప్రవర్తనం తనకురావడం శృంగి శాపంమూలానే అని కల్మాషపాదుడు అనుకొంటున్నాడు. వశిష్ఠుని కుంజులపై అలా రాజుగారికి స్పర్థ రేగింది.

ఇలా ఉండగా ఒకనాడు ఒక బ్రాహ్మణుడు వచ్చి ఆరాజును "తనకు మాంసముతోసహా భోజనము పెట్టించవలసినదని అడుగుతాడు. రాజు సరేనన్నా, రాత్రివేళదాకా ఆ సంగతినే మర్చిపోతాడు. అర్థరాత్రి గుర్తుకు వస్తుంది. ఆ విషయం వెంటనే వంటవాణ్ని పిల్చి మాంసంతోసహా వండి ఆ బ్రాహ్మణుని పిలిచి భోజనం పెట్టవలసిందంటాడు. అప్పటికి తిరిగి రాక్షసుడైన కింకరుడు ఆవేశిస్తాడు రాజును. వంటవాడు అర్ధరాత్రి మాంసం ఎక్కణ్ణుంచి తెస్తాడు. రాజులకంటే మృగాలభయం రాత్రుళ్ళయినా ఉండకపోవచ్చు గాని ఈ వంట భట్టుకు మృగాన్ని వెతికిచంపే ధైర్యంలేదు. అందుకని రాజుతో అయ్యా మాంసం ఇప్పుడు దొరకదంటాడు. రాక్షసావేశపరుడయినందున కల్మాషపాదుడు మనిషి మాంసం అయినాసరే తెచ్చిపెట్టుపోయి అంటాడు. వంటవాడు వధ్యశిలవద్ద చంపబడ్డ మనిషిని తెచ్చి వండి బ్రాహ్మణునకు భోజనం పెడ్తాడు.

తింటూ తింటూ ఉండగా బ్రాహ్మణునకు అనుమానం వస్తుంది. వెంటనే దివ్యదృష్టితో ఆ మాంసం నరమాంసమని తెలుసుకొని రాజును పిల్చి శపిస్తాడు. ఇకనుంచీ నువ్వు మనుష్యుల్నే తినేమనుష్యాదుడవవుతావు పొమ్మంటాడు. అప్పుడు కల్మాషపాదునకు రాక్షసాకారంకూడా వచ్చేస్తుంది. వెంటనే శక్తియొక్క ఆశ్రమానికివచ్చి శక్తిని దూషించి తినేస్తాడు.

విశ్వామిత్రునిచే ప్రచోదితుడై వశిష్ఠుని మిగతా 99 మంది కుమారులనూ చంపేస్తాడు. అప్పుడు వశిష్ఠుడు—

సుతుల రాక్షస నిహతుల జూచి పరమ
యోగధరుడయ్యు బుత్ర వియోగశోక
భరము దాల్చె వశిష్ఠుం డపార భూరి
ధరణిభరము నగేంద్రుడు దాల్చినట్లు

శాపమాత్రాన, నిముషంలో కల్మాషపాదుని నాశనం చేయగలిగినవాడు వశిష్ఠుడు. కాని అలాచేయకపోవడం అతడి విశిష్ఠ గుణం. పోనీ అసలు ఆయనకు దుఃఖమే కలగలేదంటామా అంటే కలగకపోలేదు. శోకం పుష్కలమై ఉంది హృదయంలో ఆగలేక దావాగ్నిలో పడిచద్దామని అగ్నిలో దూకుతాడు. అగ్ని ఆక్షణాన చల్లబడి అయన్ను సేదతీరుస్తుంది. కంఠానికి రాయి కట్టుకొని సముద్రంలో దిగబడుతాడు. సముద్రము తన తరంగ హస్తాలతో ఎత్తితెచ్చి బయట పడేస్తుంది. ఇలాకాదని మేరు పర్వతం ఎక్కి అక్కడ నుంచి తలక్రిందులుగా దూకుతాడు. అతడి శరీరం ఈకలా తూలికలా మోసుకొచ్చి గాలిదేవుడు దింపేస్తాడు. మళ్ళీ ఆశ్రమాన్ని తన నూర్గురు కుమారులూ లేకుండా చూడలేక వేగంగా వెళ్ళిపోయే నదిలో దూకుతాడు. నది ఆయనను అంటుకోడానికే ఇష్టపడక నూరుపాయలై పోయి బెట్టు చేసింది. ఆచోటునె శతద్రు అనే పేరుతో పిలుస్తారు. ఇలా ఛాలా ప్రయత్నాలు విఫలమయి ఆశ్రమానికి వచ్చేటప్పటికి శక్తియొక్క భార్య అయిన అదృశ్యంతి గర్భంలోనుంచి వేద స్వాధ్యాయం వినపడుతుంది. అప్పటికి దృష్టిలోకి వస్తుంది వశిష్ఠునకు శృంగి భార్య పన్నెండేండ్లనుంచి గర్భంతో ఉన్నదనీ ఆమె కడుపులోని వాడు తపస్సంపన్నుడనీ అతడు పుట్టిన తరువాత తాను మరణించడం సంగతి ఆలోచించడం మంచిదనే నిర్ణయానికివస్తాడు.

కొన్నాళ్ళు అవుతుంది. ఒకనాడు కల్మాషపాదుడే రాక్షసుడుగావచ్చి అదృశ్యంతిని మ్రింగడానికి రౌద్రాకారంలో ఉంటాడు. అప్పుడు అదృశ్యంతి భయపడటం వశిష్ఠునికంట పడుతుంది. అందుకని వశిష్ఠుడు ఆ కల్మాష

పాదునిమీద మంత్రజలం హుంకరిస్తాడు. వెంటనే కల్మాషపాదునిపై గల బ్రాహ్మణ శాపం తొలగిపోయి రాజు రాజయి నిలుస్తాడు. వశిష్ఠునికి నమస్కరిస్తాడు. అప్పుడు వశిష్ఠుడు "నాయనా బ్రాహ్మణులకు అవజ్ఞ చేయకుండా, రోషంలేకుండా మసలవయ్యా" ఇంద్రుడైనా బ్రాహ్మణుల కవజ్ఞ చేసినట్లయితే అవమానాన్ని పొంది ప్రతాపహీనుడై పోతాడు" అంటాడు.

ఇంతనిగ్రహం కలిగి ఉంటున్నందుకే వశిష్ఠుడు మహాత్ముడనడం. ఆయన హుంకారంకూడ కల్మాషపాదునకు మంచినే చేసింది! తనకు కలిగిన బాధకు ప్రతిక్రియగా కల్మాషపాదునేమీ చేయలేదుగాక. అదృశ్యంతి భయపడితే ఆమెను రక్షించడానికి తన శక్తిని వశిష్ఠుడు ఉపయోగించాడు. పరార్థం చేసినపని ఇది అని గ్రహించాలి. ఆ తరువాత కొన్నాళ్ళకు అదృశ్యంతికి పరాశరుడు అనే బాలుడు పుట్టుతాడు. అతడు పెరుగుతూ తండ్రిని రాక్షసుడు చంపినాడని తెలిసినవాడై కోపగించి లోకసంహారం చేస్తానంటాడు. అప్పుడు మళ్ళీ వశిష్ఠుడే మనుమని ఆ ప్రయత్నంనుండి వారిస్తాడు. అందుకుగాను పూర్వం జరిగిన ఇలాటి కథ చెప్తాడు. అది ఔర్వుడనే వానికథ. ఒకప్పుడు కృతవీర్యుడనే రాజుకు భృగువంశంలోనివారు పురోహితులుగ ఉంటారు. అతడు అనేక క్రతువులు చేశాడు. ఎన్నోదానాలు చేశాడు. ప్రతిసారీ భృగువులకు చాల సొమ్ము దానం చేసేవాడు. అలా భృగువంశ్యులు ధనవంతులవుతారు. ఆ కృతవీర్యుడు పోయిన తరువాత, అతని తరువాత వచ్చిన అతని సంతతివారు లుబ్ధులయి డబ్బు డబ్బు అని సతతం చింత చేస్తున్నవారై తమ డబ్బంతా ఈ భృగువంశజులు పాలయింది అని చెప్పుకోవడం ఆరంభించారు. అందుకు భార్గవులు భయపడి, కొందరు తమ సొమ్ము రాజుకు ఇచ్చేశారు. కొందరు డబ్బు దాచేశారు. అందుకని ఆ రాజులు వాళ్ళ ఇళ్లుదోచి ఆ డబ్బు గుంజుకొని, రాజధనవంచకులైనారీ భార్గవులు అని వారిని చంపివేయడం ఆరంభించారు. ఇది రాజులకూ బ్రాహ్మణులకూ మధ్య వైషమ్యంగాక కేవలం లుబ్ధత్వం కారణంగా కలిగిన పోరాటం నిజానికి. భృగువంశంలో ఒకామె తనవారందరూ చంపబడగా తాను గర్భవతియై తన బిడ్డను రక్షించుకోడానికి హిమవత్పర్వతాలకు పారి

పోతుంది. ఆ రాజులు ఆమెను వెతుకుతూ వెళ్తారు. ఆమె తన గర్భం ఊరు ప్రదేశంలో దాచుకొంటుంది. ఇది ఎలా సంభవమో తెలియదుగాని, రాజులు ఆమె వద్దకు చేరిననాటికి, భువనోపప్లవ సమయోద్భవ భానునిభ ప్రభాభాసితుడయిన కుమారుడు ఉద్భవించి ఉంటాడు. అతనే ఔర్వుడు. వాడ్ని ఆ రాజులు చూచిన క్షణాన కళ్లుచెదరి అంధత్వం వారికి ప్రాప్తిస్తుంది. వాళ్లు అప్పటికి భయపడిపోతారు. వచ్చి ఆమెను శరణు వేడుతారు. ఆమె "నేను మిమ్మల్నేమీ చేయలేదు నాయనా. ఇదుగో భాను విభుడైన ఈ కుర్రనివల్ల మీ కండ్లు పోయివుంటవి. ఈ కుమారుడ్ని నేను నా గర్భంలో నూరు సంవత్సరాలు మోశాను. ఇన్నాళ్ళున్నూ తండ్రుల వేదవేదాంగ పారాయణం వింటూ సర్వమూ నేర్చుకొన్నాడు. ఇతడు మహా తపోనిధి. ఈతడ్ని ప్రార్థించాల్సింది" అంటుంది. వారలాగే వానికి ప్రాధేయపడి అంధత్వం పోగొట్టుకొన్నవాళ్ళై వెళ్ళిపోతారు.

కొంచెం పెద్దవాడై ఔర్వుడు తన తండ్రులంతా ఒక్కసారిగా పరలోకగతులయినందుకు దుఃఖించి, సకలలోక ప్రళయార్థం, ఘోర తపస్సు చేయడానికి ఉపక్రమిస్తాడు. ఆ తపస్సుకు మూడు లోకాలూ తపించిపోవడం ఆరంభిస్తవి. ఔర్వుడి పితృదేవతలు వచ్చి ఔర్వునితో "నాయనా నీ తపస్సు వేడిమికి లోకాలు తల్లడిల్లుతున్నాయి. ఈలాటి తపస్సు మానివేయవలసింది. నీ రోషము విడువవలసింది. మేము చేతకానివారమై చనిపోయినవారము కాదు. ఇక్కడ ఉండటం ఇష్టంలేక మేము శరీరాలన్నూ ఆ విధంగా వదిలివేసి వెళ్ళిపోయినాముగాక. ఈ మాత్రానికి నీవు సర్వజనోపద్రవం చేయడం అనవసరం. నీవు ఈ రోషపూర్ణమైన పని మానివేయడం ధర్మం— మాకది అభీష్టమైనదిన్నీ" అన్నారు.

అప్పుడు ఔర్వుడు వారితో వాదిస్తాడు. "నేను గర్భస్థుడనై యున్నప్పుడు ఈ రాజులు మిమ్మలనందరను హింసించిన సమయంలో మీ ఆర్తనాదాలు విన్నాను. ఒకరు ఇంకొకరిని హింస చేసేటప్పుడు మూడవవాడు ఆ హింస చేయడం తప్పని తెలిసి అలా చేసేవానికి చెప్పి మళ్ళింపకపోతే ఆ పాపంలో ఆ మూడోవాడికి కూడ పాలువస్తుంది. అందుకని అలాంటి సందర్భంవల్ల నాలో కోపం రేగింది, ఇది తప్పని ఎవరూ చెప్పకపోవటం

వల్ల ఈ లోకంమీదనే ఆ కోపం వచ్చింది నాకు. దీనికి దోవఏదిగాని చూపక మ్రింగివేశానంటే అది నన్నే కాల్చేస్తుంది. దీనిని నేనెలా భరించాలి. మీరే చెప్పండి" అంటాడు.

పితృదేవతలు అప్పుడు "ఆ క్రోధానలాన్ని సముద్రంలో వదలవలసింది. జలధిలో వున్న నీటిని అది దహిస్తుందిగాక." అంటారు. మరి ఇది ఏ విధానంతో చేయగలిగారో తెలియదు. "ఆ కోపానలమె సముద్రంలో చేరి ఔర్వానలమని అనిపించుకొంటుంది. అది అశ్వముఖరూపంలో వచ్చి ఆ సముద్రజలాలను త్రాగివేస్తూ ఉంటుందని వేదంలో కథ కూడ ఉంది.

ఈ కథ వశిష్ఠుడు తన మనుమడైన పరాశరునకు చెప్పి "నీవు కూడ కోపం ఉపసంహరించాల్సింది" అంటాడు. పరాశరుడు కోపం తగ్గింపజేసికొని. లోక సంహారంకోసంగాక రాక్షస వినాశంకోసం సత్త్రియాగం చేస్తామని ఆరంభిస్తాడు. అలా రాక్షసులు వరసగా వచ్చి హోమగుండంలో పడి దగ్ధులై పోతుంటారు. ఈ రాక్షసులు పులస్త్యమహామునికి పుత్రులు. అందుకని పులస్త్యుడు మొదలైన మునులు వచ్చి ఈ పరాశరుణ్ణి ప్రార్థిస్తారు. రాక్షసులయినప్పటికీ వారిని చంపకునాయనా—నీ కోపాగ్నిని హిమాలయానికి ఇంకా ఉత్తరాన వేయవలసింది అంటారు. ఆయన అంగీకరించి అలా చేస్తాడు. ఆ యగ్ని వృక్షలతాగుల్మ శిలాభక్షణం చేస్తూ ఉంటున్నది.

ఇలా, ఈ కథలు అంగారపర్ణుడు అర్జునునకు చెప్పి వశిష్ఠుని మహాత్యాన్ని వర్ణించి, "అలాంటి పురోహితుడ్ని పెట్టుకోవలసింది. అందుకు ధౌమ్యుడని ఉన్నాడు. మహానుభావుడు. ఆయన్ను పురోహితునిగా పెట్టుకొనవలసింది" అంటాడు.

అప్పుడు పాండవులు సరేనని, తమకిచ్చిన హయాలను ప్రస్తుతం అంగారపర్ణుని వద్దనే ఉంచి అవసరం వచ్చినపుడు తీసికొంటామని చెప్పి గంగనుదాటి వెళ్ళిపోతారు. వెళ్లి దేవల మునికి తమ్ముడైన ధౌమ్యుని కలుస్తారు, ఆయన్ను తమకు పురోహితుడుగా నుండుమని ప్రార్థిస్తారు. ఆయన ఒప్పుకొని వారివెంట వస్తాడు. అలా వాళ్ళు పాంచాల పురానికి అనేకమందితోపాటు ప్రయాణం చేస్తారు. ఈ ఆశ్వాసంలో ఇంతవరకుగల కథంతా చైత్రరథమనే ఉపపర్వంగా విభాగించబడింది.

ఈ ఆశ్వాసంలో ధర్మాలన్ను ఎలా ఎలా చేయాలో. తెలియజేయడానికైన కథలన్ను చెప్పారు అనిపిస్తుంది.

# 4. ద్రౌపదీ స్వయంవరం

ద్రుపదునకు యజ్ఞగుండంనుంచి లభించింది 'కృష్ణ'. ఆమెన్ను అర్జునునకు ఇవ్వాలని ఆతడి ఆశయం. పాండవులు బ్రతికున్నారో లేదో తెలీదు. వారికోసం అన్వేషిస్తున్నాడు. ఆకాశంలో మత్స్యయంత్రం పెట్టి ఒక మహా కార్ముకాన్ని ఏర్పాటు చేసి దానికి బాణం సంధించి మత్స్యాన్ని కొట్టినవానికి 'కృష్ణ' నిచ్చి పెళ్ళి చేస్తానని ప్రకటించాడు. అదికొట్టగలిగినవాడు అర్జునుడైనా కావాలి అంతటివాడైనా కావాలి.

పాండవులు ఆ స్వయంవరం చూదామనే బయలుదేరి కాంపిల్యనగరం చేరారు. దోవలో వేదవ్యాసుడవుపించి ఆశీర్వదిస్తూ, మీకు అక్కడ శుభం కాబోతోంది అంటాడు. చాలా సంతోషంతో వారు చేరి ఒక కుంభకారుని ఇంట్లో ఉంటారు.

ఆ స్వయంవరం రోజు వచ్చింది స్వయంవరానికి అంతా రావలసిందనె దండోరా వినిపించింది. చుట్టూ అప్పటికె విడిసియున్న అనేకమంది రాజులూ రాజకుమారులూ దుర్యోధనాదులతో సహా గబాగబా రథాలమీద గుఱ్ఱాలమీద వచ్చి స్వయంవర ప్రదేశంచేరి ద్రుపదునిచే సాహంతులై కూర్చుంటారు వారివారి స్థానాల్లో. పాండవులు బ్రాహ్మణులతోపాటువచ్చి వారితో కూర్చుంటారు.

ద్రుపదుడూ పురోహితుడూ పెండ్లి ఉపకరణ వస్తువుల్ని పట్టుకొని వచ్చి అక్కడపెట్టింపజేస్తుంటారు. 'కృష్ణ' పెళ్ళికూతురై ఒక పుష్పమాలతోవచ్చి నిలుచుంటుంది. దృష్టద్యుమ్నుడువచ్చి అందరకూ వినబడేటట్లుచెప్తాడు. ఆమత్స్యయంత్రంచూపి అక్కడఉన్న పెద్దవిల్లుచూపి 'ఈవిల్లుకు నారిసంధించి క్రిందినీటిలో పైమత్స్యయంత్రపు నీడచూసుకొని మత్స్యయంత్రాన్నిపడగొట్టినట్లయితె అలాకొట్టిన వానిని ఈకృష్ణ పెండ్లాడుతుందికనక మీరు వచ్చి ప్రయత్నించాల్సింది', అంటాడు.

ఈ స్వయంవరం చూడటానికి దేవతలుకూడా పైననిలిచి వేచియున్నారట. ఆ స్వయంవరానికి శ్రీకృష్ణుడు, సాత్యకి, భోజుడు మొదలైనవారు కూడా వచ్చారు శ్రీకృష్ణుడు ముందుగా బ్రాహ్మణులలో పాండవులయిదుగురనూ గుర్తుపట్టి, అదుగో ఆపార్థుడె ఈ యంత్రాన్నికొట్టి పిల్లను పెళ్ళాడబోతాడు" అని అనుకొన్నాడు.

భారతకథలో శ్రీకృష్ణుణ్ణి మొట్టమొదటసారిగా ప్రవేశపెట్టింది ఇక్కడనే. లక్షలాదిజనంలో ఒకడుగావచ్చి చూస్తున్నవాడుగానే ప్రవేశపెట్టబడ్డాడుగాక, ఎవరికివారు అనుకొంటున్నదానికీ ఈ శ్రీకృష్ణుడనుకొంటున్నదానికీ తేడా ఎంతోవుంది. శక్తిమంతులు తమకై తామే ఆమత్స్య యంత్రాన్ని కొట్టి పెళ్ళికొడుకు కావాలనే ఆలోచనలు చేస్తున్నారు. ధూర్తులు తమ ఏలికలకువీలుగా ఆలోచిస్తున్నారు. ఇంకా కొందరు మనకేం చేతనవుతుంది. చూదాం ఎవరు కొడతారో తమషాఅనుకొంటున్నారు. శ్రీకృష్ణుడు మాత్రం తనకు పరిచయం లేని పాండవుల్ని గుర్తుపట్టి ఐదుగురూ బ్రాహ్మణులలో విలక్షణంగా ఉండటంచేత వారేను అని నిశ్చయించుకొని అర్జునుడు తప్పక ఈయంత్రం కొట్టగలడు అనుకోవటంవిశేషం. ఈయన చేతకానివాడు శక్తిమంతుడుకాని వాడూ కాదు. ఐనా తన్నుగెలవాలనికోరికలేదు. అదివిశేషం. ఈయన ఆలోచన స్వార్థపూర్ణంగా ఉండదు ఈయన ఆలోచన ఎప్పుడూ భగవంతుని ఆలోచనతోపాటుగా ఉంటుంది, అదీ ఈయన గొప్పదనం. ఈయన యోగి. యోగీశ్వరేశ్వరుడుకూడా.

మహా రాజులంతా ఆ కృష్ణ అందాన్ని చూచి మదన బాణబాధితులయి తాము వచ్చి ఆ విల్లును ఎత్తి, నారి తగిలించాలని ప్రయత్నం చేశారు. వాళ్ళు ఆ విల్లును వంపలేకపోయినారు. శిశుపాలుడు, జరాసంధుడు, శల్యుడు కర్ణుడు వచ్చి ఆ విల్లును వంచుదామని ప్రయత్నం చేశారు కాని వాళ్ళుకూడ ఆ నారి పూర్తిగా బిగించడానికి ఇంకా ఉసవగింజంత, యవధాన్యమంత, పెసరగింజంత, వెంట్రుకమాత్రవాసిలో తప్పిపోయినారు. వెళ్ళిపోయినారు. మిగతావాళ్ళు "అబ్బో ఆ విల్లు వట్టి మాయవిల్లు దీనినెవరు మోపెట్టగలరు" అనుకొన్నారు.

చివరకు ధర్మరాజు సమ్మతితో అర్జునుడు రంగం మీదకు వస్తాడు. "ఓ యబ్బ ఈ బాపనవాడి సాహసం ఇంత ఉందా" అనుకొన్నారు కొందరు. "కొట్టితె వీడే కొట్టాలిరా" అనుకున్నారు ఇంకా కొందరు. అర్జునుడు వచ్చి ముందు గురువుని తలుచుకొని నమస్కరించాడు. తరువాత విల్లుచుట్టూ ప్రదక్షిణంచేసి నమస్కరించాడుట. ఇది వాని ఋజువర్తనానికి నిదర్శనం. సర్వత్ర ఉండే భగవంతుడు ఆ విల్లులో కూడ ఉండిఉంటాడు కనుక ఆ భగవంతుడికి నమస్కారం చేశాడు. అతడికి కేవలం భుజశక్తి మేధాశక్తి మాత్రమేకాక భగవంతుని అనుగ్రహం ప్రజల సుహృద్భావంకూడ ఎక్కడికక్కడ సహాయం చేయటం మనం గమనింపదగిన విషయం అనిపిస్తుంది. ఇంతకూ ఆ విల్లు తాను మామూలుగా వాడే విల్లు మాత్రమేనన్నట్లుగా నారికట్టి బాణం సంధించి, యంత్రాన్ని కొట్టేస్తాడు.

ఈ అందమైన మహావీరుణ్ణి 'కృష్ణ' పూలమాలతో అలంకరిస్తుంది. రాజులంతా ఆమె అలా చేస్తుందనుకోలేదు. ఈ బాపనవాణ్ణి నేను పెండ్లి చేసుకొని ఏం బాగుపడతావు అని తిరగబడుతుందనుకొన్నారు బహుశః. తీరా ఇలా జరిగేటప్పటికి అందరికీ కోపం వస్తుంది. ద్రుపదుడు ఆమెను అలా తయారుచేశాడు కనక ఆయన్ను దండించాలి అని అతడి మీదకు యుద్ధానికి వస్తారు. ధర్మరాజూ నకులుడూ సహదేవుడూ అర్జునుడు యంత్రం కొట్టంగానే ఇంటికి వెళ్ళిపోతారు. భీముడూ అర్జునుడూ ఇద్దరూ మాత్రం అక్కడే ఉన్నారు. ద్రుపదుడు బ్రాహ్మణుల వెనుక చేరుతాడు. భీమార్జునులు కౌరవుల్ని ముఖ్యంగా శల్యుణ్ణి కర్ణుణ్ణి చిత్తుగా ఓడిస్తారు.

కర్ణుడు ఆశ్చర్యపోయి "అయ్యబాబో! నాతో ఇంత బాగా యుద్ధం చేసేవాళ్ళు పరశురాముడూ ఇంద్రుడూ అర్జునుడే నే! నీవెవరవబ్బా" అంటాడు. అందుకు అర్జునుడు నేను వాళ్ళల్లో ఎవరినీ కాను నిన్ను యుద్ధంలో జయించడానికి తయారుగా ఉన్నవాణ్ణి అంటాడు. భీముడు శల్యుణ్ణి ఉతకడం చూసి కౌరవులు "వీళ్లెవరో తెలిసికోవాలనుకొంటారు." ఇది చూస్తూన్న కృష్ణుడు జోక్యం కలిగించుకొని అక్కడున్న రాజులతో ధర్మంగా చెప్పాల్సిందే అని అర్థిస్తున్నట్లు— "ఎవరూ చేయలేనిపని చేసి ఈ కృష్ణ"ను గెల్చుకున్నా

కాని ఇక్కడ విచిత్రవిషయం ఏమిటంటే ఐదుగురకూ ఆమెను చేసికొనాలనే కుతూహలం కలగడం. ఇద్దరు ఇంకా ఎక్కువమంది స్త్రీలు ఒకళ్ళనే చేసికొనటం క్రొత్త కాదప్పటికి. కాని ఇద్దరూ అంతకంటె ఎక్కువమంది మగవారు ఒక్కస్త్రీని చేసికొనటం అరుదే. ధర్మరాజు తమ్ముళ్ళందరి మనసులూ, తన మనసూ, ఆమెపైకిపోవడం గమనిస్తున్నాడు. వేదవ్యాసుడు ఏకచక్రపురం వదలి తాము వచ్చే సమయంలో కనుపడి పూర్వజన్మలో ఈ కృష్ణ మునికన్య అయియుండినదనీ ఆమె "పతి కావాలని" అయిదుసార్లు అడిగితే, "నీకు ఐదుగురు భర్తలుంటారు వచ్చే జన్మలో" నని ఈశ్వరుడు అనుగ్రహించాడని చెప్పినదగ్గర్నుంచీ ఈ అయిదుగురకూ కృష్ణను చేసికొనాలనే ఆసక్తి కలిగియుండటం గమనించి ఇలా అనుకొన్నాడు. ముందు తను ఈమెను పెండ్లిచేసికొంటాడుగాక, వీళ్ళుకూడ ఆమెను చేసికొంటే మాత్రం తానెందుకు హర్షించలేడు? ఒక పురుషుణ్ణి ఎక్కువమంది స్త్రీలు చేసికొని సుఖపడటల్లేదా? అందుకని,—

"వేదవ్యాసుడు మనకు గురువు. ఈ తల్లి మనకు గురువు. వీరి వచనం ప్రకారమే మన ఐదుగురికీ ఈమె పత్నిగా పరిగ్రహింపబడటానికి కేవలం మన మనసులే అడ్డం. వాటిని నియమించినట్లయితే అలా జరగడానికి ఎలాంటి అభ్యంతరమూ ఉండదు. మిగతా ప్రపంచానికి మన ఈ వ్యక్తిగతవిషయమైన సంగతిలో ధర్మాధర్మాల వివేచనం అక్కరలేనిది" అన్నాడు.

ఇంతలో కృష్ణుడూ బలరాముడూ లోపలికి వస్తారు. వచ్చి "మమ్మల్ని మీరు ఎరుగకపోవచ్చు. మేము కృష్ణ బలరాములం. ఈ కుంతి మాకు అత్త అని వెళ్ళి కుంతికి నమస్కరిస్తారు. పెద్దవాడు గనక ధర్మరాజుకుకూడ నమస్కరిస్తారు. వెంటనే అర్జున నకుల సహదేవులు బలరామకృష్ణులకు నమస్కరిస్తారు. అప్పుడు ధర్మరాజు అంటాడు "మేము కౌరవులకు పనికిరానివాళ్ళమయి దూరం వెళ్ళిపోయివచ్చాము. బ్రాహ్మణవేషధారులమై ఎవ్వరికీ తెలీకుండా ఎక్కడో ఉంటున్నాము. మాపై ప్రేమలేని వానికెవరికీ మమ్మల్ని గుర్తింపగలిగే అవకాశం ఉండదుగాక, మీరు మమ్మల్నెలా

గుర్తింపగలిగారు?" అన్నాడు. అంటే "మీకు మాపై ఇంత ప్రేమా?" అని అర్థం.

బలరామకృష్ణులు "మీతేజస్సు, ధైర్యం, గొప్పగుణాలూ చాలునయ్యా మిమ్మల్లను తెలిసికొనడానికి" అని వారి గుణాలను భూషిస్తారు. కష్టాం యితే అనుభవించారు ఇప్పటికి. ఇకమీకు మేలే కలుగుతుందిగాక, చూచి పోవచ్చాం. చూచాం. వెళ్ళివస్తాం" అని తమ గుడారాలకు వెళ్ళిపోతారు.

అప్పుడు భీమార్జున నకుల సహదేవులు భిక్షాటనానికి వెళ్ళి తిరిగి వస్తారు అన్నపుమూటలతో. కుంతి కృష్ణను పిలచి ఆ భోజనం రెండు భాగాలు చెయ్యి ఒక భాగం అదుగో ఆ పెద్ద ఆకారంగల వాడికి పెట్టెయి. రెండో భాగంలో నలుగురకూ పెట్టు. మిగిలినది నీవూ నేనూ తింటామగాక అం టుంది. కృష్ణ అలాగే చేస్తుంది. అంతా తింటారు. దర్భల పడకలు ఐదు గురకూ వేస్తుంది. అత్తకూ వేస్తుంది. తాను వారి కాళ్ళప్రక్క పండుకొం టుంది. ఇదంతా దృష్టద్యుమ్నుడు అక్కడకు ప్రచ్ఛన్నంగావచ్చి చూచి వెళ్ళి తండ్రితో చెప్తాడు.

"నాయనా కృష్ణ యిలా అతి సంతోషంతో చేస్తున్నది. వారిని ఏవ గించుకోలేదు నిండు మనస్సుతో ఉంది" అంటాడు. కూతురు అల్లుని ఇంట్లో సంతోషంగా ఉంటున్నదని వినడం తండ్రి కోరుకొనే విషయం. అందుకని దృష్టద్యుమ్నుడు ముందుగా ఆ విషయం చెప్తాడు తండ్రికి. ఎలాంటి పరిస్థి తుల్లో ఉన్నా మనసులో సంతోషం కలిగించుకొని వాటికి అనుకూలురై యుండటం మేధావంతుల, సాత్త్వికుల లక్షణం. అది కృష్ణకున్నదని సూచన. తండ్రికి అది సంతోషకరమైన విషయం.

ఇక ఆ ఇంట్లోవారి సంగతి చెప్తాడు. వాళ్ళేవో అక్కడి విషయాలు ఇక్కడి విషయాలు చెప్పుకొంటూ రథ సింధురాశ్వ విషయాలు మాట్లాడు తున్నారు. సమ విషమ మహా వ్యూహ నిర్భేదనోపాయములను చెబుతూ సంగతులు చెప్తున్నారు. ఆయుధ విద్యా రహస్య ప్రయుక్తులు పలుకు

టున్నారు. వారి భాష సుక్షత్రి యాన్వయులని చెప్పుతున్నది. కాని చూడడానికి బ్రాహ్మణులవలె ఉన్నారు. బ్రాహ్మణులో, క్షత్రియులో అయి ఉంటారు గాని ఇతరులు కాదు సుమా" అంటాడు.

ఇక్కడ ముఖ్యంగా గుణాలను ప్రవర్తనను బట్టి వారు బ్రాహ్మణులని క్షత్రియులని నిర్ణయించడానికి చేసిన ప్రయత్నం గమనీయమైనది. బ్రహ్మ క్షత్రియ వైశ్యశూద్రులనే వర్ణాలే గుణకర్మలచేత విభాగమైయున్నవనేది భగవంతుని మాట. అందుకనే గుణాలను వారి కర్మలనూ గమనించి దృష్టద్యుమ్నుడు పాండవులను క్షత్రియులయి యుండవచ్చునంటున్నాడు – చూడడానికి బ్రాహ్మణ వేషంలో ఉన్నారు; మిగతా వాళ్ళకు చెందియుండరు అనే మాట మిగతా వారిమీదగల స్పర్ధగాని ఈసడింపుగాని కాదనిపిస్తుంది. ఈ సంగతిని ద్రుపదుని పురోహితుడు పాండవులున్న చోటికి వచ్చి, "అయ్యా! మీరెవరో చెప్పాల్సింది"అని అడిగినప్పుడు తెలుస్తుంది. అప్పుడుధర్మరాజు అంటాడు. ఇంక మేమెవరమయితేనేమిగాక. మత్స్యయంత్రంకొట్టి మేమెవ్వరయితే గెలుచుకొన్నామో ఆ తరువాత మీ రాజు మా సంగతి తెలిపికొని చేయగలిగిందేమిటి అంటాడు.

అయినాచెబుతానొక విషయం—అకారుణ్మకం ఎక్కుపెట్టటం అలక్ష్యాన్నికొట్టటం అనేది మరొకళ్ళుచేయగలిగింది అవుతుందా? కులహీనుడూ అకృతాస్త్రుడూ చేయగలడా అంటాడు. అంటే అర్థంకులహీనులని ఇతర్లను తిట్టడంకాదు తమ వర్ణమ్మీద అభిమానం మాత్రమే. తాము రాజన్యులనే ఊహనీయడానికి చెప్పిన మాటగా అర్థంచేసికొనాలి అనిపిస్తుంది. చివరకుఅంటాడు. మీరాజు మనోరథం సఫలమయిందంటాడు. అంటే అర్జునునంతటివీరుడే, యంత్రాన్ని కొట్టింది, అని చెప్పడం.

ఆ పురోహితుడువెళ్ళి ద్రుపదునికి ఈ విషయంచెబుతాడు. ద్రుపదుడప్పుడు చాతుర్వర్ణాలవారు ఉపయోగించే రథాలను పాండవులున్న చోటికి పంపుతాడు. ఆహ్వానాలతోసహా. అప్పుడు వారంతా రాజయోగ్యమైన రథంలోమాత్రమే ఎక్కి ద్రుపదుని ఇంటికి వస్తారు. ఇది గుణ ప్రధానమైన రచన. క్రమం అనేది ప్రధానం. భారత కథనంలో ఇది ముఖ్య విషయం.

అలా రాంగానే రాజయోగ్య రథంలో ఉన్నవారిని చూచి క్షత్రియులేనని అను కొంటాడు ద్రుపదుడు. కాని పైకి అంటాడు. అయ్యా మీరు మాయావులుగా వచ్చిన మంత్రసిద్ధులో క్షత్రియులో బ్రాహ్మణులో తెలియటల్లేదు. ఏదైనస ప్రవరతెలియచెప్పితేనేగాని నేనుగా ఈమెను వివాహము చేయను సుమా. ఓ వేళ ఈమెను మీరుతీసుకొనిపోతే పోతారుగాక అని భావం వెల్లడిచేస్తాడు.

ఇంత వరకూ ద్రౌవదీ స్వయంవరం పర్వం

## ౫. వైవాహిక పర్వం

ఆహూతులై తన ఇంటికి వచ్చినవారిని "మీరెవరో చెప్పాలి"ంది., అ ద్రుపదుడు కోరినపుడు తాము పాండవులమని ధర్మరాజు తెలియవరచి "అగ్రజుడైన ధర్మరాజు" నంటాడు. ద్రుపదుడెంతో సంతోషిస్తాడు. మర్యా దలు చేస్తాడు. చివరకు కృష్ణను అర్జునునకిచ్చి వివాహం చేస్తానంటాడు.

అందుకు ధర్మరాజు "అర్జునుడు మూడోవాడు. పైన ఇద్దరమున్నాము, మా వివాహం కాకుండా అతనికెలా చేయడం అని ధర్మసందేహం లేవదీస్తాడు అంటే వీరిద్దరి పెండ్లి అయ్యేవరకూ కృష్ణపెళ్ళి ఆపుతాము అనిఅర్ధం కావచ్చు మాకే ముందు పెండ్లిచేయాల్సింది అనీ కావచ్చు. ద్రుపదుడు వెంటనే అం కాని అంటాడు అలా అయితే ధర్మం ప్రకారం నీవే ఈ కృష్ణను పెండ్లి ఆ వలసింది అంటాడు. ఒకప్పుడు యువరాజు అయిన ధర్మరాజుకు కూతురు ఇవ్వడానికి ఆయనకేముంటుందభ్యంతరం?

కాని ధర్మరాజు తన మనసులోని విషయం తమ్ముల మనసులలోని వి షయం బయట పెట్టేస్తాడు. మేము ఐదుగురుం ఈమెను వివాహమాడుతాం. మ అమ్మ కూడా అలాగే ఆశీర్వదించింది. ఆమె చెప్పినట్లు చేయడం మావి అలవాటున్నా అంటాడు. ద్రుపదుడు విస్తుపోతాడు. ధర్మానికి విధి.అయి ధర్మరాజుకు ఏమీచెప్పలేక "చూదాం నీవూ నేనూ కుంతి ధృష్టద్యుమ్నుడూ ఆలో చించి ఏంచెయ్యాలో అది రేపు చేద్దాం అంటాడు. అతడు లోకంలోవున్న ధర

విదులన్ను పిలచి రచ్చలో పరిష్కరిద్దామనకపోవడం గమనీయం. ఇది వ్యక్తిగత విషయం అనేది మర్చిపోరాదు.

మరునాడు వేదవ్యాసుడు వస్తాడు ఈసమస్య తీర్చడానికి. ధర్మరాజు—నేను హాస్యానికి కూడ ఎన్నడూ ధర్మానికి వ్యతిరేకంగా ఊహించను గాక. మా అమ్మ చెప్పిన ప్రకారం మేము ఐదుగురమూ ఆమెన్ను పెండ్లాడుతాము. జటిలడనే ఋషికూతురు పూర్వం ఏడుగురు ఋషులకు ఒకే భార్యగా అయింది దాక్షాయిని అనే మునికన్యక, ప్రచేతసులనే వారందరికి భార్యగా ఉన్నది. ఈ కథలు మనం విన్నాం అన్నాడు. ద్రుపదుడు మాత్రం "నీవు కొంచెం తమాయించాల్సింది. త్రిలోకవంద్యుడైన ఈకృష్ణద్వైపాయనుని చెప్పనీయి" అంటాడు. అందుకు వ్యాసుడు "ఈధర్మరాజు చెప్పింది ధర్మమేను" ఈ కుంతి దేవతామూర్తి. ఆమె తప్పుచెప్పలేదు. ఎందుకనంటే వీళ్ళు చెప్పే పలుకులూ వేల్పుల ఉద్దేశ్యమూ ఒకటే. అది నాకు తెలుసు. కనక వేరుమాట చెప్పక ఈ ఐదుగురకూ కృష్ణ నిచ్చి పెండ్లి చేయాల్సింది" అంటాడు." ఆ రహస్యం నీకు కావాలంటే చెప్తాను నీవు లోపలకు రావాల్సింది" అని ద్రుపదుని లోపలకు ఏకాంతంగా తీసికొనిపోయి కృష్ణ యొక్క పూర్వజన్మ కథ చెప్తాడు.

"ఈ కృష్ణ మూడు జన్మల క్రిందట మౌద్గల్యుడనే వాని భార్య. ఆమె పేరు నాలాయని. మౌద్గల్యుడు వరిపు కుష్ఠురోగంతో బాధపడుతుండే వాడు. తన తపశ్శక్తితో తన బాధలను పోగొట్టుకొనే ప్రయత్నం మాత్రం చేయలేదు. నాలాయని చాలా పతివ్రత. ఒకసారి భర్త వదలిన ఉచ్ఛిష్టం తింటుంటే అందులో భర్తదైన ఒక వ్రేలి భాగం తెగి పడిపోయినట్టిది కన్పడుతుంది. ఆమె దానిని తీసి అవతలపెట్టి మిగతా అన్నాన్ని తింటుంది. ఇది మౌద్గల్యుడు చూచి ఆమెకు సుఖదమైన వరం ఇవ్వాలనే అభిప్రాయం చూపుతాడు. ఆమె ఆయన్ను ఒక యౌవ్వనవంతుడై తనను అనుభవించాల్సిందని అంటుంది. ఆయన అప్పుడు తపశ్శక్తిచేత యవ్వనవంతుడై ఆమె ఇష్టప్రకారం పంచవిధాలయిన కామరూపధారణం చేసి అనుభవించి తృప్తుడై వెళ్ళిపోతాడు బ్రహ్మలోకానికి. ఆమెకు మాత్రం కామతృప్తి కాలేదు.

కాలవశం చేత తరువాతి జన్మలో కాశీరాజపుత్రిగా పుట్టుతుంది. కాని ఆమెకు పెళ్ళి మాత్రం కాలేదు. ఆమె అందుకు తపించి పెద్ద తపస్సు చేస్తుంది. ఆ తపస్సమయంలో ధర్మ, వాయు, వాసవాశ్వినులు వచ్చి తమకు పుట్టినవారికి ఈమె భార్య అయితే బాగుంటుందని కోరుకొని వెళ్తారు. చివరకు ఆమె తపస్సుకు శివుడు మెచ్చి ప్రత్యక్షమవుతాడు. "నీకేం కావాల"ని అడుగగానె ఆమె పతికావాలి, పతినివ్వాల్సింది, పతిదానం చేయాల్సింది పతి పతి అని ఇలా అయిదుసార్లు కోరుతుంది. శివుడు "సరె నీకు జన్మాంతరంలో ఐదుగురు పతులవుదురుగాక. అనుగ్రహించాను" అంటాడు. ఆమె ఐదుసార్లడిగినప్పుడు క్రిందటి జన్మలో మౌద్గల్యుడు ఐదురకాల కామరూపలతో ఆమెను అనుభవించిన వాసనా ప్రాబల్యం వల్ల అడిగివుంటుంది. శివుడు అంతరాంతరమైన మనసులను గ్రహించగలిగినవాడు గనక ఐదుగురు భర్తలను అనుగ్రహించానన్నాడు.

ఆమె మాత్రం "అయ్యో! లోకంలో ఎక్కడా లేని ఈ సంగతి ఎలా నాకు జరగబోతోంది" అని ఆశ్చర్యపడినదై అలాంటి వరం అయితే నాకు వద్దు అంటుంది. శివుడు మాత్రం ఆ అయిదుగురితో భార్యవై ఉండటమే నీకు ధర్మంగా నేను చేస్తున్నానుగాక అంటాడు. అప్పుడు ఆమె తన ఆంతర్యం బయటకు చెప్పేస్తుంది. అలా అయితే ఆ ఐదుగురితో నాకు ప్రత్యేక సంగమం అయ్యేటట్లు చేయాల్సింది. నేను కుమారిగానే ఉండేటట్లు ప్రసాదించాల్సింది. పతులకు శుశ్రూష చేయడం కామభోగేచ్ఛతీరడం సౌభాగ్యవతినై యుండటం అనేవికూడ నాకు ప్రసాదించాల్సింది అంటుంది. వాటినామెకు శివుడు అనుగ్రహించాడు. పైగా ఆమెతో గంగాతీరంలోఉన్న ఇంద్రుణ్ని నా దగ్గరకు తీసికొనిరా పొమ్మని అంటాడు.

ఆమె వెళ్ళి గంగలో నిలుస్తుంది. ఆమె కళ్ళవెంట నీళ్ళు బొట్లు బొట్లుగా పడుతుంటే ఒకొక్క బొట్టు ఒకొక్క బంగారు కమలమయి నీళ్ళలో తేలి వెళ్ళిపోతుంటుంది. ఇంద్రుడు అదిచూచి ఆశ్చర్యపడి ఆమె దగ్గరకు వెళ్ళి ఎవరునువ్వు అంటాడు. అప్పుడామె "నా వెనకనే రావలసింది. నీకు నేనెవరో అప్పుడు తెలుస్తుంది" అంటుంది. అలా ఇద్దరూ శివుణ్ని

చోటుకు వెళ్ళేటప్పటికి శివుడు వరుణుడి రూపంలో ఉన్నవాడై ఒక చక్కని సింహాసనం మీద గొప్పగా కూర్చొని ఒక అమ్మాయితో జూదమాడుతుంటాడు. ఇంద్రుడు వచ్చాడని వరుణుడైతే లేచి మర్యాద చేసేవాడు గనక అలాంటి మర్యాద ఏమీ లేకపోవగాన ఇంద్రునికి కోపంవచ్చి ఆ శివుణ్ని దబాయిస్తాడు. శివుడు రౌద్రాకారంతో చూసి ఆ అమ్మాయిని పోయి వాణ్ని పట్టి తెమ్మంటాడు. ఆమె లేచివచ్చి ఇంద్రుడి చెయిపట్టుకోగానే నేల మీద పడిపోతాడు ఇంద్రుడు. అప్పుడు రుద్రుడు "నీవేదో బాగ గొప్పవాడవను కొంటున్నావు, బలవంతుణ్నను కొంటున్నావు. అదుగో ఆ పర్వత శిఖరాన్ని విరిచి తెచ్చిపెట్టు చూద్దాం" అంటాడు.

ఇంద్రుడు వెళ్ళి ఆ శిఖరాన్ని పట్టి విరిచేటప్పటికి అక్కడ తనవంటి వాళ్లె నలుగురుండటం చూస్తాడు. తానే మొత్తం అయిదుగురన్నట్లు భావించాడు. ఇదేమిటీ అనుకుంటాడు. "నీవు ఐదుగురుగానయి మనుష్యులలో పుట్టవలసింది. ఇదంతా దేవతలకు మేలుచేయడానికేసుమా" అన్నాడు శివుడు. ఆ అయిదుగురూ ఈ పాండవులె. కనక సందేహించకు అన్నాడు వ్యాసుడు.

దేవతలకు మేలేమిటి అంటే అప్పట్లో భూలోకంలో వైవస్వతుడనే రాజు సత్రయాగంచేస్తూ ప్రాణి హింస చేయటంల్లేదు. జనులందరూ ధర్మాన్ని చక్కగా నడుపుతూ అంటే ప్రతి వ్యక్తీ తాను సమాజానికి ఎంత ఎక్కువ సేవ చేయగలదో అంతటి సేవచూచేస్తూ మనుతున్నారు. భూమి మీద జనాభా ఎక్కువయిపోయినారు. భూభారం జాస్తిఅవుతున్నదిగాని మనుషులు చావడం అనేది కనవడటంలేదు. దేవతలు చావనివాళ్ళెలా ఉంటున్నారో అలాగే ఈ మనుషులూ ఉండిపోతున్నారు. వీళ్ళకు మరణం లేకపోతే ఈ జనాభానంతనూ పోషించడమెలాగ. వాళ్ళు యజ్ఞాలుచేసి దేవతల్ని తృప్తుల్నిచేస్తే దేవతలు వాళ్ళకు కావాల్సినవన్నీ ఇవ్వాల్సి ఉంటున్నది. ఇది దేవ మానవులమధ్య కరారు. పరస్పరం భావయంతః" అనేది సూత్రం. అందుకని దేవతలకు ఇబ్బంది కలుగుతున్నది. ఆ జనాభా తగ్గాలంటే ఏ యుద్ధమో వస్తేనేగాని నడవదు. ఆ యుద్ధం మహాయుద్ధం అయివుండాలి.

అది మంచికీ చెడుకూ అయిన యుద్ధం అయ్యుండాలి దేవదానవుల యుద్ధానికిమల్లే. రామరావణుల యుద్ధంవలె. అందుకు మహాత్ములయినవారి పక్షం శిష్టులపక్షం కావాలి కనక ఇంద్రుడు అయిదుగురై వెళ్ళి భూమిమీద పాండవులుగా జన్మించడం అయింది.

వ్యాసుడు మరొక విశేషం చెపుతాడు. నారాయణుడే శ్రీకృష్ణుడుగా దేవుడుగా పుట్టాడు సుమా. శ్రీకృష్ణుడు ఈ పాండవులకు జీవితాంతం సహాయంగా ఉంటాడు అంటాడు. ఇంకా నమ్మకం కలగటానికిగాను వ్యాసుడు ద్రుపదునకు దివ్యదృష్టినిచ్చి "చూడు ఈ కృష్ణ యొక్క- పూర్వజన్మలో నిరూపాలు ఈ పాండవుల దివ్యరూపాన్నూ" అంటాడు. ద్రుపదుడు ప్రత్యక్షంగా వారిని అనుభూతి చేస్తాడు. పెండ్లికి ఒప్పుకుంటాడు.

అప్పుడు బ్రహ్మాండమైన వేదికపై ద్రౌపదిని ధర్మరాజునకు ముందు వివాహం చేస్తారు. శివుని వరప్రభావంచేత ఆమె కన్యాత్వం దూషితంకాదు. అంతట భీమార్జున నకుల సహదేవులకు ఆమెనే వరుసగా ఇచ్చి వివాహం చేస్తారు.

ఈ పెళ్ళివల్ల సాధించింది ఐదుగురూ ఏక కుటుంబంగాఉండి ధర్మం నడిపి బ్రతికి ప్రజల్ని పాలించటం. రాజ్యపాలనానికి వారి ధర్మమే మూలమై నిలవాలి. అదే వ్యాసుని ఆశయం అనిపిస్తుంది. భార్యను పొంది కుటుంబ సభ్యులు వేరుపడి ఐహికంలో ఉండిపోవటంకంటే ఏక సమష్టి కుటుంబంగా జీవితం నడిపి రాజ్యమేలడం ధర్మం అని సూచించవలెనని అనిపిస్తుంది.

అప్పుడు బైగమీ చట్టం వంటిదిలేదు. ఒక మనిషి ఇద్దర్ని పెండ్లి చేసికొని పేచీలు లేకుండా బ్రతుకు నడపగలిగితే దానిని నిషేధించటం అనవసరమే. శాసనం చేయాల్సిన పని ఉండదు. పేచీలు, పోట్లాటలు కూనీలు యుద్ధాలు వచ్చే అవకాశం వుంటే బైగమీవంటి శాసనాలు అవసరమవుతున్నాయి. అప్పట్లో పాండవులయిదుగురూ ఒక నియతి ప్రకారం ద్రౌపదిని ప్రేమతో చూసుకొనే సంగతి వైయ్యక్తిక విషయం మాత్రంగానే ఉంది, దానిని వ్యాసుడు తన ప్రాపకంవల్ల దైవ విషయంగా అని చెప్పి ఏదో వక్కాణించి సమర్థించాడు అనిపిస్తుంది. ఇలాగే కథను అర్థంచేసికోగలం.

కథావరంగానూ తత్కాల వ్యవహారికంగానూ ద్రౌపది వివాహంలో ఇంత చిత్రమైన విషయాలుండటం సరే అంతరార్థపరంగా ఏమి అని పిస్తుంది?

ధర్మరాజాదులు సాత్త్వికవృత్తులు, కౌరవులు దుష్టవృత్తులు. అన్నీ సాధకునిలో ఉండేవె. వీటికి పరస్పరం పడదుగనక కౌరవపాండవుల యుద్ధంలో పాండవులు గెల్చి ముక్తిసాధనవల్ల ఉన్నతి నందటమనే పరమార్థాన్ని స్థాపించడానికి వ్యాసుడీభారతం వ్రాసి పంచమవేదంగా వేదాంత విషయాలు గుంభనగా తెలియ చెప్పుతున్నాడు.

సాత్త్వికవృత్తులైన (1) యమదమాదులతోకూడిన కర్మమార్గం, (2) వాయునిరోధం చేసే యోగమార్గం (3) ఋజుప్రవర్తనామార్గం (4) వైరాగ్య మార్గం (5) విజ్ఞానప్రకాశమార్గం అనేవాటికి ధర్మరాజాదులు వరుసగా ప్రతీకలు. ఇన్ని సద్వృత్తుల ద్వారా ముక్తి పొందాలనే సాధనను వ్యాసుడు సూచిస్తున్నాడు. ఐదు సత్ వృత్తులూ ముక్తికి అవసరం. పాండవులు ద్రౌపదియందు ఆసక్తికలవారయినారంటె ముక్తి తపనయందు ప్రవృత్తులైనారన్నమాట. సర్వప్రతి సాధనయందు చిగురుచున్నవారయినారని అర్థం. ద్రౌపది ముక్తి తపనకు ప్రతీక. ఐదుగురూ ఆమెను వివాహం చేసికొన్నారు అనేది-ఐదుసాత్త్విక వృత్తులకూ ముక్తితపన ఉండినదై సాధన సంపూర్తి కాబోతున్నదని అర్థం. ఈ విషయం భారతం మొత్తం పూర్తి అయేవరకూ చదువరులు చూచి ఆలోచించి ధ్రువపరచుకోవాల్సిన విషయం.

ఇలా కేవలం ముక్తిసాధనసూ దానిలో ఉండే చిత్రమైన కష్టసుఖాలనూ తెలపడానికె వ్యాసుడీ మహాభారతం వ్రాసింది. లేకపోయినట్లయితే ధర్మవిరుద్ధమని (ఈ రోజుల్లో) అనిపించే వివాహం చేసికొన్న పాండవుల్ని నాయకులుగా చేసి నిరంతరం ఉపయుక్తం కావలసిన ఈ పంచమ వేదాన్ని అలా ఆయన వ్రాయాల్సినంత అవసరం కనిపించదు. కథను చమత్కారంగా చెప్పి మనసులో నిల్చిఉండేటట్లుచేస్తూ అంతర్గతమైన జ్ఞానసాధనను-ముక్తి సాధనను తీవ్రంగా యోచించేవారికి తెలియజేసే ఆశయంతో వ్యాసుడీభారతం వ్రాశాడనీ అందుకె ఇది పంచమవేదమని అనబడుతున్నదనీ తెలియాలి.

---

ఈ అభిప్రాయాన్ని స్థిరీకరిస్తూ కళా ప్రపూర్ణ, సరస్వతీ కంఠాభరణ, శ్రీ వేదుల సూర్యనారాయణ శర్మగారు తమ అంతరార్థ భారతంలో వ్రాసి యున్నారు. అదే అచ్చు వేయవలసియున్నది. ఆయన ఇదివరకే అంతరార్థ రామాయణము అంతరార్థభాగవతము అనే పుస్తకాలు వ్రాసి ప్రచురించియున్నారు.

# మహాభారత కథలు

(ఆదిపర్వము-అష్టమాశ్వాసము)

## 1. విదురాగమనం

ద్రౌపదిని ధర్మ భీమార్జున నకుల సహదేవులయిదుగురకూ ఒకరి తరువాత ఒకరికిచ్చి పెండ్లిచేస్తాడు ద్రుపదుడు. ఐదుగురూ ఇంద్రుని అంశ లేను అనే భావం వ్యాసమహర్షి చెప్పటంచేత తామైదుగురూ ఇంద్రుని అంశా లేనని అనుభూతిని పాండవులు పొందారు.

పూర్వజన్మలు ఎప్పుడో పోయినయి. ఇప్పటి ఈ శరీరాలకూ పూర్వ శరీరాలకూ ఏమిటి సంబంధం. పూర్వ జన్మనుంచీ ఈ జన్మకు వచ్చి శరీరం ధరించిన వాసనొకటననీ, ఆ జన్మలో వారికి అంతిమంగా కలిగిన పరిణామఫలం (రిజల్టెంటుఫోర్సు) వంటిలక్ష్యం- అనేవాసన అంటారు- ఇల్ల ఈజన్మలఇలాటిపరిస్థితుల్నికూర్చుకొన్నదనీ అంటారు అధ్యాత్మవిదులు. ఆ ఇచ్ఛ లేదావాసనవల్ల ఇంద్రుని అంశలు ఐదుగురూ ద్రౌపదిని వివాహమాడినారు అని అంటారు.

కాని చుట్టూ ఉన్న జనులంతా ఇది అధర్మం అనలేదా అనిపిస్తుంది. అప్పుడది అధర్మంగా శాసనమేదీలేదు ఇప్పటిలా. వ్యాసమహర్షి అది అధర్మంకాదన్నాడు. ఆయనే అప్పట్లో శాసనకర్త. అందుకని అది అధర్మం కాదనేది నిజమనచ్చు. పైగా ప్రజలంతా దాన్ని ధర్మంగానే గ్రహించారు

కృష్ణుడు మొదలైనవారు వజ్రవైడూర్యాలూ మరకత మౌక్తిక విభూషణాలూ నానా దేశ వస్త్రాలూ పెండ్లివారికి పంపి ఆదరించారు. ద్రుపదుడూ ఎన్నో కానుకలిచ్చాడు. ఉన్నవాళ్ళు ఇతర్లకు పెట్టటమే అప్పటిధనం. కీర్తి ధనమనే వాళ్ళు. వ్యక్తిత్వం ఏకాకింటు మాత్రమే కాదు. ప్రజలంతా ఒకానొక నైతిక విలువకు గౌరవం ఇచ్చి మనేవారు మనం ఇప్పుడు డబ్బుకు విలువ

ఇస్తున్నట్టుగా. ఇంద్రియాలకంటే మనసు, మనసుకంటే బుద్ధి అంతకంటే అతీంద్రియ విషయాలకూ విలువనివ్వటం చూస్తాం. ధర్మం అనేది ఫలాన అనుకొంటే దానిని దాటేవారు కారు. ద్రౌపదీ వివాహం దైవకార్యమని వ్యాసుడు చెప్పిన దానిని తెలిసి హర్షించి పాటించారు.

ఆధ్యాత్మికంగా వ్యాసుడు భారతాన్ని రచించేటప్పుడు మోక్షసాధనాన్ని దృష్టిలో పెట్టుకొని దానినే బృంహితం చేసే ఉద్దేశ్యాన్ని సాధించటం గమనీయమైన విషయం. సాధకునికి ధర్మరాజాదుల రూపంలోనున్న సాత్విక వృత్తులూ కౌరవుల రూపంలోనున్న తామసిక వృత్తులూ ఉండనే ఉంటవికాని సాత్విక వృత్తులను అణచివేయాలని తామసిక వృత్తులూ, తామసిక వృత్తులను అణచివేయాలని సాత్విక వృత్తులూ మెలగటం తథ్యం. సాత్విక వృత్తులకు ద్రౌపతి అనె "ముక్తి తపన"పై దృష్టి ఉంటుంది. అష్టాంగ యోగి (ధర్మరాజు). ప్రాణాయామ (పవనబంధ) యోగి (భీముడు). ఋజుమార్గయోగి (అర్జునుడు). ఐహిక వాంఛారహిత యోగి (నకులుడు). జ్ఞానప్రకాశికయోగి (సహదేవుడూ) అందరూ ముక్తితపనకై ప్రయత్నించేవారె. ముక్తి తపనకు ప్రతీక ద్రౌపది. వారందరికీ ద్రౌపతి భార్యఅయిందని కథలో క్లిష్టత తెచ్చిపెట్టినా సరె ఆధ్యాత్మిక విషయం స్పష్టం చేసేవని వ్యాసుడు చూసుకొన్నాడు.

ఇక కథ– ద్రౌపతిని చూచి కుంతి ఎంతో సంతోషించింది. ఆమె మంచి గుణాలరాశి అని మెచ్చుకున్నది. హరియందు లక్ష్మికి, చంద్రునందు రోహిణికి, ఇంద్రునందు శచికి, వశిష్ఠునియందు అరుంధతికి ఎంత ప్రీతి ఉందో అలాంటి ప్రీతితో నీ భర్తలయందు ప్రీతి కలిగి ఉండుమంటుంది. వారందరి యందూ పుత్రులను పొందాల్సింది అంటుంది. ఇంకా అతిథులను పూజించుమనీ, అన్నదానం చేయాల్సిందనీ భూమిలో నున్న ప్రజలందరి మీద దయకలిగి ఉండుమనీ చెప్తుంది. ఉన్నంతలో ఇతర్లకు పెట్టుమని చెప్పడం కూడ అప్పటి స్త్రీల ప్రజల సంస్కృతి. ఇప్పుడు మన పిల్లలకు అలా చెప్తున్నామా అన్నది మనకై మనం విచారించుకోవాల్సిన విషయం.

ద్వారా చంపేయాలి"అన్నాడు. ఈ ఫలితంకోసం ఎలాచేయాలో అలా, అపగత దోషం లేకుండా అదీర్ఘసూత్రంగా ఉండేటట్లు చేయాల్సింది అంటాడు. పైగా కర్ణుణ్ణి కూడ ఈ సుడిలోకి తీసికొంటూ అంటాడు—భీముడు సహాయంగా వెనక ఉన్నంతసేపూ అర్జునుడ్ని దేవతలయినా ఓడించలేరు. అందు కని భీముడ్ని చంపేస్తే అప్పుడు అర్జునుణ్ణి ఓర్చడానికి కర్ణుడున్నాడు గాక అంటాడు.

అసలు పాండవుల్ని నాశనం చేయాలనె మంతనం వీళ్ళు ఇంతకు ముందెప్పుడూ ధృతరాష్ట్రునితో చేయలేదు. ఇప్పుడు ధృతరాష్ట్రుడుమాత్రం వీళ్లతో ఏకీభవిస్తూ మాట్లాడుతాడు. ఏం చెయ్యాలో చెప్పండి అన్నమీదటనె అతడికి దుర్యోధనుడు పై విధంగా చెప్పడం అయింది.

కర్ణుడు కూడ అక్కడేన్నాడు గనక అతడు అందుకొని ఆ విషయం మీద మాట్లాడుతాడు. ఏమన్నాడంటే,—

"నేనలా అనుకోను—ఆర్యపుత్రుడయిన ద్రుపదుడు వినయ సంపన్నులయిన ఆ పాండు పుత్రుల్ని విడనాడుతాడా? మనమయితె వాళ్ళను వదిలి వేశాం. వాళ్ళని మనం శత్రువులుగా చూస్తున్నాముగనక గాని లేకపోతె మనమే వారి వినయ సంపన్నతవల్ల వదలకపోయేవాళ్ళం అన్నట్లు చెప్తున్నాడు కర్ణుడు. ఇతడి ప్రసంగం విన్నప్పుడు వాని నిష్పాక్షికత ఋజుభావం చెప్పుకోతగింది.అనిపిస్తుంది. ఇంకా అంటాడు. వాళ్ళయిదుగురూ ఆ పత్నియందనురక్తులె. వాళ్ళల్లో వాళ్ళు ఎందుకు భేదిల్లుతారు?'' అంటే కనీసం ఆమెకోసమయినా వాళ్ళంతా ఒకటిగా ఉండటం మానరని ధ్వని. పైగా అంటాడు—"పతులు పెక్కండ్రు రగుటిది సతులకోర్కి- అందుచేత 'కృష్ణ, వారియం దేల అననురక్తయగు?" అని. ఇక "భీముడ్ని చంపటానికి ఎన్ని ఉపాయాలు చేశారుమీరు! ఏమయింది గనక అంటాడు మరి ఈ మాటలకు ధృతరాష్ట్రుడేమీ అనలేదు. అందుచేత దుర్యోధనుడు చేసిన ఈ దుష్టపు పనులన్నింట్లోనూ ధృతరాష్ట్రుడికి పాలున్నదని అనిపిస్తుంది. ఇంతకూ కర్ణుడిచ్చిన

సలహా ఏమంటే ఇప్పుడు పాంచాలుడిమీద యుద్ధం ప్రకటించి వాళ్ళను గెలిచి పాండవుల్ని పట్టుకొద్దామంటాడు.

ధృతరాష్ట్రుడు కూడ ఇదే బాగుందని అంటూనె మతిమంతులయిన భీష్మ ద్రోణులను కూడ సంప్రతించాలని వాళ్ళను పిల్చి వీళ్ళిలా అంటున్నారని చెప్పేస్తాడు. కుమారులతో ఏకీభవించిన ధృతరాష్ట్రుడు భీష్మద్రోణులతో సంప్రదించాలనుకోవటం తెలివితక్కువ అనిపిస్తుంది. కాని అది దైవఘటన. ఇలాటి తెలివిమాలిన పనులు వద్దనుకొన్నా ఎప్పుడో ఒకప్పుడు జీవితంలో జరుగుతుండటం చూస్తాం. వాటికి కారణాలు ఫలానా ఫలానా అనీ లేదా సైకాలజీలో అలాంటి ప్రవృత్తికూడ ఉండటం మామూలేననీ చెప్పచ్చుకాని "దైవఘటన" అని అంటేనే సర్వత్ర అన్వయిస్తుందనిపిస్తుంది.

ఇంతకూ భీష్మద్రోణులు పూర్తిగ ఈ ఉపపాదనకు వ్యతిరేకిస్తారు. పైగా భీష్ముడంటాడు దుర్యోధనుడితో—"నీకెట్లా ఈ పితృపైతామహంబైన రాజ్యంలో అర్హత ఉన్నదో అలాగే వారికీ ఉంది" అంటాడు "వాళ్ళకు సగం మీకు సగం ఈ రాజ్యం. వాళ్ళసగం వాళ్ళకిచ్చావో నీకు కీర్తి కలుగుతుంది. ఇవ్వలేకపోయావో మహాపకీర్తిని పొందుతావు" అంటాడు. పూర్వం ధర్మరాజును మొత్తం రాజ్యానికి యువరాజుగాచేయటం మాట అంతా మనసుల్లోంచి వదలి చెరిసగం అనటం చిత్రం. ఇది మధ్యవర్తిగా భీష్ముడు చేసిన ప్రతిపాదన.

ఆ రోజుల్లో ఈ కీర్తికి, అపకీర్తికి చాల వ్యాపృతమైన విలువలున్నాయి. కీర్తి నిలుపడం జన్మఫలం అంటాడు భీష్ముడు. కీర్తిలేనివారికి జీవనము నిరర్థకమట. భూమిమీద నిత్యమయిన ధనము నిర్మల కీర్తియేనట.

కనక కీర్తి తరువాత "ధనము"నకె ఎక్కువ విలువ ఉన్నట్లుగా కొంత సూచన కనపడుతున్నది— "నిత్యమయిన ధనము" అనే మాట అనడంవల్ల. కనీసం నన్నయకు అప్పటి సంస్కృతి అలా అర్థమయినట్లు మనం చెప్పుకోవచ్చు. ఇంకా.

"కీర్తియు నపకీర్తియు జనులకు స్వర్గనరక నిమిత్తంబులు. కనక అపకీర్తి పరిహరించి పైతృకంబైన ఈ రాజ్యాన్ని పాండవులకు పంచివారితో బద్ధసఖ్యుడవై కీర్తినిలపాల్సింది" అంటాడు భీష్ముడు.

ద్రోణుడు కూడ "భీష్ముడు చెప్పింది బ్రహ్మాండమైన ధర్మం. పాండవులు బ్రతికి ఉన్నారని తెలిసి వాళ్ళ పైతృకమైన రాజ్యం వాళ్ళకివ్వక ఊరికే దిగమ్రింగుదామంటే. ఇంద్రుడికి మాత్రం శక్యమవుతుందను కొన్నారా?" అంటాడు.

అప్పుడు దుష్టుల చిత్తాల్లో భయమే కలిగి ఉంటుంది. అందుకని ఆ విషయ విమర్శనం వదలి కర్ణుడు భీష్మద్రోణులను తిట్టుతాడు. వాళ్ళూ వీళ్ళను తిట్టుతారు. విదురుడు అప్పుడు విషయ నిర్ణయానికి వచ్చినవాడై ధృతరాష్ట్రుడితో పెద్దవాళ్ళు చెప్పింది వినడం మంచిది. బాలురయిన అంటే అనుభవం లేని ఈ దుర్యోధనాదులు చెప్పింది సరిగా ఎందుకుంటుంది గనక! పాండవులు తమకై తాము అజేయులు. ఇప్పుడు ద్రుపదుడు మహా బలసంపన్నుడు చుట్టమై తోడైనాడు. ధృష్టద్యుమ్నుడున్నాడు వారితో పాటు సమంగా ఉన్న వీరుడు. బలదేవుడు కృష్ణుడు సాత్యకి వీళ్ళంతా ఇప్పుడు వారికి మిత్రులు. ఇంతటి మహామహులు దైవం అంటే భక్తి కలవారై, నీవుపిల్చి వారి రాజ్యం వారికిస్తె నీకు ఎంత భక్తి చేస్తారో ఆలోచించు. ఇక వాళ్ళె యుద్ధం చేస్తే– యుద్ధంలో పార్థుడు, వైరివాహినిని సంహారం చేస్తుంటే ఇంద్రుడు అడ్డం రావెరుస్తాడు సుమా! భీముడ్ని అడ్డగించే వాళ్లెవరు? నకుల సహదేవుల నెవరెదిరించగలరు? ధర్మరాజు సంగతి చెప్పా లంటే ధర్మం, ధృతి, సత్యం, కరుణ వీటిని తన వశంలోనే ఉంచు కొన్నాడా అన్నట్లుంటాడు. ఇలాంటి వాళ్ళతో యుద్ధం చేదాం పదమనే దుర్బుద్ధులుంటారా?, అంటాడు. అంటె మంటమీదకు వెళ్ళిన శలభాల్లా చావడం ఖాయమైనపుడు పోదాం పదండి యుద్ధానికి అనవచ్చునా అని ఊహకు వదలినాడు.

ఇంకా ధృతరాష్ట్రుడి మనసుమీద ప్రయోగిస్తూ "నీ పుణ్యాన ఆ లక్క–యింట్లోంచి బ్రతికి బయటపడ్డారు వాళ్లు. నీకు వచ్చిన అపకీర్తిని

కడుక్కొను ముందు. వాళ్ళను ప్రేమతో చూడు. ఇప్పుడీ దుర్యోధనాదులు చెప్పిన మంతనాన్ని మన్నించావంటె అఖిలమహీ ప్రజలు అపాయపై పోతుంది. జాగ్రత్త" అన్నాడు విదురుడు.

దాంతో మహారాజైన ధృతరాష్ట్రుడు యుద్ధం మాట మానివేశాడు- పైగా విదురునే పాంచాలపురం వెళ్ళి పాండవులను తీసికొని రావలసిందని పంపుతాడు. చిన్నప్పుడు భీముని చంపడానికి చేసిన అనేక ఉపాయాలు ఎలా వ్యర్థమైపోయాయో అలా దుర్యోధన కర్ణులు ఆరంభించిన యుద్ధ ప్రయత్నం అప్పటికి వాయిదా పడిపోయి వ్యర్థమైపోయింది-

విదురుడు కానుకలు తీసికొనిపోయి ద్రుపదుడికిచ్చి, "పాండవులు బ్రతికి యున్నట్లు విని ధృతరాష్ట్రుడు సంతోషంలో మునిగినా"డనె అబద్ధం నిజాయితీగా చెప్తాడు. వారిని తీసికొని రావలసిందని నన్ను పంపినారు కౌరవులంటాడు. అందుకు ద్రుపదుడు శ్రీ కృష్ణుడితో సహా అంతా మీరంతా ఎలా చెప్తే అలాగే నంటారు. అక్కడనే ఉన్న శ్రీ కృష్ణుడు తెలివిగా అంటాడు. "ఈ పాండవులకు కీడు ఎవరు తలచగలరక్కడ ఈ విదుర దక్కడున్నంతసేపున్నూ. పంపండి పాండవుల్ని హస్తినాపురికి- నేను చెప్తున్నానుకదా వాళ్ళకిక అంతా సుఖమే అవుతుంది" అంటాడు అందుకు ధర్మరాజు:

క. గురుముఖ్యులు ధృతరాష్ట్రు వి
దుర భీష్ములు గురులు మాకు ద్రుపద ప్రభుడున్
గురుడు మురాంతకుడు జగ
ద్గురుడిందర మతము పను నగున్ శుభయుక్తుల్.

ఈ విశ్వాసం ఈ సందిగ్ధ సమయంలో ఇలా ప్రకటించి చెప్పటం ధర్మరాజుయొక్క రాజనీతి అనిపిస్తుంది. విదురుడూ భీష్ముడూ ఎవ్వరూ పాండవులకు చెడు తలపెట్టనేలేరు. ధృతరాష్ట్రుడు కూడ బయటపడి పాండవుల్ని తెగతెంపులు చేసుకొన్నట్లుగా అవుపడకపోవటం ఇదుగో ధర్మరాజుయొక్క ఈ ప్రవర్తన వల్లనేననిపిస్తుంది. ధృతరాష్ట్రుడు కేవలంగా చెడ్డవాడుగా ప్రవర్తింపకపోవటానికి కారణం ధర్మరాజు ప్రవర్తనలోగల ఇంత ఆకర్షణ

వల్లనే। వీని మాటకు ఏ వ్యతిరేకం తన మాట వల్ల జరిగినా తనన్ను ప్రజలు నీచంగా చూసి అధః పతనానికి తొక్కుతారనే భయం ధృతరాష్ట్రుడికి నిరంతరం కడుపులో ఉంటోనే ఉంది. అందుకే లోపల ఒక ఉద్దేశ్యం కలిగినా పైకి చెప్పేది మరొకటి అయింది అతడి నడవడిలో.

## 2. రాజ్యార్థ లాభము

అప్పుడు విదురుడు పాండవులన్ను వెంటబెట్టుకొని హస్తినాపురానికి వస్తాడు. ఈ పాండవులను చూడ్డానికి ప్రజలు ఎగబడతారు. మిద్దెలెక్కి చూస్తారు. ఆ తరువాత మళ్ళీ కౌరవులూ పాండవులూ ఒకేచోట ఉండటం ఆరంభిస్తారు.

ఈ స్థితికి పాండవులకయితే ఒక విధంగా బాగానే ఉండవచ్చుగాని దుర్యోధనుడు తన సహచరులతో కలసినప్పుడల్లా గాసిలిపడిపోతున్నాడు. హృదయ వేదనతో తట్టుకోలేకపోతున్నాడు. ఇలా ఐదేండ్లు గడిచింది.

ఒకనాడు ధృతరాష్ట్రుడు శ్రీకృష్ణ భీష్మ విదుర ద్రోణ దుర్యోధనాదుల సమక్షంలో పాండవులతో ఇలా అంటాడు–

ఆ॥ సర్వలోక కర్మ సాక్షియా కృష్ణుండు సాక్షిగాగమీకు సకల వృద్ధ
రాజు లొద్ద నర్థ రాజ్య మిచ్చితి పాండురాజ విభవమెల్ల రమణగొనుడు

అని ధర్మరాజుని అభిషిక్తుని చేస్తాడు. ఇక అక్కడ్ణించి పాండవప్రస్థమనే చోటుకు వెళ్లి మీ రాజ్యం మీరు ఏలుకుంటూ ఉండాల్సింది అంటాడు. అందుకని అక్కడకు పాండవులు బయలుదేరి వెళ్తారు. ఒక పట్నం కట్టాల్సి వస్తుంది. శ్రీకృష్ణుడు అప్పుడు ఇంద్రుణ్ణి తలచుకొని రమ్మంటాడు. ఇంద్రుడు వస్తే "ఇక్కడ పట్నం నిర్మించాల్సింది వీళ్ళకు" అంటాడు. ఇంద్రుడు విశ్వకర్మకు కబురంపుతాడు. ధౌమ్యుడు ద్వైపాయనుడూ సూత్ర విన్యాసంచేసి శాంతికవిధులు చేసిన మీదట విశ్వకర్మ ఇంద్రప్రస్తపురమనే పురాన్ని కుబేరుడి పురంలాగా వరుణుడి పురంలాగా వాటికి సమానమై ఉండే ట్లు నిర్మించుతాడు.

ఈ పట్టణ వర్ణనం ఎంతో రమ్యంగా ఉంటుంది అని అంటే అదే మిటో ఆంధ్ర మహాభారతం చదివేవాళ్ళకే చదివేటప్పుడే తెలియాలి.

ఒక మంచి దినాన ధర్మరాజు ధౌమ్యపురస్సర మహీసురవరవేద ఘోషలతో పురప్రవేశం చేస్తాడు. అప్పటినుంచి మూడుపువ్వులారుకాయలుగా వారి రాజ్యం అభివృద్ధిపొందుతుంది మహిమానిత్యంగా. "సర్వవర్ణాశ్రమ సంరక్షణము, నజాత శత్రు రాజుగాబడసి సురాజ్ఞి యయ్యెవసుధ" అంటాడు నన్నయ్య. ఈ మాట మంచి రాజ్యం అని చెప్పినచోటనల్లా వాడు తుంటారు పూర్వకవులు.

"వర్ణాశ్రమ సంరక్ష" అంటే రాజ్యంలో అనేకమంది వ్యక్తులుంటారు. వ్యక్తి వేరు, సమాజం వేరు, వ్యక్తిగత విషయాలు వేరు, సామాజిక విషయాలు వేరు. వ్యక్తికి తానున్న పరిస్థితుల్లో కొన్ని కర్తవ్యాలుంటవి. అవి చేయటం వాని ధర్మం. ఈ కర్తవ్యాలేమిటి అంటే తను కుటుంబ పోషకుడుగా, లేదా భర్తగా, తండ్రిగా, మామగా, బంధువుగా, స్నేహితుడుగా, పౌరుడుగా ఏవే కర్తవ్యాలు చేయవలసిఉంటాడో వాటిని చేయడం అతడి కర్తవ్యం అవుతుంది, దీనినే వాని "స్వ ధర్మం" అనేవాళ్ళు. స్వధర్మం అంటె వ్యక్తి సమాజంలోని ఇంకొకరితో తనకు గల సంబంధాన్ని అనుసరించి చేయవలసిన పని. ఇంకో మాటలో చెప్పాలంటే వ్యక్తి సమాజానికి చేయవలసిన సేవయేదో అదే వాని స్వధర్మం. ఈ స్వధర్మాన్ని తప్పటానికి వీల్లేదు వ్యక్తి. వ్యక్తి అలా ఇతర్లకోసం బ్రతుకునడపటం వాడి స్వధర్మం చేయడమవుతుంది. "స్వధర్మం నుంచి ఎన్నడూ వికంపితుడు కాకూడదు". ఎందుకనంటె అలాటివాడు సమాజసేవ నుంచి తప్పినవాడై దుష్టుడుగా పరిగణింపబడతాడు. తాను చచ్చినాసరె యుద్ధంలో ఉన్నవాడు వెనక్కు పారిపోవడానికిలేదు. తనకు తిండి పూర్తిగా లేకపోయినాసరె తల్లిదండ్రుల్ని పోషించితీరాలి. ఇలా వ్యక్తికి తానున్న పరిస్థితినిబట్టి బాధ్యతలు కర్తవ్యాలు వచ్చిపడతవి. బాల్య యౌవన కౌమార వృద్ధావస్థల్లో వివిధ కర్తవ్యాలుంటున్నాయి.

కాగా గుణకర్మ విభాగ రీత్యా బ్రాహ్మణ క్షత్రియ వైశ్యశూద్రుల విభాగం వచ్చిందనే విషయం మర్చిపోయి కులాలలో జన్మించటం మాత్రమే దృష్టిలో పెట్టుకొని మనకున్న రోజుల్లోకూడా బ్రాహ్మణులు విద్యా విషయం స్వాధ్యాయం విషయం చూసుకుంటూ ఉండేవాళ్లు. రాజులు ఏ ఊరికి ఆ ఊరి దుర్మార్గులనుండి ఊరిని రక్షిస్తుండేవాళ్ళు. వైశ్యులు కృషిచేసి లేదా వస్తు సరఫరా చేసి వర్తకం చేసేవాళ్ళు శూద్రులు కూడా వస్తు సరఫరా వంటివి కుమ్మరం, కమ్మరం, వడ్రంగం, నేత వస్త్రాలు ఇలా సరఫరా చేసేవాళ్ళు చాకళ్ళు మంగళ్ళు ఊళ్ళోవాళ్ళకు సేవలు చేసేవాళ్లు. వీళ్లందరికీ పంటలు పండినప్పుడు కొంత కొంత ధాన్యం, పైరుకట్టలు ఈయబడుతూ ఉండేవి ప్రతిఫలంగా. ఈ జీవన చక్రం అలా అందరికీ కాంతినిస్తూ ఉండేరోజులున్నాయి ఒకప్పుడు. ఆ వృత్తిని వాళ్ళు తమ స్వధర్మంగా పరిగణించేవాళ్లు—అలా వాళ్ళు సమాజానికి సేవచేస్తూనే ఉండేవాళ్ళు.

ఆ రోజుల్లో ఈ వృత్తులుచేసేవాళ్ళకు పేర్లుపెట్టి ఫలానా కులంవారు అనేవారు. అలా ఆ కులధర్మమే ధర్మాలుగా వారి స్వధర్మంగా భావించేవాళ్ళు. బ్రహ్మ క్షత్రియ వైశ్యుల కులం పేర్లే వర్ణంపేర్లు కావటంవల్ల మిగతా అందరినీ శూద్ర వర్ణమన్నారు గుణమంటే తెలీనివారు. స్వధర్మం అనే మాటకు బదులుగా "వర్ణాశ్రమ ధర్మం" అనేది వాడటం ఇలా ప్రజలకు అలవాటయిపోయింది. వర్ణాశ్రమ ధర్మం నడిపేవారంటే అర్థం ఎవరి స్వధర్మంవారు చేసుకొనేటట్లు చూసేవారనే అర్థంగాని వారు నీ వే కులంలో పుట్టావు ఆ కులానికి తగినట్లు చేస్తున్నావా లేదా అనేది అమలు చేయటమనే ఎప్పుడూలేదనే విషయం గమనించాలి. వ్యక్తి తన పరిస్థితుల్లో తాను సమాజానికి చేయవలసిన సేవ చేస్తున్నాడా లేదా అని చూడటమే వర్ణాశ్రమ ధర్మపాలనం అనేది గ్రహించడం ముఖ్యం.

పోలీసు పోలీసు పని చేయటం, ఉపాధ్యాయుడు ఉపాధ్యాయుని పని చేయటం, విద్యార్థి విద్యా వ్యాసంగం చేయటం, స్త్రీ కుటుంబ క్షేమం చూడటం, ఇలా ఎవరు ఎవరు ఏఏ ఆశ్రమాల్లో లేదా పరిస్థితుల్లో ఉంటారో వారు సమాజసేవ చేసేటట్లు చూడటమే, వర్ణాశ్రమ ధర్మ రక్షణం అని అర్థం చేసికొనాలి. ఇది ఎంతో పరమమైన భావము, (Conception) అనిపిస్తుంది.

ఇంతకూ ధర్మరాజు ఇలా రాజ్యం చేసుకుంటున్నట్లు చూచుకొని — శ్రీకృష్ణుడు, "నారదుడు వస్తాడు. ఆయనదగ్గర మంచిచెడు తెలుసుకొనండి" అని వారికి చెప్పి బయలుదేరి ద్వారకకు వెళ్ళిపోతాడు.

## 3. అర్జునుని తీర్థయాత్రలు

మహాభారత కథలో దేవతలు దేవఋషులు వచ్చి మనుష్యులతో మాట్లాడి ఇలా చెయ్యండి అలా చెయ్యకండి అని చెప్పటం చాలచోట్ల చూస్తాము. అది పట్టి అబద్ధమేననుకొంటె ఇక చెప్పాల్సిందీ వినాల్సింది ఉండదు. వాళ్ళ జీవితాలన్నీ అలా దేవతలు శాసించిన మంచికోసం, ప్రాణాలొడ్డంతోనూ రాక్షసులు పెట్టిన బాధలు అనుభవించడంలోను సంపూర్తి అవుతవని అనిపిస్తుంది. కష్టాలనెలా ఎదుర్కొన్నారు సుఖాలనెలా ఆస్వాదించారనేది మనకు తెలిసికోతగిన విషయం. కాని వారికి కలిగిన అనుభూతులే ముఖ్యంగా దేవతలతో కలవడం మునులువచ్చి చెప్పటం మనకు జరగరాదా అనీ, అందులో ఆ నారదుడె వచ్చిచెప్పకూడదా అనీ అనిపిస్తుంది.

ఇంద్రప్రస్థమనేపట్టణం విశ్వకర్మ అనేవాడు వచ్చి నిర్మించి పెళ్ళిం తర్వాత, శ్రీకృష్ణుడు పాండవులను విడిచి ద్వారకకు వెళ్తూ "నారదుడు వచ్చి మంచి చెడూ చెప్పిపోతాడు గాక. మీరు అలా నడుచుకోవలసింద"ని వెళ్తాడు. (నార + ద అంటేనే అర్థం జ్ఞాన విషయం చెప్పేవాడనేది తెలియటం మంచిది.)

చెప్పినట్లుగానే నారదుడొకనాడు వస్తాడు. పాండవులంతా సంభ్రమంతో ఆయనకు నమస్కరించి స్వాగతమిచ్చి తెచ్చి కూర్చోబెట్టి ద్రౌపది చేత నమస్కారం చేయిస్తారు. అప్పుడు ద్రౌపదిని లోపలకు పంపి, నారదుడు వారితో చెప్తాడు,

"నాయనలారా! మీరు ధర్మం తెలిసినవారనీ పూజ్యులనీ అన్యోన్య సహాయులనీ నాకు తెలుసు. ఈ ద్రౌపది మీ అందరకూ ధర్మపత్నియె. సందేహంలేదు. అది శివుడు ఆమెకు పూర్వజన్మలో ఇచ్చిన వరం. కాని

ఈ క్రమము లోకంలో విరుద్ధమైనట్టిది. ఆకారణంచేత ఈ సుందరి కారణంగా మీకు విప్రీతి పుట్టకుండా చూచుకోవాలి. ఒకప్పుడు ప్రియులయిన సహోదరులు ఒక్క పడుచు కారణంగా ఒకరినొకరు పొడుచుకొని చచ్చారు." అని ఆ కథ వివరిస్తాడు.

హిరణ్యకశిపుని వంశంలో నికుంభుడనే వాడికి ఇద్దరు కొడుకులు. సుందుడు, ఉపసుందుడు, బలవంతులు తెలివైనవారు. తపస్సుచేసి వరాలు పొందితేనేగాని సర్వము పొందలేమని అనుకొన్నవారై మహత్తరమైన తపస్సు చేస్తారు. దానివల్ల వారికి చాలా శక్తులు వస్తాయి. బ్రహ్మ ప్రత్యక్షమై ఏమి కావాలని అడిగితే, కామరూపం, కామగమనం, సకల మాయావిత్త్వం, ఇతరులచేత చంపబడనితనం, చివరకు అమరత్వము కావా లన్నారు. బ్రహ్మకు అమరత్వం ఇవ్వగలిగే శక్తి లేదట అందుకని అది మినహా అన్నీ ఇచ్చేశాడు.

బ్రహ్మ తనకై తాను అమరుడే. ఇతరులకు మాత్రం అది ఈయలేడట. అమరుడంటే జీవన్ముక్తుడు అమరుడనబడుతాడు మనుష్యుల్లో. మరి ఆ జీవన్ముక్తి రావాలంటే కేవలం వైరాగ్యం, త్యాగం జ్ఞానం ద్వారా రావలసిందేగాని శక్తులు రావాలని తపస్సు చేస్తేరాదు. అది ఒక శక్తిగా ఒకరినుంచీ ఇంకొకరికి పాతం చేయగలగిన విషయంకాదన్నమాట. "త్యాగే నైకే అమృతత్వమానశుః"

అంతట ఆ సుందోపసుందులు అంతవరకు చాలు లెమ్మనుకొన్నారు. మిగతాది తమ తమ తెలివితేటల్తో గడించవచ్చునుకొన్నారు. ఇక దైత్యులకు సరదా కలిగించటం, సురగరుడ ఉరగకిన్నెర మనుష్య లోకాలన్నీ కామరూపంతో తిరుగుతూ జీవన్ముక్తులకూ వాళ్ళు దొరక్కపోతె కనీసం మునులకూ చివరకు బ్రాహ్మణులన్న వారికీ ఎగ్గు చేయడం ఆరంభించారు, మంచి అనే పనులన్నిటికీ అర్థంపెట్టే యజ్ఞాలు మొదలయిన వాటిని పాడుచేస్తుండేవాళ్లు. ఎవరికి బాధ కలిగితే వారు ఊరుకోవడం ఉండదుగదా. బ్రహ్మదగ్గరకు వాళ్ళు వెళ్లి మొరపెట్టుకొంటారు. బ్రహ్మ

విశ్వకర్మను పిలిచి చక్కని అమ్మాయిని చేసి ఇవ్వు. ఆమెను సుందోపసుందుల దగ్గరకు పంపి ఆమె కారణంగా వారిద్దరకూ వైరం పుట్టించి ఒకరినొకరు చంపుకునేట్టు చేద్దామంటాడు.

అప్పుడు తిలోత్తమను సృష్టిస్తారు. ఆమె అతిలోకసుందరి. ఆమె వెళ్లి "సుందోపసుందులు చచ్చే పని చూసు"కుంటారు. ఆమె వీరి దరికి వస్తుంది. వారిద్దరికీ ఆమె మీద మోహం కలిగి వివాహం చెయ్యాలని పట్టుబడతారు. ఆమె అప్పుడంటుంది మీ యిద్దరిలో ఎవరు రెండోవారిని చంపేస్తారో వారితో నేనుంటానంటుంది. ఆ కారణంగా వాళ్ళు యుద్ధంచేసి పూర్వపు స్నేహం ప్రేమ మర్చిపోయి ఒకరినొకరు పొడుచుకుని ఇద్దరూ చస్తారు. ఇది చెప్పి నారదుడు "అలాటి చిక్కు లేదా బుద్ధి మీలో రాకూడదు కనక ఐదుగురూ ఐదేండ్లు ఆమెను ఒక్కొక్క ఏడుగా ఒకొక్కరి ధర్మపత్నిగా అనుభవిస్తూ ఒకరిపరమై ఆమె వున్నప్పుడు వారున్న ఇంట్లోకి ఇంకొకరు పోకుండా బాసచెయ్యాలి. అలాచేసి అందుకు తప్పినట్లయితే పన్నెండు ఏండ్లు తీర్థయాత్రలు చేసిరావలసివుంటుంది." అని నారదుడు పాండవులకు ఏర్పాటు చెప్పాడు. వాళ్ళు అందుకు అంగీకరించి బాసచేస్తారు; నారదుడు సంతసించి వెళ్లిపోతాడు.

ఈ నియమం పరిస్థితులకు ఎంతో తగినట్లున్నది. నిజానికి ద్రౌపది పెండ్లి అయి చాలా ఏండ్లయింది. వారు హస్తినాపురం వచ్చిన తర్వాతనె ఐదు సంవత్సరాలున్నారు ధృతరాష్ట్రుడి సదనంలో. మరి ఈ నియమము యథాతథంగా కాకపోయినా వారు ఏదో ఒక నియమాన్ని పాటిస్తూనే ఉండి ఉండాలి. ఇప్పుడు వారు చేసిందల్లా ముని వద్ద ఆ నియమాన్ని తప్పకుండా పాటిస్తామని బాస చేయటమే ముఖ్యమైన విషయం.

ఈ బాస చేయడంలో ఆధ్యాత్మికమైన అర్థం ఉందనిపిస్తుంది. అష్టాంగయోగ సాధనచేస్తూ సాధకుడు పవనబంధ యోగం మీదగాని మంత్ర మార్గయోగం మీదగాని దృష్టి త్రిప్పి విఘ్నం కలిగింపరాదని అర్థం. అలాగే ప్రయే యోగం చేస్తుండేవాడు వానికి విఘ్నంగా ఇతర యోగాలను ఆశ్

యుంపరాదని అర్థం. అలా విఘ్నం కలిగితే మళ్ళీ తన యోగం ఆరంభించాల్సిందేననిబోధ.

ఒకనాడు ధర్మరాజు ఆనాలో ద్రౌపది ఉన్న సమయంలో ఆయుధాగారాల్లోకి వెళ్లి గాంగీవం అంబులూ తెచ్చుకోవాలని అర్జునుడు జొరబడుతాడు. ఆయుధాలు తీసికొని ఒకానొక బ్రాహ్మణుని ఆవును దొంగలెత్తుకుపోతున్నారన్న కారణాన ఆ దొంగల వెంటబడి వాళ్ళను నిర్జించి ధేనువును పట్టి తెచ్చి బ్రాహ్మణునికి అప్పజెప్పాడు.

ఆ తరువాత ధర్మరాజు వద్దకు వచ్చి క్షమాపణ చెప్పుకొని శపథం ప్రకారం తీర్థయాత్రలకు వెళ్లాలనీ అందుకు అనుమతి ఇవ్వాల్సిందనీ కోరుతాడు. ధర్మరాజు ఎంతో చెప్తాడు "అలా వెళ్ళనక్కర్లేదయ్యా! నీవు బ్రాహ్మణసొత్తు నపహరించిన వారిని నిర్జించడానికయిన కర్తవ్యాన్ని చేశావు– నీకు పాపం లేదు కనక నీవు వెళ్ళనక్కర్లే"దంటాడు. శపథానికి ఉల్లంఘన అయినందులకు ప్రాయశ్చిత్తమక్కర్లేదంటాడు. అందుకు అర్జునుడు "మన మనసులు, మననియమపాలనం మనకు పాపాన్ని ఈయవన్ని మనకు తెలిసినా భూజన పరివాదం పరిపాలించడానికిపోయి రావడమే కష్ట'' మంటాడు వెళ్ళిపోతాడు.

అర్జునుడు బుటాప్రవర్తనమనే సత్‌వృత్తికి ప్రతీక. ధర్మరాజు అష్టాంగయోగసాధనకు ప్రతీక. అష్టాంగయోగవృత్తితో సాధనచేస్తూ బుటా ప్రవర్తన పేరు పెట్టుకొని అష్టాంగయోగ నియమానికి భంగం చేయరాదు. అలా చేస్తే సాధన తప్పిపోతుంది. ఒకే ఏకాగ్రమైన సాధనచేయటం సాధకుని ముఖ్యలక్షణం. అది తప్పిపోతే మళ్ళీ దశేంద్రియాలూ మనసూ బుద్ధీ మొత్తం పన్నెండింటినీ తిరిగి దోవలో పెట్టాల్సివస్తుంది. ఆపన్నెండింటినీ తిరిగి దోవలో పెట్టాలి అనేది చెప్పడానికే 12 ఏండ్లు తీర్థయాత్రలు చేయాలని నారదుడు చెప్పాడు. *

---

* చూడుము శ్రీ వేదుల సూర్యనారాయణ శర్మగారి అంతరార్థ మహాభారతం.

అలా అర్జునుడు వెళ్తూ బొత్తువిదుల దగ్గరకు వెళ్తూ ఉత్తమ విషయాలు తెలిసికొంటూ హరిద్వారం వెళ్లి గంగను పూజిస్తూ అక్కడకొన్నాళ్లు ఉంటాడు. ఒకనాడు అగ్నిలో హోమం చేదామని ఆరంభిస్తున్న సమయంలో ఒక నాగకన్యక ఈతడి యౌవ్వన దార్ఢ్యతకు పరవశమై మోహించి అమాంతం తీసికొనిపోయి తన యింట్లో పెట్టి అక్కడ అగ్ని తయారుచేసి పెట్టుతుంది. చిత్రంగా అనుభూతి చేస్తూ అర్జునుడు హోమంచేసేసి "ఏం పిల్లా! ఇంత వ్యామోహితవై నావు! నీ పేరేమిటి! కథేమిటి! చెప్పు" అంటాడు. అప్పుడామె తాను 'ఉలూచి' అనే అమ్మాయి అనీ అతడ్ని చూచి మోహపడిపోయిందనీ, నిజానికి అర్జునుడయిన వానిని గూర్చి తాను అదివరకే నాగులు పాడే గీతాల్లో ఎంతో వినియున్నదనీ చెప్పింది.

అర్జునుడు అయ్యో నేను తీర్థయాత్రలు చేస్తున్నాను బ్రహ్మచర్య వ్రతం పాటిస్తున్నానంటాడు. ఆమె ఐతే ఇక నేను ఇప్పటికిప్పుడు చచ్చిపోతానంటుంది. నన్ను రక్షిస్తే నీ తీర్థయాత్రాభంగం ఏదీ కాదంటుంది. అర్జునుడప్పుడామెను పెండ్లాడి ఆ రాత్రి ఆమెతో ఉండి, సద్యోగర్భం ద్వారా ఇరావంతుడనే కొడుకునుకని తెల్లవారేటప్పటికి తిరిగివచ్చి గంగ వద్దకు చేరుతాడు. ఈ నాగకన్నెలకు సద్యోగర్భం రావటం మామూలో లేకపోతే ఎవరికి అలా పుత్రులు కలగడానికయినా ప్రక్రియ ఏదైనా ఉన్నదో తెలీదుకాని ఇలాంటివి ఎన్నో భారతంలో చదువుతాము. ఘటోత్కచుడు, ధృష్టద్యుమ్నుడు, యాజ్ఞసేని, వీళ్ళు కూడ అలా ఉదయించినవారేగదా!

ఈ కథకు కూడ ఆధ్యాత్మికమైన అర్థం వేరేఉంది. అక్కడ్నుంచి మళ్ళీ బయలుదేరి అర్జునుడు హిరణ్యతీర్థం, నైమిశారణ్యం చూచి ఉత్పలిని కౌశికి, నంద, అపరనంద, గంగలనూ కలకత్తా దగ్గర సాగరసంగమమునూ చూచి, కళింగదేశం గడిచి గోదావరి శ్రీపర్వతం చూచి చివరకు వేగిదేశం వస్తాడు. మహేంద్రపర్వతం చూచి (దుర్గకొండ) కావేరికి వెళ్లి చివరకు మణిపూరు వెళ్తాడు. అక్కడ చిత్రవాహనుడు రాజు. అతడు ఈయన్ను పిల్చి పూజిస్తాడు. ఈ అర్జునుడు బ్రహ్మచర్యవ్రతం గంగలోనే వదల్చుకున్నాడు గనక ఆ రాజు కూతురు చిత్రాంగదను పెళ్లి చేసికొంటా

నంటాడు. అందుకా చిత్రవాహనుడు, "పెళ్లి చేస్తానుగాని పిల్లను తీసికొని పోదామనుకొంటున్నావేమొ దానికి పుట్టే కుమారుడే నా రాజ్యాన్ని పాలించాలంటాడు. అందుకు ఇష్టమయితే పెళ్లి చేసుకోమంటాడు. అర్జునుడికి ధర్మపత్ని ఉండనే ఉంది కనుక అందుకు ఒడంబడి అర్జునుడు ఆమెను పెండ్లి చేసికొంటాడు. అక్కడ కొన్నాళ్లుంటాడు. ఈ చిత్రాంగదా వివాహ కథకు కూడ ఆధ్యాత్మికమైన అంతరార్థం వేరే ఉన్నదంటారు.

అక్కడున్న రోజుల్లో సముద్రతీరాలు చూస్తూ సౌభద్రమనే తీర్థంలో స్నానం చేయాలని వెళ్తాడు అర్జునుడు. అక్కడున్నవాళ్ళు "అయ్యో! అందులోకి వెళ్ళరాదుసామీ! మొసళ్ళున్నాయి దానిలో" అంటారు. కాని అర్జునుడు తీర్థయాత్రలకు కదా ఇంతదూరం వచ్చింది. తీరా ఇక్కడకు వచ్చి వీటిలో స్నానం చేయకుండా వెళ్ళటం పౌరుషం తక్కువగా భావించి సముద్రంలో దిగి స్నానం చేస్తాడు. వెంటనే ఒక మొసలి వచ్చి చేయి పట్టుకొంటుంది, అర్జునుడు ఒక్కలాగు లాగి పైటకు చేతిని విదిలిస్తాడు. మొసలిబలానికి, అర్జునుని బలానికి పోటీ కలిగింది, కాని ఆవిదిలింపుతో మొసలి సముద్రపు ఒడ్డుకు వచ్చి పడుతుంది. అలా బయటపడటమేమిటి ఒక చక్కని అప్సరసగా మారడమేమిటి— అంతా ఆశ్చర్యపోవడమేమిటి ఇవన్నీ క్షణంలో జరిగినయి.

ఆమెను అడుగుతారు, "ఇదేమిటి ఇలా మొసలిగా ఎందుకున్నావు ఇప్పుడిలా ఎలా అయావు ఎవరునువ్వు ఏమిటి కథ" అని. అప్పుడామె చెప్తుంది— "మేము ఐదుగురమప్సరసలము. నా పేరు వంద, కుబేరునికి స్నేహితురాలను, మిగతా వాళ్ళు సౌరభేయి, సమీచి, బుద్బుద, లత అనే వాళ్ళు. మేము అన్ని లోకాలూ చరిస్తూ ఒకసారి ఈ భూలోకానికి వచ్చాము, ఇక్కడ ఒక వనంలో ఉగ్రమైన తపం చేసికొంటూ ఉన్న ఒక బ్రాహ్మణుని ఉడికించాము, ఆయన తపస్సులో నుండి మమ్మలను ఖాతరు చేయకపోవటంచేత మేము ఎన్నో చేష్టలతో ఆయన్ను లొంగదీయజూచాము, అది ఆయనకు కోపకారణమయింది. ఆయన మమ్మలనందరనూ మొసళ్ళు కావాల్సిందని శపించాడు. అప్పటికి మేము పొగరుదిగినవాళ్ళమై ఆయన

తాళ్ళబడి శాపమోక్షణం అయే మార్గం చెప్పమంపిందని వేడుకొన్నారు. అందుకాయన "మొసళ్లను బయటకు లాగి ఎవరు పట్టుకు తెస్తే వానివల్ల శాపమోక్షణమవుతుందిగాక పో" మన్నాడు.

మేము దుఃఖిస్తూ వస్తుండగా నారదమహాముని అవుపడ్డాడు. ఆయనకు నమస్కరించి "అయ్యా! మొసళ్లను బయటకు వేయగలిగిన మహామహా డెవరు ఎప్పుడు వస్తాడు చెప్పవలసింద" న్నాము. అందుకాయన "మీరు దక్షిణ సముద్రతీరాల్లో ఉండండి. సౌభద్ర, పౌలోమ, కారంధమ, ప్రసన్న భారద్వాజములనే ఐదు తీర్థాల్లోనూ ఉండండి. నూరేండ్ల తరువాత అర్జునుడు తీర్థయాత్రలకని వచ్చి మొసళ్లను బయటపడవేస్తాడు" అని చెప్పాడు. మేము నూరేండ్లు ఎప్పుడవుతుందో ఎరుగక అర్జునుడెవరో తెలీక దొరికిన వానినల్లా పట్టుకోవటం ఆరంభించాము. ఇప్పటికి నీ దయవల్ల నాకు శాపమోక్షణమయింది. ఆ మిగిలిన తీర్థాల్లో ఉన్న మా వాళ్ళకుకూడ ఈ చిక్కు వదిలించాల్సింది. అని ప్రార్థిస్తారు. అర్జునుడు సంతోషంగా మిగతా తీర్థాలకు వెళ్లి స్నానంచేసి అక్కడి మొసళ్ళను బయటకు లాగివేసి శాపమోక్షణం చేస్తాడు.

ఇలా మణిపురంలో కొన్నాళ్లుండి చిత్రాంగద యందు బభ్రువాహను డనే కుమారుడ్ని పొందుతాడు. సద్యోగర్భానే పుట్టినాడనిపిస్తుంది. ఇంతకూ ఆ బభ్రువాహనుని తాతగారికే ఇచ్చినవాడై ఒక్కడే బయలుదేరి ప్రయాణం చేస్తాడు. పడమటి తీరంలో ప్రభాసతీర్థం చూస్తాడు. అక్కడ ఎవరో చెప్తారు ఆచోటు మండి ద్వారక దగ్గరేనని. వెంటనే అర్జునునకు అప్పుడైన- శ్రీకృష్ణుని మీదకు మనసుపోతుంది. శ్రీకృష్ణుడూ నారాయణుడూ తాను నరుడున్నూ పూర్వజన్మలో. వీరు అత్యంత స్నేహితులు ఆ జన్మలో. అప్పుడు జరిగిన దేవదానవుల మధ్యగల యుద్ధంలో వీరాధివీరులై పోరి దేవతలను గెలిపించినవారు. మహా తపస్సంపన్నులుకూడాను. ఆ పాత వాసనతో పాటు ద్రౌపదిని పెండ్లి చేసికొన్నప్పుడు బంధువులుగావచ్చి పలుకరించినవారిలో శ్రీకృష్ణుడు ప్రథముడు. అందుకని అర్జునునకు శ్రీకృష్ణునిపై అంతప్రేమ కలిగింది.

అంతేగాక సుభద్ర చాల అందమైన పిల్ల అని ఎవరో ఎప్పుడో చెప్పారు అర్జునునకు. అప్పట్నుంచి ఆవిడ్ని పెండ్లి చేసుకోవాలని ఉంటుం దేది అర్జునునికి. ఇప్పుడు ద్వారక వెళ్లి శ్రీకృష్ణునీ, సుభద్రనీ, చూడాలనే సంకల్పం కలుగుతుంది. అక్కడికి వెళ్ళటంలోకూడ మామూలుగా వెళ్లా లనుకోలేదు అర్జునుడు. యతి రూపంలో వెళ్లి వాళ్ళందర్నీ మోహపెట్టి పూజలు చేయించుకోవాలనీ చమత్కారం చేయాలనీ ఆశిస్తాడు. అలా శ్రీ-కృష్ణుణ్ణి తలుచుకొంటూ ఉన్నంతలో శ్రీకృష్ణుడే అక్కడకు వచ్చి అర్జునుని కలిసికొంటాడు. శ్రీకృష్ణుడు ఇలా తనకై రావటంతో అర్జునునకు ఎక్కడ లేని భక్తి వంటి భావం శ్రీకృష్ణునియందు కలుగుతుంది. వెంటనే ఆయనకు సాష్టాంగవందనం చేస్తాడు. తాను పూజలు పొందుదామనుకొంటున్నవాడు తానై పూజ చేయడం భగవదిచ్ఛ అనేది నిజం.

## 4. సుభద్రాహరణం

అక్కడ్నుంచి ఇద్దరూ బయలుదేరి ద్వారకకువస్తారు. అక్కడో రైవత మనే పర్వతం ఉంటుంది. అందులో ఒక గుహలో అర్జునుణ్ని 'ఉండు' మంటాడు శ్రీకృష్ణుడు. యతిరూపంలోనే అర్జునుడు ఉంటాడు. బహుశ భక్తుల కోరికలను తీర్చుతాడు భగవంతుడు అంటారుగదా—మరి. అందుకనే అర్జునునికి మిగతా ద్వారకీవాసుల చేత పూజలు చేయింతామనుకొన్నాడు కావలె కృష్ణుడు. తాను ద్వారకాపురంలోకి వెళ్లి రైవతోత్సవం చేయాలిగనక జనమంతా అక్కడకు పదండంటాడు,

రైవతోత్సవంలో ఆ పర్వతానికి పూజలు చేస్తారు. భజనలు చేస్తారు. నాట్యాలు చేస్తారు. గంతులు వేస్తారు. అది జనులంతా కలసి సరదాగా ఉండే సమయం. పడుచులజట్టు నాట్యం చేస్తూ గంతులు వేస్తూ ఎండని చూడకుండా సుఖంగా శ్రమపడుతూ వెళ్తూ ఉంటారు. అర్జునుడు ఓ ప్రక్క కూర్చొని చూస్తూ ఉంటాడు వీళ్ళని. శ్రీకృష్ణుడు అర్జునునితో కబుర్లాడుతూ కూర్చుంటాడు ఒక వనంలో రాతిఫలకంమీద. అక్కడకు అంతలో తన చెలి-

కత్తెలతో సహా సుభద్ర వస్తుంది. అర్జునుడి కళ్ళు ఆమెకతుక్కుపోతాయి శ్రీకృష్ణుడు హాస్యమాడుతాడు. "యతీశ్వరా! నళినాక్షులమీద నయనాలు నిలిపేస్తారా ఇలా ఏ యతి అయినా" అంటాడు. అర్జునుడు సిగ్గుపడతాడు. శ్రీకృష్ణుడు నవ్వి "నీ మనసులో సంగతి నాకెప్పుడో తెలుసు. నీకెందుకు మా అన్న అయిన బలదేవుడికి తెలీకుండా నీ పెళ్లి చేస్తానుండు గమ్మున-" అంటాడు.

ఇంతలోనే అక్కడికి బలరాముడూ ఇంకా అనేకమంది వస్తారు. వచ్చి యతీశ్వరుడేననుకొని, అర్జునునకు నమస్కరించి, మా పురంలోకి వచ్చి చాతుర్మాస్యాలూ మా వనంలో ఉండాలిసింది అని ఆహ్వానించి తీసి కొనిపోయి ఉద్యానవనంలో బసచేయించి సుభద్ర మొదలుగా కొందరు కన్యలకు వారి పరిచర్య చేయవలసిందని ఆదేశిస్తారు.

కృష్ణుడూ అర్జునుడూ వేసికొన్న పథకం శ్రీ కృష్ణుని ద్వారా సత్యభామకూ రుక్మిణికీ తెలుస్తుంది. సుభద్రకు తెలీదు. సుభద్రకు అర్జునుడ్ని పెండ్లి చేసికొన్నాలని ఎప్పటినుంచో ఉన్నది. అతడలా ఉంటాడు-ఇలా ఉంటాడని చెప్తుంటె రూపం ఊహించుకొంటూ ఉండేది. ఆజాను బాహుడనీ, పెద్ద యురము కలవాడనీ కళ్ళు ఇట్లా ఇలా ఉంటాయనీ విన్న మాటలన్నీ ఈ యతికి ఉన్నట్లుంటే ఓ యబ్బా యీతడే కాదుగదా విజయుడు అని సిగ్గుపడి ఊరుకొంటున్నది. ఇక అర్జునుడి సంగతి అంతకంటె ఉధృతంగా ఉన్నది. ఆతడు చేసే పనులకు చూపులకూ సుభద్రకు అనుమానమొస్తూ "ప్రణయ యోగియో-విరాగియో- మన్మథుడో మాయకాడుడో" అని హృదయంలో గీతాలు పాడుకొంటుంది. ఒక భోజనాంతకాలంలో ఉండలేక అడిగేస్తుంది-

"మీరు అనేక తీర్థాలకు ఊళ్ళకు పట్నాలకూ వెళ్ళిఉంటారు. ఇంద్రప్రస్థానికి వెళ్ళారా? పాండవులు బాగున్నారా? మా అత్త కుంతి ఎలా ఉన్నది? మహావీరుడర్జునుడు తీర్థయాత్రలకు వెళ్లారట. మరి- తిరిగివచ్చారా? ఎక్కడ ఎలా ఉన్నారో చెప్పాలిసింది" అంటుంది. అదే సమయమని అర్జునుడు- ఇదుగో ఇలాగున్నాను నీ దగ్గరె. ఇంకేమిటి కావాలిగాక! బ్రహ్మ"

పుడు మనకు ఇలా కలిపాడు అంటాడు. గాంధర్వ వివాహం ద్వారా నిన్ను వాహం చేసికొంటానంటాడు. ఆమె లజ్జపడి నన్ను నీ కివ్వాల్సినవారంతా న్నారు. వారు తెలిసికొని చేస్తారుగాక పెళ్ళి -అని వెళ్ళిపోతుంది.

అప్పటి నుంచి అర్జునునికి సపర్యలు చేయదు. అందుకని భోజనపదు ంయాల విషయం రుక్మిణి చూస్తూఉంటుంది. ఈ పెళ్ళి బలరామునికెందు త ఇష్టంలేదో తెలీదు మొత్తంమీద ఇష్టం లేదు. అన్నగారి మాటకు ఎదురు వ్వటం శ్రీ కృష్ణుడు ఇష్టపడడు. కాని అతడి ఊహ ప్రకారం మాత్రమే రుగడాన్నిమాత్రం ఒప్పుకోడు. అయిపోయిన పనికి బలరాముడు కూడ క్రి కృష్ణుడితో, షేచీపడడుగాక, అభవళసిన పనుల్లో వీరి ఉద్దేశ్యాల్లో తేడా ంటే తన పెద్దరికం వెళిగిస్తూ తన ఇష్టమె శ్రేయాలన్నే స్వభావం బలరాము డి. అందుకని ఆయనకు తెలీక ముందె పెళ్ళిచేసేస్తానంటాడు శ్రీకృష్ణుడు. సుదేవునితో అక్రూరునితో ఇంకా చాలా మందితో రహస్యంగా చెప్పి స్తాడు.

శ్రీ కృష్ణుడ్ని సుభద్ర తలుచుకొంటుంది. ఆయన వస్తాడు. అర్జు నుడు ఇంద్రుని తలుస్తాడు. ఇంద్రుడు అమర సిద్ధసాధ్య ముని గణపరి వృతుడై వస్తాడు. బృహస్పతి లగ్నం పెట్టుతాడు వసుదేవాక్రూర సారణ సాంబ సాత్యకు లంతా ఉండగా సుభద్రార్జునులు వివాహం బ్రాహ్మ్మ వివా హంగా జరుగుతుంది. అర్జునుని ఇంద్రుడు కిరీట కేయూర హారాది శోభితుడ్ని చేస్తాడు. శ్రీ కృష్ణుడు అక్షయ బాణ తూణీరాలనూ మంచి గుఱ్ఱాలతోపూన్చ బడిన రథాన్నీ ఇచ్చి అర్జునుని సుభద్రను తీసికొని పోవాల్సిందంటాడు. అర్జునుడు మహాసంతోషించి వాయువేగంతో రథం తోలుతాడు. ఈ పెండ్లి విషయం తెలీని యాదవవీరులు అడ్డగిస్తారు. అర్జునుడు అది పండగ చేసు కోవడంగా భావించి ఊరంతా బాణాలతో నింపేస్తాడు. వెళ్ళిపోతుంటాడు. యాదవ వీరులు వచ్చి పెద్ద సైన్యంతోపోయి అర్జునుణ్ణి ప్రతిఘటిస్తామని తీర్మానం చేస్తారు. బలరాముడు వారిని ఆప కృష్ణుణ్ణి పిల్చి "నీ సారధ్యం లేకుండానే ఇలా జరిగిందంటావా కృష్ణా మాట్లాడవుగానీ!" అంటాడు అందుకు కృష్ణుడు పాండవరాజ సింహ్వామయిన అర్జునుడు తన మేనమఱదల్ని తాను

తీసుకుపోతుంటే ఎవరువెళ్ళి అడ్డంకొట్టి నిలుస్తారన్నా! అతడేం సాధారణమైన మనిషికాడే! మంచి స్థైర్యం, ధర్మం, సాహసం కలవాడు కదా అంటాడు. దాంతో యాదవులు తగ్గిపోతారు.

అర్జునుడు ద్వారకకు వచ్చినప్పుడే, కృష్ణుడు కొందరి వాళ్ళను ఇంద్రప్రస్థపురానికి పంపి అర్జునుడిక్కడకు వచ్చాడనీ ఉన్నాడనీ కబురు చేస్తాడు పాండవులకు. ఇప్పుడు సుభద్రను అర్జునుడు వెంటబెట్టుకొని వెళ్తే పాండవులు ఆశ్చర్య పడాల్సిందేమీ ఉండదన్నమాట. కాని అర్జునుడు ఇంద్రప్రస్థపురంవెళ్ళి తాను ఒకచోట ఉండిపోయి సుభద్రతో, గోపికలను కొందరను తీసికొని ఇంటికివెళ్ళి సంగతి చెప్పవలసిందంటాడు. ఇద్దరం ఇల్లా వెళ్తే ఎట్లాగుతె—మరి— ద్రౌపది ఏమంటుందో ఆమె పతివ్రత. ఆమె అన్న మాటలన్నీ అవుతాయి కూడాను. అందుకని, నీవు ముందువెళ్ళాల్సిందని సుభద్రతో చెప్తాడు. ఆమె వెళ్ళి కుంతికి, ద్రౌపదికి నమస్కరించుతుంది. సంగతంతా తెలిసి, కుంతి— "నీ పతి ప్రతిపక్ష వీర విజయుడవ్వాడు—నీవును వీర పుత్రజనని వగు" మని దీవించింది. అప్పుడు అర్జునుడు రాజబాటనె వచ్చి ధర్మభీములకు నమస్కరించి నకులసహదేవుల నాదరించి సంతోషంతో ఉంటాడు. ద్రౌపదీ హృదయానురాగకథుడయినాడట అదేమిటో మరి.

## 5. హరణ హారిక

ఇలా వీళ్ళిద్దరూ ఇంద్రప్రస్థపురం చేరారని తెలిసి, వసుదేవుడు బలరామకృష్ణులు, ఇంకా యాదవాగ్రగణ్యులు వస్తువాహనాలు తీసికొనివచ్చి అనేక కానుకలు అందరకూ ఇస్తారు. వేలాది ఆభరణాలు పార్థుడికి ఇస్తారు. గజాలను గుర్రాలను ఎన్నిటినో ఇస్తారు. కొన్నాళ్ళ తరువాత మిగతాఅందర్నీ ద్వారకకు పంపివేసి శ్రీ కృష్ణుడు మాత్రం ఇంద్రప్రస్థపురంలో ఉండిపోతాడు.

తర్వాత సుభద్రకు అభిమన్యుడు కలుగుతాడు. అనన్య సామాన్య పరాక్రమ సంపన్నుడు, పుణ్య చరిత్రుడు, అన్యధాజనన్య భయంకరుడు,

రణశౌర్యుడు పాండవ వంశకర్తయై పుట్టాడట. అతడు ధౌమ్యుని దగ్గర వేదం, తండ్రి దగ్గర ధనుర్వేదం నేర్చుకొన్నాడు. ద్రౌపది కూడ పాండవుల యిదుగురికీ ఐదుగురు కుమారులను కంటుంది. వాళ్ళను ఉపపాండవులంటారు. వారిపేర్లు— ప్రతివింధ్య, శ్రుతసోమ, శ్రుతకీర్తి, శతానీక, శ్రుతసేనులు. వీరంతా సుఖంగా కాలంగడుపుతూ ఉంటారు.

## 6. ఖాండవ దహనం

శ్రీకృష్ణుడు విచిత్రమైనవాడు. ఎంతోమంది భార్యలేగాని వాళ్ళ వ్యామోహంలో అతడెప్పుడూ పడినట్లు కనపడు. ఎక్కడుంటే అక్కడ మహా సంతోషంగా ఉంటాడు. ఇంద్రప్రస్థపురంలో ఎన్నో రోజులుండి పోయినాడు.

ఒకసారి కృష్ణార్జునులు రమ్యగిరి సానువుల్లో వేటాడి వద్దామని వెళ్తారు. కొద్దిమంది మిత్రుల్నీ బంధువుల్నీ తీసికొని వెళ్తారు. అక్కడకు వెళ్లాలని ఉపపాదించింది అర్జునుడే. ఆధ్యాత్మ దృష్టిలో శ్రీకృష్ణుడు నిరవృత్తి తత్త్వమే. ఐహికంగా ఆయన చర్యలు పొగడటానికి అందుకే సాధ్యం కాదు.

రమ్యగిరి ప్రక్కన ఖాండవ వనం ఉంది. దాని సమీపంలో కృష్ణార్జునులు కూర్చొని కబుర్లాడుకుంటున్నారు ఒకసారి. అప్పుడొక తేజోవంతుడైన విప్రుడు వస్తే వానిని వీరిద్దరూ పూజిస్తారు. అతడు సంతోషించి— తాను అగ్నిదేవుడని, తనకు ఆ ఖాండవ వనం తినివేయాల్సిన అవసరం ఉందని, దానిని తాను దహించడానికి ఆరంభించగానే ఇంద్రుడు మేఘాలను పంపి వర్షించి తనను బాధిస్తున్నాడని, అలాంటి చిక్కులు రాకుండా శ్రీకృష్ణార్జునులు తనను కాపాడవలసిందని కోరుతాడు. కృష్ణార్జునుల వద్ద బాణతూణీరాలూ ధనస్సూ ఆయుధాలూ లేవు. అందుచేత అగ్నిదేవుడు వరుణుని తలచి వాని చేత బ్రహ్మనిర్మితమైన కార్ముకాన్నీ, అక్షయ బాణతూణీరాలనూ, గంధర్వ హయాలతోగల రథాన్నీ అర్జునునకు ఇప్పింప జేస్తాడు. శ్రీకృష్ణునికి చక్రం గదా కూడ ఇప్పిస్తాడు.

ఆ విల్లుపేరు గాండీవం. దానికి అస్త్రాలు తాకినట్లయితే అస్త్రాలె భగ్నమవుతవి. సుదర్శన చక్రం శ్రీకృష్ణుడు ప్రయోగించినట్లయితె శత్రువుని నిర్జించి తిరిగి వానిదగ్గరకు చేరుతుంది. అని అగ్నిదేవుడు చెప్తాడు. వెంటనే కృష్ణార్జునులు నిలచి అగ్నిని ఖాండవదహనం చేయుమంటారు.

ఖాండవంలో దేవేంద్రుని మిత్రుడయిన తక్షకుడుంటాడు. అందుకె ఇంద్రుడు ఆ వనాన్ని ఎంతో జాగ్రత్తగా పెంచుతున్నాడు. శ్రీకృష్ణార్జునుల మద్దతుతో అగ్నిహోత్రుడు భయంవదలి అన్నివైపులా మంటల విజృంభింపచేసి సర్వ ఓషధులనూ భక్షిస్తూ ఉన్నాడు. వనరక్షకులు అడ్డురాంగానె కృష్ణార్జునులు వారిపై బాణాలు వేసి తరిమేస్తారు. వనంలో పక్షులు జంతువులు చావుకి భయపడి 'గో'మని గోలపెట్టుతుంటవి. ఎగిరిపోయే పక్షులు మంటకు తగిలి మండి మళ్ళీ మంటలోనే పడిపోతున్నాయి. సరస్సులో నీరుడికి పోవటంచేత నీటి పక్షులు చచ్చితేలుతున్నాయి.

ఈ సంగతి దేవేంద్రునికి తెలియంగానె మేఘాలన్నిటినీ పంపి వర్షం కురవమంటాడు. ఈ లోగానె శ్రీకృష్ణార్జునులు ఆ ఖాండవవనంపైన బాణాలతో బిగిసిన ఒక గృహాన్ని నిర్మించారు. మేఘాలు అఖండంగా కురిసినా బొట్టు నీరు దానిక్రిందకు దిగటంలేదు. పడినా అది మంటను చేరకముందె ఆవిరై పోతున్నది.

తక్షకుని కుమారుడు తన తల్లితోక పట్టుకొని ఎగిరిపోవాలని ప్రయత్నిస్తాడు. అర్జునుడు బాణంతో తల్లితోకను తెగవేస్తాడు అది అగ్నిలో పడుతుంది. ఆ కుమారుడైన అశ్వసేనుని ఇంద్రుడు మోహినీ అనే మాయతో తప్పించివేస్తాడు. తక్షకుడు ఎప్పుడో పారిపోయినాడు. కాని దేవేంద్రునికు అది తెలియక మహా ఘోరయుద్ధం కృష్ణార్జునులతో చేస్తాడు. సురగరుడ ఉరగ అసుర సిద్ధ గంధర్వులంతా వానికి సహాయంచేస్తారు. మేఘాల్ని మారుతాస్త్రంతో చెదరగొట్టుతాడు అర్జునుడు. తమ పక్షం ఓడిపోయిం తర్వాత దేవేంద్రుడు "శబాష్ నాకుమారుడు" అనుకొంటాడు [illegible] అయినా చూదామని రాళ్ళవర్షం కురిపిస్తాడు. మందరగిరి తెచ్చి మీద వేస్తాడు. వాటి నన్నిటినీ బాణాలతో తుత్తునియలు చేస్తాడు వీరయుగళం.

చివరకు ఆకాశవాణి దేవేంద్రునకు వినిపిస్తుంది. "వాళ్లిద్దరూ ఎవరను న్నావు? నరనారాయణులు. సురాసురయుద్ధంలో వాళ్ళే నీకు అమృ సంతరించి పెట్టింది మర్చిపోయినావా." తక్షకుడెప్పుడో బ్రతికి బయట డు, ఖాండవవనం దహింపబడుతుందని బ్రహ్మ చెప్పనే చెప్పాడు. గా వలసిన పనిలేదు," అని. ఇంద్రుడు శాంతించి వెళ్లిపోతాడు.

శ్రీకృష్ణార్జునులు శంఖం పూరిస్తారు. తక్షక గృహంలో నముచి అనే సుని తమ్ముడైన మయుడున్నాడు. అతడికి బయటకు వెళ్ళే మార్గం కట్లేదు. శ్రీకృష్ణుడు అతడ్ని చూసి చంపేస్తానంటాడు. అందుకని ప్రక్కకుపోయి అర్జునుణ్ని శరణువేడుతాడు. అర్జునుడు రక్షించి కు చేరవేస్తాడు. అలా అశ్వసేనుడూ మయుడూ మాత్రం బయటపడ

వీరుగాక మందపాలుడనే వాని సుతులు నలుగురు రక్షింపబడతారు. అంతానూ ఖాండవదహనమంతాను తగలబడిపోతారు, ఎవరూ మిగ

## 7. మందపాలుని కథ

మందపాలుని సుతులు బ్రతికారని చెప్పంగానే జనమేజయుడు ఆ చెప్పాల్సిందంటాడు. వైశంపాయనుడు చెప్తాడు,

మందపాలుడనే ముని ఉన్నాడు. యోగి. పుణ్యలోకాలకు వెళ్లాలని త్నం చేసి కూడ వెళ్ళలేకపోయినాడు. యోగాభ్యాసం కేవలంగా చేస్తే లోకాలు రావాలవ్వు. శారీరికమైన యోగంవల్ల శరీరానికి మేలు. పర ల్లో సుఖించడానికి పుణ్యాలు చెయ్యాలి. మందపాలుడు దేవతల తాడు తన కెందుచేత పుణ్యలోకాలకు దోవలేదని. సంతానం లేని నీకు పుణ్యలోకం ఎక్కణ్ణుంచి వస్తుంది పొమ్మంటారు.

సంతానం కనాలని తిరిగి వస్తాడు. పక్షుల్లో నయితే త్వరగా సంతానం తుందని తాను పక్షిరూపమెత్తి ఒక పక్షికి నలుగురు సుతుల్ని

కంటాడు. ఆ పక్షులన్నీ ఖాండవంలో ఒక పెద్ద చెట్టు మీద ఉంటవి. మందపాలుడు అక్కడ్నుంచి వెళ్తూ పడి అయిన ఆ భార్యకు పిల్లలనప్పగించి బయటకు వెళ్తాడు. దోవలో అగ్నిహోత్రుడు ఖాండవవనం దహించనున్నట్టు కనపడతాడు. వెంటనే మందపాలుడు అగ్ని సూక్తాలు పఠించి అగ్నిని ప్రసన్నుణ్ని చేసికొని "మహానుభావా! నీ వెప్పుడో ఖాండవాన్ని దహిస్తావని బ్రహ్మవాక్కు ఉన్నది కదా! అప్పుడు నా భార్యా బిడ్డలున్న చెట్టు మాత్రం సహించక వారిని రక్షించాల్సింది అని ప్రార్థిస్తాడు. అగ్నిహోత్రుడు అంగీకరిస్తాడు.

దహన సమయం ప్రాప్తించింది. ఆపక్షి పిల్లల్ని కాపాడటమెలాగని గోలపెట్టుతుంది. భర్త తనతో "ఈ కుమారులు బ్రహ్మవిత్తములు. వీరిని రక్షింపుమని చెప్పి మరీ వెళ్ళాడు" అనుకొని పిల్లలను వెళ్ళి బిలంలో ఉండండి అంటుంది. అందుకా పిల్లలు అక్కడ మూషికాన్ని ఎలుక చంపేస్తుంది. ఇక్కడే పదం. ఒకవేళ యీ అగ్ని యీ చెట్టుదాకా రాకపోవచ్చునంటవి: పైగా తల్లిని వెళ్ళి తనను తాను రక్షించుకొమ్మంటాయి. తాము చనిపోతే తల్లి మళ్ళీ పిల్లలను కనవచ్చునుగాని బ్రతికితే తిరిగివచ్చి తమను చేరవచ్చునంటాయి. ఆ తల్లి కొంచెంసేపుండి చివరకు మంటలను చూచి భయపడి ఎగిరిపోతుంది. ఆ బిడ్డలు సెలగురూ నాల్గ వేదాలూ చదివి తమకు అభయమివ్వాల్సిందని భగవంతుని ప్రార్థిస్తున్నారు. అగ్నిదేవునికి మందపాలుని మాట జ్ఞాపకమొస్తుంది. ఆ వృక్షాన్ని దహించేటప్పుడు దూరం తొలగుతాడు.

మందపాలుడు ఖాండవం దహింపబడినదని తెలిసి పిల్లలేమయ్యారోనని అక్కడకు వస్తాడు కొంతకాలానికి. పిల్లల్ని సురక్షితంగా చూచుకొని తన శ్రమ ఫలించిందనుకొంటాడు.

జనమేజయుడప్పుడు వైశంపాయనుని అడుగుతాడు. అసలు ఖాండవవనాన్ని అగ్నిహోత్రుడు దహించవలసిన అవసరమేమొచ్చిందని. దానికిగాను శ్వేతకి కథను వైశంపాయనుడు చెప్తాడు.

శ్వేతకి ఒక రాజర్షి. ఎల్లప్పుడూ యాగం చేస్తుండేవాడు. నూరేండ్లు యాగం చేయించాలని యాజ్ఞికుల్ని అడిగినాడు. వాళ్ళు ఈశ్వరుడు వచ్చి చేయించాలిగాని మావల్ల కాదంటారు. శ్వేతకి ఈశ్వరుడ్ని గూర్చి తపసు చేస్తాడు. ఈశ్వరుడు ప్రత్యక్షమై ముందు పన్నెండేళ్ళు సంతత ధారగా ఘృతాన్ని అగ్నికిహోమం చేయాల్సిందంటాడు. శ్వేతకి చేస్తాడు. ఈశ్వరుడు సంతోషించి నూరేండ్ల సత్రయాగాన్ని చేయడానికి దూర్వాసుని ఏర్పాటు చేస్తాడు. ఆ విధంగా శ్వేతకి తన శపథాన్ని నెఱవేర్చుకొన్నాడు. ఈ కథలో ఏదో అంతరార్థమున్నదనిపిస్తుంది. సారంలేదని మనమనుకొనే కథల్లో ఎంతో అంతరార్థం కొందరు మహానుభావులు చెప్పగలరు. * దానిని మనం తెలిసికొనాలనే ఆశయం పెట్టుకోవటం మనపంతు.

మనమే ఆలోచించలేమా అనిపిస్తుంది. ప్రయత్నం చేయాలెగాక. పరాత్పరునకు తానూ ప్రకృతీ అనే రెండు భాగాలున్నాయి. రెండూ తనే–నేనూ, శరీరంలాగా, సాధనకోసం శరీరం వేఱు నేనుకాదు అనుకోవచ్చు. ఇంకొకరు వచ్చి శరీరాన్ని తట్టి పిల్చినప్పుడు అంతా నేనేను అనుకోవచ్చు. గోళ్ళు పెరిగితే తుంచిపారేసినట్లు జుట్టు పెరిగితే కత్తిరించివేసినట్లు ఖాండవం వంటి ప్రకృతి ఖండికల్ను తుడిచి పారవేస్తుంటాడు బహుశ పరా[illegible] డుడు. నేయి త్రాగినందువల్ల అగ్నిదేవుడికి కడుపునొప్పి వచ్చిందని ద[illegible] నివారణకోసం ఖాండవంలోని ఓషధులను మ్రింగివేశాడనె సమాధానం చెప్పారు. ఇది నిజమైనదె కావచ్చు. కాని అదె సమాధానం అనడాని కెలా వీలు?

పిగోరు తీసేశావేం అంటే "గుచ్చుకుంటుందేమోనని" అనే సమాధానమూ, తీసివేయలేదేం అంటే "గుచ్చుకోలే"దనే సమాధానమూ, సరియైనవేనంటామా? "నాఇష్టం" అంటె ఇకనువ్వు అడక్కు– ఆ ప్రశ్న అని అర్థం. నిజానికి ఇష్టమూ కాదు సరియైన సమాధానం. అందుకూ ఈ కథ చిత్రమైనదనటం.

---

*శ్రీవేదుల సూర్యనారాయణ శర్మగారి అంతరార్థ రామాయణం భాగవతం, భారతాదులైన గ్రంథాల్లో ఈ కథకు ఆధ్యాత్మిక వివరం తెలియవచ్చు.

మందపాలుడెందుకు పుణ్యలోకాలకు పోలేక పోయినాడు. పిల్లల్ని కనుమని ఎందుకు చెప్పారు దేవతలు ?— పిల్లల్ని కంటె వారికోసమైనా అతడు కొంత త్యాగం ఏదో ఒకటి చేస్తాడుగదా. ఆ విధంగా పుణ్యం గడిస్తాడుగదా అని. వారికి చేసిన మేలు ఇతర్లకు చేసినట్లేనా అని మళ్ళీ సందేహం. చేసినట్లె. తనలోని అహ[illegible]నకు వేరైనవాళ్ళె భార్యా పిల్లలూ కూడ. తాను త్యాగంచేసి వారికి మేలుచేస్తాడు గనుక అది పుణ్యమె అని భావం.

ఐతే ఈ మందపాలుడు పిల్లలకోసం చేసిన పనేమిటి? తల్లి పాలనక్రింద వారిని వదలి వెళ్ళిపోయినాడుకదా! అనిపిస్తుంది. ఆలోచిస్తె (1) ఆ పిల్లలకు చతుర్వేదాలలోని స్తోత్రాలూ రావటం మందపాలుని కారణంగానె ననాలి. (2) ఈ పిల్లలకోసమె అతడు అగ్ని సూక్తాలు చదివి అగ్నిని ప్రసన్నున్నిచేసికొని పిల్లలను రక్షింపవలసిందని అడిగాడు. (3) చివరకు తిరిగివచ్చి మళ్ళీ వాళ్ళ యోగక్షేమాలు విచారణ చేస్తాడు.

అవన్నీ మమకారంవల్లగదా చేశాడు అనిపిస్తుంది. మమకారం తాను పెంచుకొని మోక్షం దూరంచేసికోరాదని చెప్తారు. కాని చేసిన పని ఇతర్లకు మేలుచేయడాన్ని కలిగిస్తె అది పుణ్యమనిబోధ. ధర్మాఽధర్మ సూత్రం అంత పలుచనైన పొరకు అటూ ఇటుగ ఉంటుంది. “ఆలోచిస్తే ఇది న్యాయమెననిపిస్తుంది. ఆలోచించనివారికి కథలు ఎగతాళిగా ఉండటం కద్దు అంతరార్థం తెలిసేవరకు.

ఇది మహాభారతంలోని ఆదిపర్వంలో చివరికథ.

# మహాభారత కథలు

( సభా పర్వము—1 వ ఆశ్వాసము )

## మయసభా రచన

ఖాండవ దహన సమయంలో అర్జునునిచే మయుడు రక్షింపబడ్తాడు. ఆతడా తరువాత ధర్మరాజు ఆస్థానానికివచ్చి కృతజ్ఞతలు చెప్తాడు. "తమ కేదైనా మేలు చేస్తాను. ఏంచేయమంటారో చెప్పాల్సింది, అంటాడు. అప్పుడు శ్రీకృష్ణుడు "ఈ ధర్మరాజుకు ఒక రత్నాలతో చేసిన సభను నిర్మించి పట్టుకుర" మ్మంటాడు. మయుడు సంతోషించి వెళ్తా భీమునికి ఒక గదన్ను కూడ తెస్తాను అర్జునునకు దేవదత్తమనే శఖం ఇస్తాను అని చెప్పి సభను తేవడానికి వెళ్ళిపోతాడు.

ఆ సభను బిందుసర మనేచోట తయారుచేయించి మయుడు తెస్తాడు. బిందుసర మంటె భగీరథుడు గంగకోసం తపస్సు చేసిన స్థలం. అక్కడ చైత్యాలూ హిరణ్మయ యూపాలు ఉన్నాయి. మయుడు ముందుగా దేవ బ్రాహ్మణులన్ను పూజించి మణిమయాలయిన దూలాలతో గోడలతో ప్రాకారాలతో సభను తయారుచేశాడు. అందులో రత్నాలు అమర్చి హరినీలకిరణ జాలాలు వలె అవుపడజేసి అది సరోవరమా అన్న భ్రాంతిని కలుగజేశాడు. అందులో మాణిక్యాలు పొదిగి ఎఱ్ఱతామరలు వలె భాసింపచేశాడు. రంగుల మణులతో చేపలుగా కూర్మాలుగా చూపాడు. వజ్రంతో నీటి నురుగున్ను చూపాడు. ఇక చిలుకలు, లతలు, అలంకారాలు వీటికి లెక్క చెప్పలేము. అలాటి సభన్ను ఎనిమిదివేలమంది రాక్షసులచేత మోత మోయించి తీసికొని వచ్చి పాండవులకు సమర్పించాడు, మయుడు రాక్షసుడె. ఎంతో శ్రమతో కూడిన పనులు శరీరబలంతో వీళ్ళు చేస్తారు. మయుడు ఆ తరువాత సెలవు తీసికొని వెళ్లిపోతాడు. శ్రీకృష్ణుడు కూడ కొన్నాళ్లుండి ద్వారకకు వెళ్లి పోతాడు,

ధర్మరాజు మంచిరోజు చూసుకొని బ్రాహ్మణులనూ దేవతలనూ పూజించి ఆ సభలో అనుజులతో సహా ప్రవేశిస్తాడు. సంతర్పణ చేస్తాడు. గోదానం చేస్తాడు సంతోష సమయంలో ఇలాంటివి చేయడం ధర్మలక్షణం. ఆ చిత్రమైన సభను చూడటానికి ఎంతో మంది మునులు వచ్చారు. భార్గవుడు, వ్యాసుడు, జైమిని, శుకుడు, 'నేనూ' అంతా ఉన్నాం వారిలోనని వైశంపాయనుడు జనమేజయునికి చెప్పాడు. ధర్మరాజు వీరందర్నీ పూజించాడట.

## 2. నారద సందేశము

కొన్నాళ్ళ తరువాత నారదమహాముని పైనుంచి సూర్యుడే క్రిందికి దిగి వచ్చిన విధంగా వస్తాడు. ఆయన మునీశ్వరుల్లో కెల్లా గొప్పవాడు. మూడు లోకాలు తిరిగి రాగలిగిన మహాశక్తిమంతుడు. జీవన్ముక్తుడు. ధర్మ సందేహాలను విప్పిచెప్పగలిగినవాడు. ఆయనతోపాటు పర్వతుడు మొదలైన వారెందరో వచ్చారు కూడ.

అలా వచ్చిన నారదమహామునికి అర్ఘ్యపాద్యాదులిచ్చి ధర్మరాజు పూజిస్తాడు. వచ్చిన వారికి అలా నీళ్లను అందీయటం మనదేశ సంస్కృతి కాళ్లూ చేతులూ కడిగికొని మంచితీర్థం తీసికొని తాపీగా కూర్చునేదాకా మీరే పని మీద వచ్చారని అడగరు, తరువాత ఎప్పుడో ఏదయినా అవసర ముంటె వచ్చిన వాళ్ళే చెప్తారుగాక. ఈలోగా పిచ్చాపాటీ, ధర్మా ధర్మాల నిర్ణయం గూర్చి మాట్లాడుతుంటారు. అంతతీరిక గృహస్థులకూ అభ్యాగతు లకూ ఉండేది ఆరోజుల్లో. ప్రవృత్తి తక్కువగా ఉండేది. ఇదీ మన పూర్వీ కుల సంస్కృతి.

అప్పుడు నారదుడు ధర్మరాజును కుశలప్రశ్నలడిగి, రాజనీతి నెఱి గిన వారు ఇలా ఇలా ఉండాలి. మరి నువు అలా నడుచు కొంటున్నావా అని ప్రశ్నిస్తాడు రాజనీతిని తాను ఆవిధంగా విశదీకరిస్తాడు. నారదుడు.

మీ వంశీకులు నడిపిన సద్ధర్మ మార్గమే నడుపుతున్నావా క్రొత్త మార్గం అనుసరించటం లేదు కదా! ధర్మార్థ కామాలు ఒకదాని కొకటి అడ్డు రాకుండా సమయం మూడింటికీ పంచి మూడింటినీ కాపాడుకోవాలి. ధర్మాన్ని ఎల్లప్పుడూ మనసుకు పూర్వరంగం పెట్టుకొని రాచకార్యం చేయాలి.

రాజకృత్యాలకు తగిన వారిని నియమించాలి వారిని గౌరవంతో అచ్చటకు పంపాలి. పాపం లేని వాళ్ళనూ శాస్త్రపరులనూ ప్రేమతత్త్వం కలవారినీ మంత్రులుగా నియమించాలి. మంత్రం పఠించాలి. సరస్వతీ స్వరూపులనదగిన వారిని పురోహితులుగా పెట్టుకోవాలి. యజ్ఞాలు చేయించే వారు ఎలాగో ఒకలా చేయించేవారై యుండరాదు. రాజకీయాల్లోనివారు మహా ధనవంతులై గర్వించి దుర్విమోహులు కావటల్లేదు కదా?

భృత్యులందరకూ జీతాలిస్తున్నావా? వేళతప్పకుండా, జీతము ముట్టని వాడుంటె ప్రభువుకు వాని సంగతి నెఱుగ వలసిన అవసరముంది. అలా కాకపోతె అతడెప్పుడైనా ఎగ్గు చేయటం ఖాయం. చక్కగా పని చేసే భృత్యులకు సత్కారం చేయాలి. అప్పుడు వారు నీకోసం ప్రాణాలు విడుస్తారు. రాచకార్యం నిర్వహించడానికి నియమింపబడేవారు, (1) లోభులు కారాదు (2) ప్రేమలేనివాళ్ళయి యుండరాదు (3) దొంగలయి యుండరాదు (4) ఇతర్లకు భయపడే వాళ్ళయి యుండరాదు. (5) దుర్జనులయి యుండరాదు.

భృత్యులు ధనలోభంచేత చోరులనే రక్షించకుండా చూడాలి. చెఱువుల రాజ్యంలో అన్నిచోట్లా ఉండాలి. రైతులకు పేదలైతె, ఋణాలు బీజాలకోసం ఇవ్వాలి. వికలాంగుల్ని దయతో రక్షించాలి. శరణన్నవారికి రక్షణ నివ్వాలి.

ఆదాయంలో సగమె వ్యయం చేయాలి ఎక్కువ చేయరాదు. వృద్ధ, శిల్ప, పర్తక జనులూ, సాధుజనులూ పేదరికంవల్ల బాధప చూడాలి. లోక వ్యవహారం దయతో సమబుద్ధితో చూడాలి.

అరిషడ్వర్గాలను జయించి జితేంద్రియుడై ఉండాలిరాజు. రాజదోషాలు పద్నాలుగున్నాయి వాటిని పరిహరించాలి, నిరీశ్వరవాదం, అసత్యం ప్రమాదం, ఆలస్యం, పెద్దలతో చింతనం, క్రోధం, దీర్ఘచింత, దీర్ఘసూత్రత, బుద్ధిమంతులెవరో ఎరుగకపోవటం, డబ్బుయందనర్థకమైనచింత అనుకొన్నపని చేయకపోవటం, మంత్రాలను రక్షింపకపోవటం, శపథాలు చేయటం, విషయాల్లో తగుల్కొనటం అనేవి. వాటిని వదలాలి.

ఇలా నారదుడు చెప్పి వేసిన ప్రశ్నలకు ధర్మరాజు "నాచేతనయినంతవరకు అలానే చేస్తున్నానన్నాడు. ఇన్ని ధర్మాలు ఇలా చెప్పుతుండటం చేతనే మహాభారతము కల్పతరువు వంటిదన్నారు.

తరువాత ధర్మరాజు నారదునికి మయసభ చూపుతాడు. నారదుడు తాను చూచిన ఇతర సభలను పోల్చి వర్ణిస్తూ పాండురాజు 'యమ' సభలో ఉన్నాడనీ హరిశ్చంద్రుడు ఇంద్రసభలో ఉన్నాడనీ చెప్తాడు. హరిశ్చంద్రుడు ఇంద్రసభలోకిపోగలిగిన కర్మ ఏంచేశాడని ధర్మరాజడుగుతాడు. అందుకు నారదుడు "అతడు రాజసూయం చేసినందున అంతటి ప్రతిభను పొందాడు. నీవు కూడ రాజసూయం చేయాల్సింది. అలా చేయవలసిందని నీకు చెప్పుమని నీ తండ్రియైన పాండురాజు యమసభలో నాకు అప్పుడే చెప్పాడు. అలా చేసినట్లయితే తనకూ,తన పితరులకూ కూడ నాక లోకవాసం కలుగుతుందిట" అని నారదుడు ధర్మజునితో చెప్పి "కాని రాజసూయం సక్రమంగా పూర్తి అయిందంటే ఒకానొక మహారణం కలుగుతుంది సుమా!ఇది మాత్రం జ్ఞాపకముంచుకొనవలసింది" అని చెప్పి మరీ వెళ్తాడు.

రాజసూయం చేయవలసిందని కబురంపింది తన తండ్రి గనుక అది ఎలాగయినా చేయాలనే సంకల్పం ధర్మరాజుకు కలిగింది. వెంటనే తన అనుజులతో సంప్రతిస్తాడు. వారున్నూ ధౌమ్యుడూకూడ "అవును నీవు రాజసూయం చేయదగినవాడ"వని ఉత్సాహపరుస్తారు. అప్పుడు దానిని నిర్విఘ్నంగా కొనసాగించాలంటే శ్రీకృష్ణుడే నడపాలి అని జ్ఞాపకం తెచ్చుకొని గాలితో సమానంగాపోయే గుఱ్ఱాలపై రాతులను శ్రీకృష్ణుని పిలిచితీసికొని రావలసిందని పంపుతాడు.

## 3. మంత్రాంగ పర్వము

ధర్మరాజు రాజసూయం చేయాలని సంకల్పించినట్లు తన సహాయం కావాలన్నట్లూ వార్త రాంగనే శ్రీకృష్ణుడు ద్వారకనుంచి హుటాహుటి వచ్చేశాడు. శ్రీకృష్ణుడంటే నిర్వ్యాతితత్త్వం. సాత్త్విక వృత్తులయిన పాండవులు సత్కార్యం చేయాలని సంకల్పించిన క్షణాన నిర్వ్యాతితత్త్వం వారికి జ్ఞాపకమెచ్చిన క్షణాన ఆ తత్త్వం ప్రత్యక్షమై చేరుతుంది.

శ్రీకృష్ణుడు ధర్మరాజును మెచ్చుకొంటాడు, "ధర్మరాజా సకల రాజన్యులనూ నియంత్రణ చేయగలిగిన శక్తి నీకున్నది. ఆ శక్తి నీ అనుజుల సహాయం వల్ల ప్రబలినదౌతున్నది" అన్నాడు. రాజసూయ మంటే దిగ్విజయంచేసి దేశ దేశాల రాజుల సహకారం పొంది నడపవలసిన అధ్వరం, దేశదేశాల రాజుల ప్రభావ సంపన్నతను శ్రీకృష్ణుడు తెలియ చెప్తాడు – "పరశురాముడు క్షత్రియ వంశాలను రూపు మాపింతరువాత కూడ రెండు వంశాలు మిగిలి ఉన్నవి. ఒకటి ఇక్ష్వాకు వంశం. ఇంకొకటి ఐలవంశం. ఈ రెంటివల్లా 101 వంశాలు తిరిగి కలిగినవి. 14 వంశాలు యయాతీ భోజ వంశాలద్వారా కలిగి ప్రసిద్ధికెక్కినవి. కాని వీటినన్నిటినీ జయించినవాడు జరాసంధుడు. గొప్పశక్తిమంతుడు. ఇతడి స్నేహితుడు శిశుపాలుడూ చేదిభూపతిన్నీ. భగదత్తుడనే వాడొకప్పుడు మీ తండ్రికి స్నేహితుడైనా ఇప్పుడు జరాసంధుడంటే గలభయంచేత వానికే సహాయకారి అవుతాడు. జరాసంధుని అల్లుడయిన కంసుని నేను చంపాను. అందువల్ల జరాసంధునకు నేనంటె శత్రుత్వమున్నది.

ప్రస్తుతం జరాసంధుడు పాపం చేస్తున్నవాడయినాడు. రాజులను జయించి పట్టితెచ్చి ఒక్కొక్కళ్ళను ఒకొక్కరోజున కాలభైరవునకు బలియిస్తున్నాడు. దుష్ప్రవృత్తాపాన్ని పాపంద్వారా అనుభవిస్తున్నాడు. తత్ఫలితంగా తన వైభవాన్ని కోల్పోతాడు–సౌభాగ్యం ఇక అతడివద్ద నిలువదు. కనుక నీవు వానిని జయించాల్సింది." అంటాడు.

వెంటనే భీముడు, శ్రీకృష్ణుని, అర్జునుని సహాయంతో జరాసంధుణ్ణి తాను చంపేస్తానంటాడు. శ్రీకృష్ణుడు "అవును- ఇదే మంచి సమయం నేనూ భీమార్జునులూ కలిసి, ముగ్గురమూ జరాసంధుని దగ్గరకు వెళ్ళి, నది వృక్ష మూలాన్ని కోసిపడేసినట్లు వాడ్ని పడేస్తాము." అన్నాడు.

ధర్మరాజు సంతోషపడ్డాడు. కాని జరాసంధునికి అంతటి గొప్పశక్తి ఎలా కలిగింది అని అడుగుతాడు. శ్రీకృష్ణుడు జరాసంధుని జన్మవృత్తాంతం అప్పుడు చెప్తున్నాడు.

శ్రీకృష్ణుడు—"బృహద్రథుడనే మగధరాజుండేవాడు. మహాబలుడు గొప్పగా రాజ్యాన్ని పరిపాలించాడు. అతడికి ఇద్దరు భార్యలు. వాళ్ళు కవలలు ఆరాజుకు పిల్లలు మాత్రం కలగలేదు. ఆతడు చాలా బాధపడిపోయినాడు. చివరకు తన ఇద్దరు భార్యలతోసహా వనానికి వెళ్ళి ఒక వృక్షం క్రింద మకాం చేసి అక్కడ తపస్సు చేయటం ఆరంభించాడు. అదృష్టవశాత్తు అక్కడకు చండకౌశికుడనే ముని వస్తాడు. ఆయన్ని ఆహ్వానించి ఎంతో పూజచేసి మెప్పింప జేస్తాడు. ముని, నీకేమి కావాలినాయనా అని అడిగితే "నాకన్నీ ఉన్నాయి – సంతానమే లేక, జన్మనురోసిఉన్నాను నాకు సంతానం ప్రసాదించేటట్లయితే మీదయవల్ల కృతార్థత పొందినవాణ్ణవుతాను" అంటాడు.

ఆ ముని ముకుళిత నేత్రాలతో ధ్యానం చేస్తాడు. అప్పుడు ఆ మామిడి చెట్టునుండి ఒక పండు వచ్చి ఆయన ఒడిలో పడుతుంది. అది గాలికి పడిందీ కాదు చిలుకలు పడేసిందీకాదు. అదృష్టకారణంవల్ల వచ్చిపడింది. ఆయన దానిని అభిమంత్రించి ఆ రాజునకిస్తాడు. దీనివల్ల నీకు ఒక కుమారుడు కలుగుతాడు అంటాడు. ఆరాజు సంతోషపడి తిరిగివెళ్ళి భార్యలిద్దరకూ ఆ పండును కోసి సమంగా విభాగించి పెట్టుతాడు. వారిద్దరూ గర్భవతులైనారు. పదిమాసములు మోసినారు. ఒక్కనాటిరాత్రి వారు ప్రసవము అయినారు. కాని పుట్టిన పిల్లవాడు నిలువుగా కోయబడిన విధంగా ఒకొక్క కన్ను ఒకొక్క కాలుతో రెండుచక్కలై ఇద్దరకూ పుట్టుతాడు.

అంతఃపురంలో అంతా విడ్డూరపడి, అయ్యో ఈ చక్క నీకుమారుడని ఎలా రాజుకు చెప్పగలం అని ఆ చెక్కను బయట పారేస్తారు. రాజగృహ

ద్వార తోరణ సమీపాన చదుకం దగ్గరనే ఇద్దరూ రెండు చక్కలనూ పడే స్తారు. అక్కడ జర అనే ఒకరాక్షసి ఉంటుంది. తనకు బలికోసం ఆమాంస శకలాలన్ను వేశారు అనుకొని రెంటినీ తీసికొని, వెళ్ళిపోతూ రెంటినీ సరిగా ఉంచి కలిపింది. ఆరెండూ చక్కగా కలిసినవై— పిల్లవాడు జీవితుడైనాడు. ఆ రాక్షసికికూడ భారమనిపించేటంత కఠినశరీరుడైనాడు ఆ పిల్లవాడు. అలా బ్రతికి పెద్దగా ఏడవడం ఆరంభించాడు. ఆ ఏడ్పువిని అంతావచ్చి చూస్తారు. బృహద్రథుడుకూడ సంతోషిస్తాడు—జరమనుష్య రూపంతోవచ్చి ఆపిల్లవాని రాజునకిచ్చి వెళుతుంది. ఆమెపేరు జర కనుక జరాసంధుడనే పేరు ఆ పిల్ల వానికి పెట్టారు. జరాసంధుని జన్మం ఇలా కలిగింది.

ఆ తరువాత చండకౌశికుడు వస్తాడు. వచ్చి "ఈ జరాసంధుడు చాల గొప్పవాడవుతాడు. రాజులలో సూర్యుడులా వెలుగుతాడు— అస్త్రాలు వీడిని ఛేదింపలేవు. ఇతర రాజుల సంపదలను ఇతడు పొందుతాడు" అని చెప్పి దీవించి వెళ్ళిపోతాడు.

ఆ జరాసంధుడే మొన్న మొన్నటివరకూ హంసుడూ డిభకుడూ అనే వాళ్ళు స్నేహితులై సహాయంచేస్తుంటే, సర్వ నృపతులనూ గెలిచాడు. ఆ హంసడిభకులకు ఆయుధాలతో చావులేదు. అందువల్ల, ఒకరు చచ్చాడని ఇంకొకరికి చెప్పి వాళ్ళ మనసుల్ని బలహీనంగా చేసి తమంత తాము చచ్చే ట్లు చేయటంద్వారా నేనే వాళ్ల బాధను భూమీశులకు తప్పించివేశాను. జరాసంధుడు కూడ ఆయుధాలకు లొంగేవాడు కాదు. ఈ భీముడు మల్ల యుద్ధంలో ఆతడ్ని జయించగలడుగాక.

నేను ఈ భీమార్జునులను తీసికొని జరాసంధుని వద్దకు వెళ్ళి అర్జునుడి రక్షాబలంతో భీముని బాహుబలంతో నా బుద్ధిబలంతో జరాసంధుని నిర్జింప గలను అంటాడు శ్రీ కృష్ణుడు. ధర్మరాజు సంతోషించినా గెలుపెవరి కవు తుందోనని అనుమానం. చివరకు అనుకుంటాడు— నరనారాయణులయిన యీ కృష్ణార్జునులు ఉన్నచోట శ్రీ, విజయం, భూతి, నీతి తప్పకుండా ఉంటవి అనే శిష్టుల వచనం తలచి తమ్ములనిద్దరనూ శ్రీ కృష్ణునితో పంపు తాడు.

# 4. జరాసంధ వధ

ముగ్గురూ మగధ దేశానికి ప్రయాణమై వరయోగంగా ఇంకా అనేక నదులు దాటి వెళ్తారు. అక్కడ గోరథమనే పర్వతమెక్కి రాజధాని అయిన గిరివ్రజం చూస్తారు. అది ఐదు పర్వతాలమధ్యలో రక్షింపబడుతూ ఉంటుంది. ఆ పర్వతాలేవంటే గోరథం, ఋషభం, వైహారం, ఋషిగిరి, చైత్యకాద్రీ అనేవి. చండకౌశికుడు ఈ రాజధానిని తన తపోబలంచేత ఎవ్వరూ జయింపకుండా చేశాడు. చైత్యగిరి మీద మూడు భేరులున్నాయి. మానుషాదమనే ఒక ఋషభచర్మంతో అవి తయారుచేయబడినయి. గిరివ్రజ ద్వారంగుండా ఎవరైనా వింత– లేదా– విదేశీ మనుష్యులు ప్రవేశిస్తే ఈ భేరులు వాటంతటవి మ్రోగి వారి అస్తిత్వాన్ని రాజభటులకు తెలియజేస్తవి. అందుకని శ్రీ కృష్ణార్జున భీములు ముందు ద్వారం వదలి మరో దోవన ఆ భేరులువద్దకు వెళ్ళి వాటిని చీల్చి ఆ తరువాత బ్రాహ్మణ వేషాలతో పట్టణంలో ప్రవేశిస్తారు.

వెళ్ళేటప్పుడు బ్రాహ్మణ వేషాల్లో ఉన్నా బ్రాహ్మణులుగా ప్రవర్తింపక వీరులుగా ధీరులుగా వెళ్తారు. అలా పూలాలం కారికుల ఇండ్లకు వెళ్ళి వాళ్ళనుండి బలిమితో గంధమాల్యాలు పుచ్చుకొని తమ శిరస్సులకు చుట్టుకొని మెడలో వేసికొని పొగరుగొన్న సింహాల్లా జరాసంధుని మందిరంలోకి వెళ్తారు. బ్రాహ్మణులు గనక ఎవరూ అడ్డలేదు. జరాసంధుడె ఎదురు వచ్చి తీసికొనిపోయి మధుపర్కమిస్తాడు. అంటే బెల్లం పెరుగూ అందిస్తాడు. అది స్నేహానికి లక్షణం. కాని వీరు పుచ్చుకో మంటారు. అది ఇంకా విడ్డూరం కలిగిస్తుంది జరాసంధునికి. "వేషమయితె బ్రాహ్మణుల్లా ఉన్నది కాని మీ రెవరు ఎందుకొచ్చా" రంటాడు.

అప్పుడు కృష్ణుడు చెప్తాడు "మేము క్షత్రియస్నాతకులం. అమిత్రుడవయిన నీ పురద్వారం వదలి అద్వారం ద్వారా ప్రవేశించాము. గంధం, మాల్యాలు, లక్ష్మికి సాంకేతికాలుగనక బలిమితో పుచ్చుకొన్నాం, నీతో మాకు వేరే పనుంది అందుకన్ని నీ విచ్చే మధుపర్కం మేము తీసికోలేదు" అంటాడు.

అందుకు జరాసంధుడు–"నేను నిరాగసుండ, సద్గుణాన్వితుడను దేవతలకు, బ్రాహ్మణులకు భక్తుడను. ఉత్తమక్షత్ర కులాచారిని. మీకు శత్రువునెలా అయినాను" అంటాడు. దానికి శ్రీకృష్ణుడు "నృపకుల కులోద్భవుడు (ధర్మరాజన్నమాట) మమ్మలను పంపితే వచ్చాము శత్రువులను జయించడానికి". అత్యుత్తమ క్షత్రియాచారము కలవాడినంటున్నావు! నీలా ఇంతవరకు ఎవరైనా రాజులను పట్టితెచ్చి బంధించి బలికిగాను చంపివేసే వారెవరైనా ఉన్నారా ? ఇలాంటి ఆచారం ఎక్కడయినా వుందా? కారణం లేకుండా సాధువులను హింస పెట్టటంవల్ల సర్వులకూ అప్రియుడవు అయినావుసుమా? ఇంతకంటె అమిత్రలక్షణమింకేంకావాలి? నీవు పాపకర్ముడవు. నిన్ను నిర్జించకపోతే మాకు పాపం వస్తుందిగాక. అందరికంటె గొప్పవాడినని గర్వించి పలుకవద్దుసుమా!"

నేను శ్రీకృష్ణుడ్ని. ఆయన భీముడు. ఈయన అర్జునుడు. వీరిద్దరూ కురు సింహాలు. నీవు చెరపట్టి ఉంచిన నృపతులనందరినీ నీవు వదలివేస్తే సరేసరి! లేకపోతే పాండవులు వారిని విడిపింపచేస్తారు సుమా! అంటాడు.

జరాసంధునికి కోపం వస్తుంది. "నేను పరాక్రమంతో గెలిచి తెచ్చిన వారిని నేనెందుకు వదలాలి? వదలను, వారిని దేవుడికి బలికోసం తెచ్చాను. రండి మీరు ముగ్గురూ వస్తారో నామీదకు సైన్యంతో కూడ వస్తారో ఒక్కొక్కరే వస్తారో రండి యుద్ధం చేదాం. బలాబలాలు చూసుకొందాం" అంటాడు.

శ్రీకృష్ణుడు అంతకంటె విసురుగా "నీవు కోరుకో మాముగ్గురిలో ఎవరో ఒకరిని–మల్లయుద్ధం చేస్తావుగాక" అంటాడు. వెంటనే జరాసంధుడు, "నాతో యుద్ధంలో సముడు ఈ భీముడే. రానీ. మల్లయుద్ధం చేస్తాను" అంటాడు. అతడు భీమునే కోరడం చిత్రమైన విషయం. ఇది మరి శ్రీకృష్ణుడు చేసిన వశీకరణమంత్ర ప్రభావం అనాలా? భగవంతుడు హృదయాల్లో ఉండి యంత్రాలన్నీ త్రిప్పుతుంటే చక్రాలన్నీ ఒకే విధంగా పనిచేస్తున్నట్లు ఈ ప్రపంచం నడవటంలో ఈ జరాసంధుడు అలా భీముడ్నే ఎన్నుకోవటం కూడ భాగమేనా? కార్యకారణ సంబంధం ఏదైనా మనకు

తెలిసుండా ఉన్నదా? బహుశ ఎవరో జ్యోతిషం చెప్పి ఉంటారు. జరాసంధుడికి, "భీముడు తన్ను చంపుతా"డని. దాన్ని అబద్ధం చేయాలని జరాసంధుడు మత్సరించి భీమునేకోరుకొని ఉండవచ్చు. లేకపోతే ఒకవేళ శ్రీకృష్ణునో, అర్జునునో కోరుకొన్నా ఒకొక్కళ్ళనే వాళ్ళు తాను చంపిన తరువాతైనా ఈ భీముడ్ని ఎదుర్కొనాల్సిందేకదా అనుకొని ఉండవచ్చు. కార్యకారణ సంబంధం ఏదైనా ఉండవచ్చు. కాని జరగబోయే దానికే ప్రాతిపదికగా ఈ ఎంపిక జరగటంవల్ల ఏదో దైవశక్తి ఉన్నదనే అనిపిస్తుంటుంది.

జరాసంధుడు అప్పుడు తన సహదేవుడనే కుమారునికి పట్టంకట్టి రాజ్యంవప్పగించి యుద్ధానికి నిలబడతాడు. రాబోయే విషయాలను సూచించడానికి ఇంతకంటే ఏం కావాలి!

మల్లయుద్ధం మహాయుద్ధంగా ఆరంభమయింది, కార్తీక శుద్ధ పాడ్యమి నాడు. ఏకధాటిగా త్రయోదశివరకూ పోట్లాడారు రెండు పర్వతాల్లా, రెండు సింహాల్లా, రెండు వజ్రాల్లా. చతుర్దశినాటికి జరాసంధుని ముఖంలో శ్రాంతి కనిపించింది. శ్రీ కృష్ణుడు అప్పుడు భీముని ఉషారుచేస్తూ అంటాడు "నీ బలం నీ తండ్రియైన పవనుడిబలం మాకు చూపించు ఇప్పుడు" అంటాడు భీముడు మనసులో వాయుదేవుని ధ్యానంచేసి జరాసంధుని పట్టుకొని గిరగిరా త్రిప్పుతాడు నూరుసార్లు ఎంతో విసురుగా. త్రిప్పిన త్రిప్పడంలో జరాసంధునికి గాలిని పీల్చడానికే వీలులేకపోతుంది. ముక్కంట నెత్తురు పడుతుంది. ఒక్కసారిగా జరాసంధుని ఒడిసిపట్టి నడుంవిరిచి ముక్కలుత్రుంచి విసిరికొట్టుతాడు భీముడు. పూర్వంహిడింబుని కూడా ఇలాగే చంపేశాడు భీముడు. జరాసంధుని శరీరాన్ని ఆ ద్వారము వెలుపల పడేస్తాడు భీముడు— ఎక్కడ పుట్టాడో అక్కడే చచ్చాడన్నట్లు.

శ్రీ కృష్ణుడు గిరివ్రజ వాసులకు అభయమిస్తాడు. చెరలోవున్న రాజులకు బంధీవిడిపించుతాడు. సహదేవునే అక్కడి రాజుగా గుర్తిస్తాడు. జరాసంధుని రథం తెప్పించి అందులో ఆ రాజులతోసహా ఎక్కి గరుడధ్వ

తలచి రప్పిస్తాడు. అతణ్ని ఆ రథం తోలుమంటాడు. ఆ రథాన్ని వాయు వేగంతో సమానంగా గరుడుడు తోలుతుంటే ఇంద్రప్రస్థం చేరుతారు. గరుడుడే వచ్చి తోలవలసిన అవసరం ఎందుకు కలిగిందంటే ఆ రథం ఇంద్రునిది. తారకాసురుని సంహారం చేసినప్పుడు ఆ రథాన్ని గరుడుడే నడిపాడు అది వసువనే రాజుకు వచ్చింది. వసువు బృహద్రథునకిచ్చాడు. ఆ కారణం చేత గరుడని తలచి శ్రీ కృష్ణుడు ఆ రథాన్ని నడిపించాడనేది సమంజసమయినట్టిది.

చెర విడిపించబడిన రాజులనందరనూ గౌరవించి ధర్మరాజు వారిని తమ తమ రాజ్యాలకు పంపివేశాడు– రాజకీయంగా ఇది పాండవులకొక మెట్టు. అందరితో సఖ్యాన్ని ఆ విధంగా సంపాదించాడు ధర్మరాజు.

జరాసంధ వధ అయింతరువాత శ్రీ కృష్ణుడు మళ్ళీ వస్తానని చెప్పి ద్వారకకు వెళ్ళిపోతాడు.

రాజసూయం చేయటం అంటే సాత్త్వికతత్త్వాన్ని నిర్గుణ తత్త్వంతో కలిపివేసే సాధన అని తెలిసికోవాలి. జరాసంధుడు రెండు వ్రక్కలుగా పుట్టి ఒకటైనాడంటె, ద్వంద్వాలు శరీరానికి స్థానమై ఉన్నవనె అర్థం అవుతున్నది. నిర్వృతి తత్త్వంతో ఈ శరీరం కలిగినవాళ్ళు ఒకటి కావాలంటె ద్వంద్వాలు నశించాలి. జరాసంధునికీ, నిర్వృతి తత్త్వమయిన కృష్ణునికీ పొత్తు కుదరదు. 23 అక్షౌహిణీల బలంతో పదిహేడుసార్లు కృష్ణునిమీదకు దండెత్తినవాడు జరాసంధుడు. అక్షౌహిణీలంటే మనిషికి మనసులోగల వాసనలని ఇంద్రియ సంబంధమైనవనీ అర్థం. అవి 17 సార్లు నశించినవి. శరీరం మాత్రం–జరాసంధుడు మాత్రం– ఉన్నాడు. 18 వ సారి కూడ యుద్ధం జరిగింది. ఆ... వాత మళ్ళీ ఇప్పుడు శ్రీ కృష్ణుడు భీమునితోను అర్జునునితోనూ కలి... తున్నప్పుడె కలుగుతున్నది. కామక్రోధాలు 6 త్రిగుణాలు 3 $6 \times 3 = 18$ సార్లు యుద్ధం చేసి వాసనలు నశింపజేయటం అం... ఇప్పుడిక ద్వంద్వ సంఘటితమైన జరాసంధుని చంపి ద్వంద్వాన్ని నిర్వృతితత్త్వం సాధకునికి రాగలదని అంతరార్థం.

జరాసంధుడు 101 వంశాల రాజులను జయించాడంటె. దగ్గరబంధించి ఉంచాడంటె 101 ధాతువులూ శరీరంలో ఉన్నవిషయం ద్యోతకం చేస్తున్నాడు వ్యాసమహర్షి అవి నిర్వృతేతరమైన వ్యవహారంలో మునిగి ఉన్నదని అర్థం. అదె మనసు. అది జరాసంధుడు. దానినె జయించాలి.

శ్రీకృష్ణ భీమార్జునులు 'అద్వారం' గుండా వెళ్ళారుగాని ద్వారం గుండా వెళ్ళలేదు. ద్వారం అంటె రెండు పక్షాలుగలది. నిర్వృతితత్త్వం అద్వైతం—రెండు లేవుదానికి. అది ద్వారంగుండా ఒకటి నుండి రెండోదానికి పోయే ప్రసక్తే లేదు. అందుకని వెనకనున్న కొండల మీదనుంచి శ్రీకృష్ణాదులు వెళ్ళారట. అనగా అమనస్కయోగం ద్వారా "ద్వారం" లేకుండా వెళ్లారు. అలాగిరివ్రజానికి వెళ్ళాల్సివచ్చింది అని వ్యాసమహర్షి అనేక పదాల ద్వారా మోక్షసాధనా విధానాన్ని ద్యోతకం చేశాడనిపిస్తుంది. భారతం పంచమ వేద మనడానికి ఈ మోక్షసాధనను పరమార్థంగా పెట్టుకొని వ్యాసమహర్షి వ్రాశాడు బహుశ.

## 5 దిగ్విజయము

ఇక మిగిలిన దిగ్విజయం, కథలో అలానె ఉంది. అందుకు తన తమ్ముల నలుగురినీ ధర్మరాజు నాల్గు దిక్కులకూ గొప్ప సైన్యాలిచ్చి పంపుతాడు. అర్జునుడు ఉత్తరదిశకు వెళ్తాడు భగదత్తుని జయిస్తాడు. బృహంతుని పరాజితుని చేస్తాడు. అనేకమందిని భయపెట్టుతాడు అంతా కప్పం కట్టుతూ ఉంటారు ధర్మరాజుకు. ధనకనక వస్తువాహనాలు ఎన్నో అర్జునుడూ సేకరిస్తాడు.

భీముడు తూర్పునకె మళ్ళివెళ్ళి చేదిదేశ రాజయిన శిశుపాలునితో సఖ్యం చేసుకుంటాడు ఎంతో మందిని జయిస్తాడు ధనాన్ని సేకరిస్తాడు. సహదేవుడు దక్షిణదిశకు వచ్చినవాడు. జంభకుడ్ని విందానువిందులను, గెలుస్తాడు. నీలునితో యుద్ధం చేసేటప్పుడు అగ్నిదేవుడు స్వయంగా మంటలతో సహదేవుని ఎదుర్కొన్నాడంటె దానికి కారణం ఒకసారి అగ్ని దేవుడె బ్రాహ్మణుడై మాహిష్మతీపురంలో ఉంటూ ప్రమాదవశంచేత పరదారిక

్రై నాడట. పరదారగమనం అపరాధంకదా. రాజభటులు పట్టుకొని వానిని ండించబోయారు. అగ్ని అవమానంతో బాధపడిపోతాడు. అప్పుడు ఆరాజు ఆయనకు అవమాన భారంచేత కలిగిన రోషానలాన్ని గుర్తించి నమస్క-ంచుతాడు. అప్పుడు అగ్ని, వరమడుగవలసిందంటాడు. అప్పుడారాజు ఈ ేశంమీదకు వచ్చిన శత్రువులను అగ్ని మంటలతో మండించాల్సింది అని అడిగి ఆ వరం పొందుతాడు. ఇప్పుడది సహదేవుని సైన్యానికి దుస్సహ ంయింది. అప్పుడు సహదేవుడు దర్భలపై శయనించి అగ్ని సూక్తాలు దివి అగ్నిని ప్రసన్నునిచేసికొంటాడు. వెంటనె నీలుడు ఇది గ్రహించివచ్చి హదేవునికి స్నేహితుడై, ధనకనకవాహనాలు ఇచ్చుకొంటాడు సహదేవుడు ాండ్యచోళకేరళ రాజ్యాలవరకూ వెళ్ళి జయించినాడట. పశ్చిమానికి నకు ుడు వెళ్తాడు. దత్తకుడు, మయూరకుడు వంటివారిని జయించి తన మేన ామయిన శల్యుని చూచి, శ్రీకృష్ణునికి వార్తనంపి ధనకనక వస్తువాహనాలు సికొనివచ్చి ధర్మరాజుకిస్తాడు.

## 6 రాజసూయము

ధనంతో ధనాగారాలు నిండిపోయినయి. మంత్రులంతా ధర్మరాజున జసూయం చేయాల్సింది అంటారు. అప్పుడు ధర్మరాజువద్దకు శ్రీకృష్ణుడు ్వరకనుంచి వచ్చి పూజింపబడుతాడు. ఆయనకూడ ఎంతో ప్రోత్సాహ స్తాడు. రాజసూయ యాగంచేసేందుకు-దేశదేశాధిపతులకూ ఆహ్వానాలు ంపుతారు. యజ్ఞశాలలు కట్టిస్తారు శాస్త్రోక్త విధంగా సంభారాలు తెచ్చి జ్ఞ శాలల్లో నింపుతారు. వచ్చిన భీష్మ ధృతరాష్ట్ర విదురద్రోణ కృప ్వత్థామ సోమదత్త కర్ణ భూరిశ్రవసు, శల్యశకుని సైంధవదుర్యోధనాదు దరనూ ప్రియసత్కారాలతో పూజించి "మీఅనుగ్రహంవల్ల నేనిదిచేయ ంగుతున్నాను" అంటాడు. ఏమిటీ అనుగ్రహం? పిలిచి సగంరాజ్యం తీ ప్చెప్పటమె అయియుండవచ్చు.

వచ్చిన అందరకూ తలా ఒకపనినీ ఇస్తారు, బంగారం వెండి ప ం దానం చేయాడానికి కృపాచార్యుణ్ణి, "ఏం చేశావు! ఏం చేయ్యాలి!

అనే విషయం చూడడానికి భీష్మద్రోణులనూ వస్తువ్యయం చేయడానికి విదురుణ్ణి, రాజులుతెచ్చిన ఉపాయనాలందు కోవడానికి దుర్యోధనునీ, ఇలా అందరకూ ఆయా పనులను వప్పజెప్పుతాడు.

ధర్మరాజు దీక్షతీసికొన్నవాడై యజ్ఞశాలలోనికివెళ్ళిపోతాడు.ఆయనకు నృప తేజంతోపాటు బ్రహ్మతేజస్సుకూడ కలిగింది. ఆయన్నుచూచి అంతా విస్మయంతో మెచ్చుకొంటారు– రాజసూయం అలా ప్రారంభమైంది.

# మహాభారత కథలు

## సభా పర్వము - ద్వితీయాశ్వాసము

### 1. అర్ఘ్యాభిహరణము

దిగ్విజయం అయి అశ్వం, అర్జునుడూ తిరిగి వచ్చింతరువాత నిశ్చయించిన మూహూర్తాన రాజసూయయాగం ఆరంభించి చేశారు. అది పూర్తి అయిన సందర్భంలో మహాత్ములయిన వారిని పూజించటం సదాచారం. అందుకని భీష్ముడు ధర్మరాజుతో చెప్తాడు. "స్నాతకుడూ ఋత్విజుడూ సద్గురుడూ ఇష్టుడూ క్షత్రియుడూ సంయమీంద్రుడు. వీళ్లు పూజనీయులు. అలాటి వారిలో ఎవరయితే సద్గుణాల్లో పెద్దో అలాంటి వారిని పూజించాల్సింది. శ్రీకృష్ణుడే అలాంటి వాడనవచ్చు"నని చెప్పాడు. నారదుడూ దానినే ఆమోదించినట్లు అవుపడ్డాడు.

నారదునికి అప్పుడు ఏదో సంఘర్షణం జరుగబోతున్నదని అర్థమయింది. సహదేవుడు నీటిని తెచ్చి ధర్మరాజుకు ఇస్తాడు. ధర్మరాజు శ్రీకృష్ణుని పాదాలు కడుగుతాడు. అది ఆ సభలో నున్న శిశుపాలునికి కోపకారణమైంది. అతడు వెంటనే లేచి శ్రీకృష్ణుని తిట్టటం మొదలెట్టుతాడు. ధర్మరాజునూ దూషిస్తాడు.

ధర్మరాజా! ఈ ముసలి భీష్ముడు చెప్పటం జడుడైన కృష్ణుని నీవు పూజించటం బాగాలేదు. అతడంటె మీకు ఇష్టమయినట్లయితే ధనకనకాదులిచ్చుకొనండి. అంతే గాని ఇంతమంది క్షత్రియులున్న మహాసభలో అనర్హుడైన ఈ అచ్యుతుణ్ని పూజించటం తప్పు. అతడు వృద్ధుడూ కాదు పెద్ద పురోహితుడూ కాదు. రాజూకాదు, ఆచార్యుడూ కాదు. ఎలా పూజ్యుడవుతాడు. ఈ పని నీవు చెయ్యాల్సిందికాదు. నీవు పొరపాటుచేత ఏదో చేశావే అనుకో—తగుదునయ్యా అని అతడు పూజకు సంసిద్ధుడు కావటం ఎంత అనుచితము। పేడివానికి పెళ్ళాన్నిచ్చినట్లు అర్చనను అచ్యుతునికిచ్చి

నీవు మా అందరకూ అవజ్ఞ చేశావు అంటూ బయటకు వెళ్ళిపోయినాడు శిశుపాలుడు.

అప్పుడు ధర్మరాజు అతడ్ని అనునయిస్తూ "నాయనా నీవు చిన్నవాడవు తెలియదుగాక. భీష్మునకు తెలీకుండా చెప్పాననుకొంటున్నావా? శ్రీ కృష్ణుడు పరమేశ్వరుడే, త్రిలోకపూజ్యుడు. ఇది ఈ సభలో [illegible] పెద్దలంతా అంగీకరించారనే సంగతైనా గమనించకుండా ఇలా పరుష వాక్కులు అనవచ్చునా?" అంటాడు.

భీష్ముడు వాదిస్తాడు శిశుపాలుడ్ని తిరస్కరిస్తూనే "ఉత్తమజ్ఞాన వృద్ధులలా ఉండేవాడు బాలుడైనా పూజ్యుడే. అమితవిక్రమ సమృద్ధిచేత కూడా ఇతడు పూజ్యుడే. ఈయన చాకచక్య విశేషంచేత కాదా జరాసంధుడు చచ్చి, చెరలోనున్న ఈ మహారాజులందరూ విడుదలచేయబడ్డారు; పైగా ఆకాశం, చంద్రుడు, సూర్యుడు, భూమి, బుద్ధి మనసు, పురుషుడు ప్రకృతి కాలము ఈ జంగమస్థావరాలను తన దివ్య శక్తిచేత ధరిస్తున్నవాడీ మహాత్ము"డంటాడు.

## 2. శిశుపాల వధ

సహదేవుడు కోపంతో అరిచేస్తాడు "ఎవడు వచ్చి ఈ అచ్యుతున కర్ఘ్యమీయడం తప్పంటాడో రమ్మను నా కాలు వాడి నెత్తిన పెట్టేస్తా"నంటాడు. సభలో అంతా గుబగుబలాడిపోతారు.

శిశుపాలునికి సహాయంగా సునీథుడనేవాడు కొంత పరివారంతో పోట్లాటకు సిద్ధంగా వెళ్ళుతాడు. సభలో రసాభాసమవుతుందని ధర్మరాజు సంభ్రమ పడ్డాడు. భీష్ముడు ధర్మరాజుతో "ఈ అచ్యుతుడనె గంధ గజేంద్రుని ముందు ఈ కుక్కలరపడం చూచి తొందరపడనక్కరలేదు. ఈయన అలిగి చూచిన మాత్రాన వాళ్లంతా నశించిపోతారుగాక" అంటాడు.

ఇది విని శిశుపాలుడు భీష్ముని తిట్టటం ఆరంభిస్తాడు. కృష్ణుడు చేసిన పూతనా సంహారం శకటా సురసంహారం పేనమూముని చంపడం ఇవన్నీ పెద్ద ఘనమైనవేవీ కావనీ పైగా స్త్రీవధ గోవధ చేసినవాడు కావటంచేత పాపి అనీ కౌరవవంశాన్ని నాశనంచేసే దురుద్దేశంతో భీష్ముడు ఇలాంట

సలహాలిస్తున్నాడనీ, ఈ కృష్ణుని బలం జరాసంధునిచే 18 సార్లు ఓడింప
బడినప్పుడెక్కడకు పోయిందనీ. దొంగతనంగా వెళ్ళి జరాసంధుని
కపటంతో చంపించటం విక్రమంకాదనీ ఇలా వాదం పెంచడం ఆరం
భించాడు శిశుపాలుడు.

భీముడప్పుడు రౌద్రాకారంతో లేచి "చంపేస్తాను వీణ్ణి" అంటాడు.
భీష్ముడె అతడ్ని ఆపుతాడు. ఇంకా ఇలా చెప్తాడు. "ఇతడి పుట్టుపూర్వోత్త
రాలు నాకు తెలుసు నాయనా. నువ్వు తొందరపడకు. ఇతడు ఈ శ్రీకృష్ణుడి
చేతప్ప ఇంకెవ్వరిచేతా చావడుగాక. ఇతడు పుట్టినప్పుడు నాల్గు చేతులతోనూ
మూడుకళ్ళతోనూ పుట్టాడు. పుట్టంగానే గాడిదలాగా ఏడ్చేవాడు. ఆకాశవాణి
అప్పుడు చెప్పింది. ఇతడ్ని ఎవరు ఎత్తుకున్నప్పుడు చేతులూ కళ్లూ రెండు
రెండుగానే అయిపోతయో అతడిచేతనే చంపబడతాడు. మిగతావాళ్లేం చేయ
లేరని. శ్రీకృష్ణుడు వెళ్ళి యీ పిల్లవాణ్ణి ఎత్తుకున్నాడొకసారి. అప్పుడు
ఆ అదనంగా వుంటే చేతులూ కన్నూ మాయమయినవి. ఈతడి తల్లి శ్రీకృష్ణు
నకు మేనత్తవరస, ఆమె అప్పుడు గోలపెడుతుంది, "అయ్యో! నీవే చంపుతావా
నాయనా నా బిడ్డని "అలా అయితే నాకు ఒక వరమీయాల్సింది . వానిని
నూరు తప్పులు చేసేవరకూ తొందరబడి చంపవద్ద"ని ప్రార్థిస్తుంది. ఆ
నూరుతప్పులు అయేవరకూ శ్రీకృష్ణుడూ చంపడుగాక. ఇంకెరూ ఈతడ్ని
చంపే ప్రసక్తిరాదు" అంటాడు. ఇక్కడ పాండవులె శిశుపాలుని చంప
రాకుండా భీష్ముడు వారి కీర్తికి కళంకం లేదా అనవసరంగా పిల్చి చంపారని
పించుకోకుండ కాపాడాడనిపిస్తుంది.

ఇది విని శిశుపాలుడు రెచ్చిపోతాడు. "రా! యుద్ధానికి రా—చెపుతాను
నీపని" అని కృష్ణుడ్ని కవ్విస్తాడు. శ్రీకృష్ణుడప్పుడు, శిశుపాలుడు చేసిన
చెడ్డపనులు ఏకరువుపెట్టి "నూరు తప్పులు సహించాను – ఇక సహించను
నాకు వీడు శత్రువయినాడు, నేను భగదత్తుపై యుద్ధం చేస్తున్న సమయంలో
వచ్చి ద్వారకాపురి కాల్చాడు. రైవతానికి క్రీడకోసం వెళ్ళి త్రాగి బాల
వృద్ధులు పడిఉండగా యాదవులను సంహరించాడు. తన ప్రభువు భార్యని
తెచ్చి తన భార్యగా చేసికొన్నాడు" అన్నాడు. మాటకుమాట పెరిగిపో
తోంది. ఇలాగ చివరకు శిశుపాలుడు – "నాకు భాయంచేసిన పిల్లను తీసుకు

పోయి నువ్వుచేసికొన్నావు సిగ్గైనా లేదా'' అంటాడు. చివరకు శ్రీకృష్ణుని సుదర్శన చక్రం నిప్పులు కక్కుతూ వెళ్ళి శిశుపాలుడి శిరం త్రుంచివేసి మళ్ళీ శ్రీకృష్ణుని చేరుతుంది. నెత్తురు ధారలై ప్రవహించింది. వానిలోనుంచి తేజస్సొకటి బయలుదేరి వచ్చి శ్రీకృష్ణుని చేరటం అందరూ చూస్తారు.

ఈ శిశుపాల వధతో (1) శ్రీకృష్ణుడు భగవంతుని అవతారమేననీ, (2) ధర్మరాజాదులు భగవత్సంబంధులై మంచి అనేదానికి ప్రతినిధులనీ (3) వారిని వ్యతిరేకించేవారు దుర్మార్గులనీ (4) ఆ దుర్మార్గులు కేవలం శ్రీకృష్ణుని అలుక కారణంగా నశించడమనేది సంభవమైనదేననీ అందరకూ తెలిపింది. రాజులు రెండు పక్షాలుగా అయినారు మనసుల్లో. పాండవులూ వారి వ్యతిరేకులూ అని. మంచి-చెడూ అని వాళ్ళనుచూసి ప్రజలు వినోదిస్తున్నారు.

శిశుపాలుని రాజ్యం శిశుపాలుని కుమారునికే ఇచ్చారు. దాంతో ధర్మరాజు ఔన్నత్యం పెరిగినదై సర్వులూ వారిని భూషించారు. ధార్తరాష్ట్రులు మాత్రం అసహనపరులయినారు. ఆ తరువాత రాజులసందరనూ ధర్మరాజూ తమ్ములూ వారి వారి దేశాలకు సాగనంపుతారు. శ్రీకృష్ణుడు ద్వారకకు వెళ్ళిపోతూ ధర్మరాజుకు సలహాఇస్తాడు.

సకల భూత సంఘంబు బర్జన్యు బట్టి
సమితి బహుఫల వృక్షంబు నమరు లింద్రు
ననిశ మునుసువ జీవించునట్లు బంధు
జనులు నిన్నుప జీవింప మన్సుము పేర్మి.

నీ బంధు జనులంతా నీ చుట్టూ ఉండి బ్రతికే విధంగా చూచుకోవలసిందని బోధ చేశాడు. జీవులకు వర్షించే మేఘంలా పక్షులకు ఫలవృక్షాన్నిలా దేవతలకు ఇంద్రుడులా మెలగవలసిందంటాడు. అందుకు ధర్మరాజు "నీవు దూరంగాఉన్నా లోకాధారుడవు గనుక మాకు సమీపస్థుడవే. నీ ప్రసక్తి లేక నిముషమయినా నిర్వహింపలేము. అందుకని మాకు దగ్గరగా

ఉండటం చేయాల్సింది అంటాడు. శ్రీకృష్ణుడు సరేనంటాడు. శ్రీకృష్ణుని రథం వెళ్ళిపోతుంటే సోదరులంతా అలా నిలబడిచూస్తూ ఉండిపోతారు. హృదయంలోంచి నిట్టూర్చి వెలితిని అనుభూతిచేస్తూ ఇంటికి తిరిగివస్తారు.

శిశుపాల వధకు అంతరార్థమున్నది. అతడు బాల్య చాపల్యమైన అజ్ఞాన ప్రవృత్తికి ప్రతీక. శ్రీకృష్ణుడు నిర్వృతి తత్త్వమే. భీష్ముడు కర్మకాండ పరుడు. కర్మకాండ కూడ నిర్వృతి తత్త్వాన్ని చేరటానికే అనేది భీష్ముని బోధ. అష్టాంగ యోగానికి ప్రతీక అయిన ధర్మరాజు ఆబోధవిని, నిర్వృతి తత్త్వమైన శ్రీకృష్ణుని రాజసూయాధ్వర సమయంలో అర్చించాడు. జ్ఞాన ప్రకాశానికి ప్రతీక అయిన సహదేవుడు అర్ఘ్యము తేవటం—జ్ఞానమే కర్మకాండకు కూడా అవసరమైనదని సూచన. [అజ్ఞాన ప్రవృత్తులుకూడ కొన్ని హఠాత్తుగా నిర్వృతి తత్త్వంతో ఐక్యం అవుతవి. శిశుపాలుడు దర్శనం చేసికొన్నవాడై శ్రీకృష్ణునిలో కలపడం దానికి తార్కాణం. వ్యాసుడు మోక్షసాధన చెప్పటంలో ఇది ఒక భాగం.

## 3. కుట్ర - మొదటిసారి జూదం

రాజసూయానికిగాను హస్తినాపురంనుంచి బయలుదేరి ఇంద్రప్రస్థానికి వచ్చి రాజసూయం అయిపోయి సుమారుగా అంతా వెళ్ళిం తరువాతకూడ దుర్యోధనుడూ శకునీ ఆ మయసభ చూచేందుకని కొన్నాళ్ళు ఉండిపోతారు.

దుర్యోధనుడు మయసభను తిలకించి ఆశ్చర్యపడిపోతాడు. అది ఇంద్ర సభలా ఉందనీ అది తనకు లేకపోగా తాను స్పర్థతో చూస్తున్న ఈ పాండవులకు కలిగిందనీ ఈర్ష్యతో ఉడికిపోతున్నాడు. ఈర్ష్యతో నిండిన మనసుకు మంచి చెడ్డలు. నిత్యానిత్యాలు. ధర్మాధర్మాలు తెలియవు. అంతేకాదు ఎదురుగానున్న సంగతులు విపరీతంగా అర్థమవుతవి. సరిగా అర్థంగావు. పాపం సభ చూస్తున్న దుర్యోధనునికి తెరచియున్న ద్వారాలు గోడమీద గుండా, చిత్రాల్లోనున్న సరస్సులూ కమలాలూ కన్పడగా అవి

చిత్రం మాత్రమేగాని ద్వారం ఏదీలేదని దానిలోనికి ప్రవేశించడం మానేస్తాడు. ఆ ప్రక్కనే ఉన్న గోడమీద ద్వారంలా వేయబడ్డ చిత్రాన్ని చూసి అదే నిజమైనద్వారమని వెళ్ళబోయి తలకు బొప్పికట్టించుకొంటాడు. ఎవరో ఎక్కడో పకపకన నవ్వుతారు. రెండోవైపునకు వెళ్ళి అక్కడ నీళ్ళు కమలాలూ చేపబాగల చిత్రాలనుచూసి చెంగుతడుస్తుందేమోనని పైకి ఎత్తిపట్టుకు నడుస్తాడు. మళ్లీ పకపకన నవ్విన శబ్దం మరోవైపుకు వెళ్తాడు. అక్కడా అలాటి చిత్రమే ఉందనుకొని చెంగువదలి నడుస్తాడు. నీళ్ళలో దిగబడతాడు. పాండవులు ఇదిచూసి నవ్వారు. ఎంత హృదయపుకోత! ఎంత పగ! దీనికి మూలం తన ఈర్ష్య అనేది గ్రహించలేదు. ధర్మరాజు వేరే కట్టుగుడ్డలు భీమునిచేత తెప్పించి యిప్పిస్తాడు. దుర్యోధనుడు పట్టి గుటకలు కాదు మ్రింగింది అప్పుడు — కేవలం ఈర్ష్యాక్రోధాల గుళికలు !!

మయసభ చూడటం అయింది కనక హస్తిపురానికి వెళ్ళిపోయి జరిగిన పరాభవానికి కుమిలిపోతుంటాడు. తిండి సహించుటలేదు. మనస్తాపంతో క్రుంగిపోతున్నాడు. మనిషి పాలిపోయినాడు. రాచకార్యాలేమీ చూడటల్లేదు. అందుకని శకునివచ్చి పరామర్శిస్తాడు మేనల్లుణ్ణి. అప్పుడు దుర్యోధనుడు—

"ఆ మయసభా వైభవం తలమునకలవుతోంది మనసులో—ఆ ధర్మరాజుకు ఎంతటి దశకలిగింది! రాజసూయానికి అంతమంది రాజులువచ్చి ధనకనక వస్తువాహనాలు తెచ్చి పడేశారు—పట్టిప త్తకుల్లాగ! ఎంత పార్థివత్వం వచ్చింది ధర్మరాజుకు! శ్రీకృష్ణుడు చక్రంతో శిశుపాలుడ్ని నరకటంతో రాజులందరూ దాసోహం అన్నట్లు ప్రవర్తించారు — నీవూ ఎరిగే ఉన్నావు చూడు—

అతుల పరాక్రమార్జితములైన ధనంబుల పేర్మిజేసి యు
న్నతమగుచున్న పాండునరనాథతనూజుల లక్ష్మి నాకస
మ్మతమయి సూ వెలింగె—విను, మాతుల! మానధనాఢ్యుడైన భూ
పతిసహియింప నోపునె సపత్నులవృద్ధియు నాత్మహానియున్

ఏమిచేద్దాము? పాండవుల లక్ష్మిని యేవిధంగా మనం అపహరించి పుచ్చుకోగలమో చెప్పవలసింది' అంటాడు.

కురుక్షేత్ర సంగ్రామానికి ప్రాతిపదిక-లేదా ఆధారం-ఈ కుట్ర అని తెలిసికొంటేనే గాని ఆ సంగ్రామం మంచికీ చెడుకూ మధ్య జరిగినదనే సంగతి అర్థంకాదు. అది అర్థంకాకుండా యుద్ధం సంగతులు చదువడంవల్ల వార్తా పత్రికల్లో విషయాలు చదివినట్లే చదువటం అవుతుందనేది జ్ఞాపకం పెట్టుకోవాలి ముఖ్యంగా విద్యార్థులు.

ఇక మిగతావారితో సహా అందరూ జ్ఞాపకం పెట్టుకోవాల్సిన సంగతి ఇక్కడ మరొకటి ఉంది-దుర్యోధనునికి ఈర్ష్య కలిగింది-అది ఒక మెట్టు. ఆ ఈర్ష్య కలిగిందనేది తెలిసింది తనకే. కాని దానికి అతడు సిగ్గుపడట ల్లేదు. సిగ్గుపడినంత కాలం ఎవరికీ చెప్పకుండా మనోవ్యాధితో కృశించి పోయాడు. ఇప్పుడు శకునివచ్చి పరామర్శించగానే-నాకు ఈర్ష్యగా ఉన్నదం టూనే "సపత్నుం వృద్ధిని ఏ భూపతి సహిస్తాడుగాక" అంటున్నాడు. అంటే రాజయినవాడు ఇతర సోదరుని ఆస్తిచూచి ఈర్ష్యపడటం న్యాయమే ననే మతంగా అపుపడుతున్నది. ఇది ఎంత దిగజారిపోవటమో నిష్పాక్షి కంగా ఆలోచిస్తేగానీ తెలీదు.

దురదృష్టవశాత్తు ఇప్పుడు సామాన్య ప్రజల్లోకూడ డబ్బు గడించ టమే గొప్పతనం అనీ ఎలాగయినాసరే దానిని ఇతర్లవద్దనుంచి గడించగలి గితే అదే పరమమైన కర్తవ్యమనీ అనుకోవటం ప్రస్తుత కాలంలో సహ జంగా అవుపిస్తున్నది. ఇది దిగజారిపోవటమని ఇంకొకరెవరైనా చెప్తే ఒప్పుకోవటానికి అంగీకరించేవాళ్ళు వేళ్ళమీద లెక్కించడానికె ఉండరు. ఈ పరిస్థితి దేశాన్ని విపత్తు వైపునకు లాక్కుపోవటం నిశ్చయం అనిపిస్తుంది.

ఒకడి ధనం ఏదోవిధంగా మోసంగానైనాసరె కొట్టేస్తే సరిపోతుందని తన ఊహఅయినప్పుడు రెండోవాడు తన సొమ్మును లాగివెయ్యాలని చూస్తున్నాడనుకోవడం తప్పనిసరి. ఒకరికి ఒకరికి సమయోచన ఉండే అవకాశ లేదు; పరస్పరసహాయముండదు. సరికదా ఒకడికి ఇంకొకడు శత్రువుఅవుతాడు

ఇదే ఈనాటి వివిధ రంగాల్లో ప్రజలకుగల దుస్థితి. ఇది ఎక్కువమంది దుర్యోధనుని దృష్టితోనే ప్రవర్తించటం ఆరంభించటంవల్ల కలుగుతున్నది. ఈర్ష్య జనించినా అది న్యాయ్యమేనూ అనుకోక, అందుకు కించపడితె అది సమసిపోవడానికి అవకాశం కలుగుతుంది. అలా ఆధునిక యుగంలో మంది అనుకోవటల్లేదు. ఇది దేశ ప్రారబ్ధం అనిపిస్తుంది.

శకుని దుష్టుడు. అతడు "నేను నీకు ఉపాయం చెప్తాను. కాని నీ తండ్రిని ఒప్పించుముందు". అని దుర్యోధనుని తీసికొని ధృతరాష్ట్రుని వద్దకు వెళ్తాడు. వెళ్ళి, చిక్కి శల్యమయిన నీ కుమారుని పరిస్థితి చూడు మంటాడు. ధృతరాష్ట్రుడు అదివిని అదరిపడి "ఏమిటి నాయనా నీ మనో వ్యథ" అని బుజ్జగించి అడుగుతాడు.

దుర్యో—"ఏమిటా! పాండవుల విభవం ఇంద్రుడి వైభవంలా ఉంది. ఎంత రాజ్యాన్ని జయించారు వాళ్లు! ద్రుపదుడూ శ్రీకృష్ణుడూ తప్ప అంతా సామంతులే అయినారు. నేను, రాజసుతుణ్ణై ఉండి, వారి వైభవాన్ని ఎలా చూసేది! రత్నాలు అందుకొనే పనిని రాజసూయ సమయంలో నాకు వప్ప చెప్పారు. ఇంతా ఏం చెప్పను నా దుఃఖానికి కారణం? అన్నిటినీ మించి శ్రీకృష్ణుడు అర్జునుడికి ఎంతో హితుడై పోయినాడు కదా! రాజసూయంలో, లక్షమంది బ్రాహ్మణ్యం భోజనంచేస్తే గంటకొట్టవలసిందన్నారు. అలాంటి గంట ఉత్సవం జరిగినన్నాళ్ళు గణగణ మ్రోగటమే కదా! వెనక హరిశ్చంద్రుడు చేశాడని చెప్పిన రాజసూయాన్ని మించిపోయింది. ధర్మరాజుని రాజసూయ వైభవం—ఇదె నా దుఃఖానికి కారణం" అన్నాడు. శకుని అందుకొని,—

"భాసు ప్రభులగు పాండుసుః హీనాభాత్మజుల లక్ష్మి యెల్లను నీకున్! నేనపహరించి యిత్తుధ! రాస్తుత మాయదురోదరవ్యాజమునన్— అంటాడు. మాయాజూదమాడి వారి సిరినంతా నీకుగాను జయించి ఇస్తానంటాడు. అక్ష విద్య అని ఒకటున్నది. అది నేర్చినవాడు, హఠాత్తుగా చెట్టు ఆకులు ఎన్నో చెప్పివేయగలడు. అలాంటి విద్య, శక్తి శకునికి ఉన్నది. ధర్మరాజుకు అక్ష

విద్య తెలియదని శకునికి తెలుసు, అందుచేత తాను ఖాయంగా గెలుస్తానని చెప్తున్నాడు.

వెంటనె దుర్యోధనుడు ధృతరాష్ట్రుని కాళ్ళపైబడి "దీనికి నీవు ఒప్పుకొనవలసిం"దని ప్రార్థిస్తాడు.

ధృతరాష్ట్రుని మనసుకు సమ్మతమయింది కాని, మంత్రి అయిన విదురుని సంప్రదింపవలసిన లాంఛనమున్నది. భీష్మద్రోణులను కూడ సంప్రదించకపోతే ఏం చీకాకులొస్తయ్యోగదా! అందుకని, ధృతరాష్ట్రుడు వారిని కూడ అడుగుదాము అంటాడు. దుర్యోధనుడయితే "నీవు ఎవరినన్నా అడుగుగాక. ఇలా చేయకపోయేటట్లయితే నేను ఇక చస్తాను" అంటాడు. ధృతరాష్ట్రుడు వెంటనె ఒక మంచి దర్బారును మయసభాశైలిలో ఒక దానిని యీ హస్తిపురంలో నిర్మించాల్సిందని ఉత్తరువులిస్తాడు. మరు నాడు విదురునితో "ద్యూతం ఆడే నిమిత్తమై ధర్మరాజుని పిలుద్దా" మంటాడు. హాయా ద్యూతమనడుగాక.

విదురుడు అది "అధర్మ" మంటాడు. "జనవారిలో భేదం కలుగుతుంది సుమా" అంటాడు. ధర్మరాజుకుగల ధనానికి కొన్నిరెట్లు ధనం మన వద్ద ఉన్నది. వారిధనం మనం ఆశించాల్సినవనిలేదంటాడు. ఎన్నో చెప్తాడు. దుర్యోధనుడు వినలేదు. చివరకు "నీవూ ఒక యజ్ఞం చేయాల్సింది. కీర్తిని గడించాల్సింది" అంటారు. దుర్యోధనుడు మాత్రం "వద్దు, వద్దు. పాండవుల ఆస్తిని హరించటమే నేను చేసే యజ్ఞం" అంటాడు. "పాండవులకులక్ష్మి ఇలా ఉంటే వాళ్ళు మనకు సుహృత్తులు కారుగనుక మనకు ఎప్పుడయిన ముప్పు కలగటం ఖాయం. అందుచేత ఎలాగయినాసరే వారిని నిర్జించి వారి ఆస్తిని పొందాలి" అంటారు దుర్యోధన శకునిలు. చివరకు శకుని, "నేను యుద్ధం అక్కర్లేకుండా సునాయాసంగా వారి ఆస్తి హరించియిస్తాను ద్యూతంలో" అంటాడు. చివరకు ద్యూతం ఆడటంలో పాపంలేదు. అది కేవలం మనోహ్లాదానికే ఆడుతాము ధర్మరాజును రావించాల్సింది" అంటారు. ధృతరాష్ట్రుడు విదురుని సలహాను కొట్టేసి, ద్యూతానికి ఒప్పుకుంటాడు- ధర్మరాజున్ను పిలిపించడానికీనీ.

అందుకు విదురునే పంపుతాడు. "ఇక్కడ ఒక చక్కని సభను నిర్మించాం గనక చూడటానికి రావలసిందనీ ఊసుపోకకు జూదం ఆడుదామని చెప్పవలసిందనీ" చెప్పి పంపుతాడు. విదురుడు వెళ్లి అలాగే చెప్తాడు. ధర్మరాజు సరేనని ఒప్పుకొంటాడు.

ఇప్పటివరకూ ఉచ్ఛస్థితికే ఉన్ముఖమై ఉన్న పాండవుల జీవితాలు ఇక్కడ నుంచి మలుపు తిరుగుతవి. సభ చూడటానికి వెళ్ళడమయితే మంచిదే కాని ద్యూతం ఆడటానికి రమ్మనటం ఇదేమిటి అనే విమర్శ లేవదీసినవాడై కూడ ధర్మరాజు "సరే అలాగే వస్తాము కానీ" మంటాడు.

ద్యూతంలో "మనమే గెలవవచ్చు" అనే ఊహ ధర్మరాజుకున్నది గాక. మాయా జూదం అవుతుందనే ఊహ లేదు. అక్కడ దుర్యోధనునికి అక్ష విద్యవంటి విద్య లేమీరావు అని యుధిష్ఠిరునకు తెలిసిన విషయమే. శకుని తనతో జూదమాడి అక్ష విద్యా కారణంగా మొత్తం ఆస్తి హరించి వేయగలడనే ఊహ అతడికి రాలేదు.

అందుకని విదురునితోబాటు, పాండవులు అంతానూ ధౌమ్యుడు, ద్రౌపది ఇంకా పరివారం ఎంతోమంది వచ్చి దుర్యోధనునికై నిర్మించిన సభలో కౌరవులతో కలిసి మెలిసి ఉంటూ ఉంటారు. అప్పుడు దుర్యోధనుడు సుహృద్ద్యూతమాడుదామని, "నీవు చాలా బాగా ఆడుతావటగదా" అని ధర్మరాజును ఉబ్బవేస్తాడు. అందుకు ధర్మరాజు మాయా ద్యూతం ఆడటం తప్పు పాపమున్నూ అయినా సుహృద్ద్యూతం అయితే ఫరవాలేదు. మాయా ద్యూతం మహాపాతకానికి మనం దారితీయరాదంటాడు. శకుని వెంటనే అందుకొని ఎంతో బాగా ఆడే నీవె ఇలా అనడం సరికాదు. ఎక్కడో ఒక ఛలయతను చేయకుండా ద్యూతమేమిటిగాక! నీకు చేతకాదనీ ఓడిపోయాననీ ఒప్పుకొంటే పోనీ ఆడటం మానేయి అంటాడు. ధర్మరాజు పందెం వేయు మంటాడు.

ఇది మొదటి మార్పు పాండవుల జీవితంలో. అంతటి తెలివి సామర్థ్యం కలవాడు ఈ ద్యూతం ఆడడానికెందుకు ఒప్పుకొన్నాడనిపిస్తుంది.

ు కేవలం ప్రారబ్ధమని అంటారుకొందరు. వ్యాసమహర్షి అదె సూచిం
టు. కాని అంతరార్థంలో ఎన్నో విషయాలు చెప్పబడినవి. సాత్త్వికప్రవృత్తు
న పాండవులు నిర్వృతితత్త్వాన్ని రాజసూయం ద్వారా పొందటానికి
ప్రయత్నించారు. అది అయిపోయింది. నిర్వృతితత్త్వంలో సర్వధనాలూ
ణంగా పెట్టి వాటిపై తమకుగల సక్తి వదలి చివరకు ముక్తిని గడించా
నేది ఇంకొ మార్గం. ద్యూతం అనేది "ద్యుతం" అనే ప్రకాశానికి
ంకేత రూపం. ఆ "ప్రకాశం" నిర్వృతి కోసమె. వస్తుసంపదపై ప్రేమ
దలి ప్రకాశం గడించాలి. అందుకె ద్యూతంలో చేరటం అనేది సాత్త్విక
త్త్వ ప్రతీక అయిన పాండవులకు (ఒక్క ధర్మరాజుకే కాదు— అన్ని
సాత్త్వికతత్త్వాలకు) అవసరం అనుకొన్నారు. అందుకని ద్యూతానికిగాను
అంగీకరించారు.

అందులో ఒక్కొక్క వస్తువునే ఓడిపోయి అర్పణచేస్తారు. చివరకు
తనను తానే ఆత్మార్పణచేసికొనారి— అలానే అర్పణచేసికొన్నారు. 'చివరకు'
అంటే అర్థం సర్వమూ సన్న్యసంచేసినతర్వాత అని అర్థం. సర్వమూ అంటే
"ముక్తిపొందాలి" అనే కోరిక కూడ సన్న్యసించబడాలి. ముక్తి తపనకూడ
త్యాగం చేయబడాలి. ద్రౌపది ముక్తి తపనకు ప్రతీక. ద్రౌపదిని కూడ
త్యాగం చేయాలి. చేశారు. కాని చివరకు చేయాల్సిన ఆత్మత్యాగం అయి
పోయింతరువాత ఈ ద్రౌపదిని పణం పెట్టటం వల్ల యజ్ఞంలో పొరపాటు
జరిగిపోయింది. తిరిగి యజ్ఞం చేయాల్సినగతి పట్టుతుంది. అందుకె రెండో
సారి ద్యూతంలోకి ధర్మరాజాదులు (సాత్త్వికతత్త్వాలు) దిగవలసి వచ్చింది
ఆ సాధన చివరిదాకా పూర్తికాలేదుగాక. స్వర్గారోహణపర్వందాకా
వెళ్తుంది ఆ సాధన.

## 4. కుట్ర వైఫల్యం

"జూదం ఆడటానికి చేతగాక ఓడిపోయావన్నదానికి ఒప్పుకొనేటట్లై
యితె పోసి ఆడటం మానెయ్యి" మని శకుని అన్నతర్వాత ధర్మరాజు
జూదం ఆడటానికె నిశ్చయిస్తాడు. జూదంవల్ల అయ్యే దోషం తెలిసినవాడై
కూడ ఆడటానికె నిశ్చయించడం దైవానుశాసనం మాత్రమే. పాచికలను

సిద్ధంగా పెట్టుకొని నలుగురు కూర్చొన్నారు. శకుని, వికర్ణుడు వివింశతి, చిత్రసేనుడూను. ధర్మరాజుతో శకుని దుర్యోధనుని తరఫున జూదమాడటం జరిగింది.

జూదంలో ధర్మరాజుకు ఓటమె కలుగుతూ వచ్చింది. ఐనా ధర్మరాజు పందెం వేస్తూనె ఉన్నాడు. అదృష్టమనేది ఒకే ఒకణ్ణి ఎప్పుడూ వరించదనే సూత్రం జూదగాండ్రంతా నమ్ముతారు. ఇన్ని పందేలు ఓడిపోయినాముగాక ఈ తరువాతి పందెంలో నాకే గెలుపురాకపోతుందా! అదృష్టం ఇంకా వాళ్ళనే వరిస్తుందా అని ఆలోచించడం ఓడిన వాడికి అలవాటు. ధనం వస్తువులు భూషణాలు, గోవులు, గాడిదలు తనకు చెందినవన్నీ పణంగా పెట్టి ధర్మరాజు ఓడిపోయినాడు. ఇంకా పందెం కాస్తునే ఉన్నాడు.

అప్పుడు విదురుడు ధృతరాష్ట్రునితో రహస్యంగా చెప్తాడు. "నీ కుమారుడు ఎంతో దుర్మార్గుడైపోతున్నాడు. మాయా ద్యూతంలో ఆధర్మరాజు సంపత్తంతా హరించి వేస్తున్నాడు. పాండవులు మహాబలవంతులు. ఈ దుర్మార్గం వల్ల నీ వంశం మొత్తం హరించిపోయే పాపం పండుతున్నది. ఇప్పుడీ క్షణాన అర్జునుణ్ణి పిల్చి వెళ్లి ఆ ద్యూతం ఆపుమని చెప్పు. రాజుగా నీవు చేయవలసిన పని అది"— అంటాడు. కాని ధృతరాష్ట్రుడు పుత్రస్నేహంచేత మాట్లాడక ఊరుకున్నాడు.

అందుకని విదురుడు దుర్యోధనునితోనే చెప్తాడు— "నీవు ధర్మరాజు ఆస్తిని హరించడానికి చేస్తున్నావీ మాయా ద్యూతం. పాండవులు ధృతిమంతులు. భుజవిక్రములు, జితశత్రువులు, వారి కీవిధంగా అపకారం చేయటం మేలుకాదు సుమా." అందుకు, దుర్యోధనుడు "నువ్వు పాండవ పక్షపాతివి. మాట్లాడకు. నీ సలహా అక్కర్లే"దంటాడు. విదురుడు "నేను నీకు చెప్పేది నీ మేలుకోసం— నే చెప్పేది.. పాండవులతో శత్రుత్వం తెచ్చుకోవటం అనేది నీకు మేలుకాదనే విషయం— అది గ్రహించుమంటున్నాను" అని ఊరుకొంటాడు.

శకునికి అప్పుడు ధర్మరాజుతో నీ దగ్గర ఇక ఒడ్డగలిగిన చరాస్తి ఏమీ లేదల్లే ఉంది— పోనీ జూదం మానెయి అంటాడు. అప్పుడు ధర్మరాజు

పణీతలమంతా ఒడ్డుతాడు– అంటే రాజరికం వదులుకుంటామని అర్థం. ంటనే పాచికలు వేస్తారు. శకుని గెలుస్తాడు. మళ్ళీ ధర్మరాజు సహదేవ ంల అర్జున భీములనూ చివరకు తనను కూడ పణంగా ఒడ్డి ఓడిపోతాడు.

శకునికి అప్పుడు జ్ఞాపకం వస్తుంది– ఈ ధర్మరాజు ద్రౌపదిని కూడ ష్టియుండవలసించి ఉందే– మర్చిపోయినాముగాక అనుకొంటూ జ్ఞాపకం స్తాడు. ధర్మరాజు అప్పుడు ద్రౌపదిని కూడా పణంగా ఒడ్డి ఓడిపోతాడు.

దుర్యోధన సైంధవ ప్రభృతులు నవ్వుకొంటూ ఉంటారు. భీష్మ ద్రోణ విదురులు చెమటలుపోసేట్లు ఆవేదనపడుతున్నారు. ఇక దుర్యోధను కి పగ పొగవేయడం ఆరంభిస్తుంది. పాండవులయిదుగురూ తనకు బానిస యినారు. ద్రౌపదిని అవమానిస్తే వీళ్ళు చేయగలిగిందేమిటి– ఇదె అదను నుకొన్నాడు. తాను రాజరాజుగా ఊహించుకొని మంత్రియైన విదురునితో ెవుపోయి ఆ ద్రౌపదిని పిలుచుకురా. "ఇక్కడ దాసిగా ఆమె ఈ ఇల్లు బాగు ేయాలి" అంటాడు. అప్పుడు విదురుడు, "నీకంటె అజ్ఞాని ఉండబోడు. ంతటి నిష్ఠురమైన పనికి నన్ను పంపటం తప్పు. పైగా మదమలిన నస్కుడై అంతులేకుండా అవినయం చేసేదుర్జనునకు సంపదలు వస్తు న్నట్లున్నా అవ్వన్నీ మొట్టమొదటి ఆ స్తితోసహా తొలగిపోతాయి జాగ్రత" అని హెచ్చరికచేస్తాడు. వెళ్ళలేదుతాను. అప్పుడు దుర్యోధనుడు ఇక విదురుణ్ని వెళ్ళమనక, ద్రౌపదిని తీసికొనిరావడానికి ప్రాతిగామిని పొమ్మంటాడు పాండవులు మాట్లాడరు. అది మంచితనం అని వారి భావం. అనౌచిత్యమైన పనిని ఎవరైనా నిరసింపవచ్చుగాక ధైర్యమున్నవారు. కాని అప్పటి పరిస్థి తులు వారి నోళ్ళు మూయించినవి.

ప్రాతిగామివెళ్ళి ద్రౌపదితో చెప్తాడు–"ధర్మరాజు తననూ తమ్ము లనూ నిన్నూకూడ జూదంలో పణంగా ఒడ్డి ఓడిపోయినాడు"–అందుకని నిన్ను గెల్చుకొన్న దుర్యోధనుడు నిన్ను దర్బారుకు దాసీవని చేయడానికి తీసికొని రమ్మన్నా"డని. ఆమె పేచీపెట్టుతుంది. "ముందు తననే ఓడిపోయిన తరువాత నన్ను పణంగా పెట్టి జూదమాడే అవకాశమేదీ ఆయనకు? ఆసంగతి

తిన్నంగా కనుక్కొ-నమన్నంటుంది. తెలుసుకొలేకపోతే ఆ జూదమాడిన వారినే కనుక్కొ-ని రమ్మంటుంది. కాని ప్రాతిగామివచ్చి ధర్మరాజునడుగుతాడు ఆమె ఇలా అన్నది-సంగతి చెప్పవలసిందని ధర్మరాజు ఖిన్నుడై ఊరు కుంటాడు. అప్పుడు దుర్యోధనుడు ఆ పాంచాలిని "ఇక్క-డకు రమ్మను-ఈ సభవారు సమాధానం చెపుతారు" అని ప్రాతిగామిని తిరిగి పంపుతాడు

ఆమె తప్పనిసరిగా సభకువచ్చి ధృతరాష్ట్రుని సింహాసనం వెనక నుంచుంటుంది దుర్యోధనుడు ఆలస్యానికి తాళలేక ప్రాతిగామి ఆమెను పట్టుకురాలేదు గనక నీవువెళ్ళి లాక్కు-రావలసిందని దుశ్శాసనుని పంపు తాడు-దుశ్శాసనుడువచ్చి ద్రౌపదిని పట్టుకోబోతాడు. తాను అప్పుడు ఏక వస్త్రనంటుంది-అనగా బహిష్టు సమయమంటుంది. "నీకు ఏకవస్త్రం మాత్ర మెందుకు విగతవస్త్రవుగా తీసికొనిపోతా" నంటూ దుశ్శాసనుడు ఆమెకొప్పు పట్టుకొని దర్బారులోనికి ఈడ్చుకొని వస్తాడు,

అక్క-డి పరిస్థితి ఎంతో భయావహంగా ఉంటున్నది. ఆస్థానంలో అధిపతి దురాగ్రగుడు-పాపాత్ముడు. అతడి ఇష్టంమీద ఇది జరుగుతున్నది. ఎవ్వరూ ఏమీ అనలేకపోయినారు కౌరవుల్లో. పాండవులు దాసినలము అనే స్థితిలో ఉన్నారు. వాళ్ళు తిరగబడి, ద్రౌపదిని నిర్బంధించదానికి వీల్లేదంటే ఎలా ఉండేదో ఎవరెవరు ఏమనేవారో తెలిసేది. ధర్మం జయించేదేమొ. అలా జరగలేదు. ఏమడిగినా ద్రౌపదే అడగ వలసివచ్చింది. "ధర్మ రాజు ధర్మం తప్పడుగాక తన సంపదన్ను కోల్పోవచ్చుగాక. ఈ దురాత్ముడు నన్నుకొప్పుపట్టి ఇక్క-డికెందుకీడ్చి తెచ్చాడు. ఈ అనుచితమయినపని భరత వంశరాజు చూస్తుండగా జరిగిందంటే ఈ వంశమె నింద్యమైపోయింది. ఛీ" అన్నది. ఇక భగవంతుడే శరణ్యమనుకొన్నది. శ్రీకృష్ణుని తలంచు కొంటూ కండ్లు మూసి నించున్నది.

భీముడులేచి ధర్మరాజు చేసినపనికి వాని చేతులు దహించివేయాలం టాడు. కాని అర్జునుడు భీముడ్ని శాంతపరుస్తాడు.

అప్పుడు వికర్ణుడు ధైర్యం చేసి "ధర్మం ఏమిటని ద్రౌపది అడిగిన దానికి సమాధానం చెప్పాల్సింది" అంటాడు సభవారిని చూచి. మీరు చెప్పక

పోతె నేను చెప్తున్నాను వినండి—“జూదం, వేట, పానము, బహుభక్షణాసక్తి ఇవి దుర్వ్యసనాలు, వీటియందు తగులుకొన్న వాని కృత్యాలు— చేకొన దగినవి కావు. అంటే వారి కాంట్రాక్ట్సు చెల్లదన్న మాట. పైగా ద్యూతానికి పిలువబడినవాడై తమ్ములకుకూడ సాధారణ ధనమయిన ద్రౌపదిని పణమొడ్డటం చెల్లతగిందికాదు. ఆమెను రమ్మనే అధికారం మనకులేదు. పైగా ఆమె ఏకవస్త్రగా తేవడం అన్యాయమైన విషయం” అంటాడు.

అందుకు కర్ణుడు వికర్ణుని మందలిస్తాడు. “ఇంతమంది పెద్దలు చెప్పని విషయం చిన్నవాడవు నీవు చెప్పేదేమిటి! ఈ ద్రౌపదిని తీసికొని రావడం ఆ ధర్మరాజు తమ్ములు నలుగురూ చూస్తూ ఊరుకోలేదా! ఇక ఏకవస్త్ర అంటావు ఈవిడ బంధకి. (ఎక్కువ మగలు కలది) ఆమెను విగతవస్త్ర చేస్తే మాత్రమేమి” అంటాడు.

బంధకయితె మాత్రం సభలో విగతవస్త్రని చేస్తేదోషం లేదన్న కర్ణుని మాటకు ఆధారమేమిటి? కేవలం పొగరుతప్ప ఇంకేదీలేదు. అలాంటిపని ఎన్నడూ పూర్వం జరిగి ఉండలేదు. ఈతడి మాటలనుబట్టి ఆ సభలోనున్న బలాబలాలు ఎలా ఉన్నాయో అర్థం చేసికోవచ్చు. అవి పాపక్షణాలు పాపం మాత్రమె జరగవలసి ఉంది.

అప్పుడు దుర్యోధనుడు అంటాడు. “ఈపాండవుల దుస్తులూ ద్రౌపది వస్త్రాలూ లాగేసెయ్యాల్సింది” అంటాడు. దుశ్శాసనుడు కలబడి ఆమె చీర లాగడానికి ప్రయత్నిస్తాడు. ఆమె భగవంతుని అనుసంధానం చేస్తూనే ఉన్నది దుశ్శాసనుడు చీర లాగుతూనే ఉన్నాడు. సభ్యులు కళ్లుమూసికొని ఉంటారు. కొంతసేపయింది సభ్యులు కళ్ళు తెరిచారు. ఆమెపై చీర అలాగే ఉంది. గుటకలు మ్రింగారు. దుశ్శాసనుడు శారీరకంగా నీరసించిపోయి చీరను ఆమెపైనుండి పూర్తిగా లాగివేయలేక కూలబడ్డాడు.

కండ్లు మూయని పరాత్మర్గులయిన సభ్యులకు దుశ్శాసనుని ప్రయత్నం సర్వవిధాల సఫలంకాబోతున్నట్లే అవుపడ్డది. కాని చీరలు ఒకటి తరువాత

ఒకటి ఇంకా అలా ఉన్నాయా అనిపిస్తుంది. ఇది వారి భ్రమ కావచ్చు. మయ సభలో ఉన్నది లేనట్లు లేనిది ఉన్నట్లుగానున్న భ్రమ. దానికి కారణం కేవలం భగవంతుడె అంటె ద్రౌపదికి, ధర్మరాజాదులకు, మనకు సుఖదు:— శ్రీకృష్ణుని దయ అది అనుకొన్నది ద్రౌపది. యుక్తికాంతచూట్లూ సామాన్యులు తీసివేయలేనంతటి మాయ ఉంటుంది. అని వ్యాసుని బోధ అనిపిస్తుంది.

కొన్ని క్షణాలు గడిచినయి. భీముడు లేచి అరుస్తాడు "ఈ దుశ్శాసనుడి రొమ్ముచీల్చి రక్తంతాగేస్తానంటూ ఇప్పుడుకాకపోతె మానె యుద్ధంలో ఎప్పుడో ఒకప్పుడు'' అని ప్రతిన చేస్తాడు.

విదురుడు మళ్ళీ సభకు ప్రశ్నలేస్తాడు—''ధర్మం చెప్పరేమి?'' అని వికర్ణుడు చెప్పేది ధర్మమంటాడు. ఈ అడిగిన ధర్మసందేహం చెప్పకపోతే అబద్ధం చెప్పిన పాపాన పోతారుగాక అన్నాడు. కాని ఎవ్వరూ మాట్లాడరు. అప్పుడు ద్రౌపది మళ్ళీ ప్రశ్నించింది. మీరంతా ఎందుకు మాట్లాడరు? సమాధానం ఎందుకు చెప్పరు? అంటుంది. అప్పుడు భీష్ముడు "అమ్మా నీ ప్రశ్నకు సమాధానం ధర్మరాజే చెప్పాలి'' అంటాడు. ఇంకెవ్వరూ దీనికి చెప్పలేరంటాడు. ఆయనకు వచ్చిన సందిగ్ధమేమిటంటె, ధర్మరాజు తనను ఓడిపోయిన తరువాత ఆడినఆట చెల్లదని ధర్మరాజే అనాలి గాని లేదా ఆయన తమ్ములనాలిగాని హక్కులంటూలేని స్త్రీకి, ద్రౌపదికి అలా అడిగే హక్కు ఎలా ఉందని చెప్తానూ అని అయ్యుండవచ్చు.

అప్పటి స్త్రీలు జ్ఞానవంతులు మేధావంతులు అయినావారికి హక్కులు పూర్తిగా లేవు. పూర్వం కృతయుగంలోఉన్న కామ విషయమైన స్వేచ్ఛకూడ శ్వేత కేతువు, మొదలైనవారి శాసనాలవల్ల కత్తిరింపబడినయి. ఆమె పోషింపబడటానికి, ప్రేమింపబడటానికి పిల్లలను కనడానికి యజ్ఞాల్లో భర్తననుసరించి పాల్గొనడానికి మాత్రమే హక్కులున్నాయి. కాని భర్త జూదంలో పణంగా పెట్టడం తగుననే ధర్మంకూడాలేదుగాక. ఆ ధర్మసందేహం వికర్ణుడు ఒక విధంగా తీర్చబోయినా మిగతావారు, దుర్యోధనునికి వ్యతిరేకమవుతుందనో ఏమోనని మాట్లాడలేదు. ఇది శోచనీయం.

దుర్యోధనుడికి తనలోని పొగరు పైకి తంతుంది ఈ సమయంలో. కర్ణుడు తన వాచాలత్వంతో ద్రౌపదిని గేలిచేస్తూ "ఉన్న అయిదుగురు భర్తలనూ వదలివేసి ఒక మంచి మొగుణ్ణి ఎన్నుకోవలసిం''దంటాడు. ఎవరా మంచి మొగుడు తనా ? దానిని ఆసరాగా తీసికొని దుర్యోధనుడు ఆమెను చూచి "రా—వచ్చి కూర్చో ఇలా అని తన తొడ చూపిస్తాడు." భీముడు మళ్ళీ లేచి "వీడి తొడలు విరగబొడిచి చంపేస్తాను'' అంటూ "యుద్ధంలో'' అని సర్దుకొంటాడు. నిజానికి అప్పటి కప్పుడు తెగబడి తన్నినట్లయితే పర్యవసానం ఎలా ఉండేదో. భీష్మద్రోణులెవరూ దుశ్శాసనుడిని అడ్డుకొనేవాళ్లు కాదేమో, కూడ.

నిజానికి భీష్మద్రోణులు అంతపనీ, అవుతుందేమోనని భయపడ్డారు. అందుకనే భీమునితో ''నాయనా ఇప్పుడు దుష్టసమయం నీవు కోపపడవల సిన సమయం కా''దంటారు.

ఇలా ఇలా జరుగుతూనే ఉన్నదప్పు సంగతి ధృతరాష్ట్రునకు చూచాయిగా గ్రహింపు అవుతున్నా మహోత్పాతాలు పుట్టినయి. నక్కలరు స్తున్నయి. అవసానకాలం వచ్చేట్లుందని కృపవిదుర భీష్మద్రోణులు ప్రత్యే కంగా చెప్పేదాకా ఊరుకొని — అప్పుడు, అంటాడు—

"అయ్యో అయ్యో ఎంతపని అయింది నా కోడం(డ్రందరలోకీ అర్చింప దగిన యామె ద్రౌపది ఎంత అన్యాయం" అంటూ ఆమెను పిలిపించి వేద దీర్చే వాక్యాలు పలికి "నీకు వరమిస్తాను ఏమికావాలో కోరుకొనవలసిందం టాడు. ఆమె "ధర్మరాజుకు దాస్యంలేకుండా చేయాల్సింది" అంటుంది. ధృత రాష్ట్రుడు ఆవరమిచ్చాను. ఇంకోవరం కొరుకోమంటాడు. ఆయన తమ్ము లకుకూడ దాస్యం లేకుండాచేసి వారిఆయుధాలు వారికిప్పించాల్సిందంటుంది. ధృతరాష్ట్రుడు ఇచ్చాన్ను మూడోవరం కోరుకోమంటాడు. నేనుకోరను ఇంత కంటెననంటుంది.

ధృతరాష్ట్రుని అభిప్రాయం ఆమె తమ సంపదను అడుగుతుందేమో ఇచ్చేద్దామని. నేను భిక్షనడుగుతానా అని ఆమెభీమా. అందుకని చివరకు

ధృతరాష్ట్రుడే తన్ను తాను తిట్టుకొని, ద్యూతాన్ని హర్షించింది తన బుద్ధి లేమిచేతనేనంటూ తిరిగి రాజ్యాన్ని సంపదను అంతనూ పాండవులకు ఇచ్చేస్తాడు.

దుర్యోధనాదులు చేసిన సర్వయత్నం క్షణంలో భగ్నమై ఊరుకొన్నది. పాండవులు మళ్ళీ ఇంద్రప్రస్థపురాన్ని చేరుకొంటారు. సాత్త్వికవృత్తులైన పాండవుల త్యాగ యజ్ఞం విఫలమైంది. అందుకె అనుద్యూతాం మళ్ళీ రావటం ఒప్పుకొన్నారనిపిస్తుంది.

## 5. అనుద్యూతం

మొదటిసారి మాయాద్యూతంలో సర్వమూ ఓడిపోయి ద్రౌపదీ పరాభవం అయినా చివరకు ధృతరాష్ట్రుడు తిరిగి రాజ్యం సంపదా అంతా పాండవులకు దానం చేయడం అయింది. తరువాత పాండవులంతా ఇంద్రప్రస్థానికి వస్తారు. భీముడు యుద్ధం చేసే అవకాశంకాస్తా దూరంపోయిందని గునుస్తూ "ఛీ–ఆడది సంపాదించిన రాజ్యం" అనుకొంటూ ఉంటాడు. ధర్మరాజు ఊరుకోబెడతాడు.

దుర్యోధనాదుల కుట్ర మళ్ళీ ఆరంభమయింది. చేతికి చిక్కిన అవకాశం కాస్తా వదులుకొన్నామని సతమతమయిపోతున్నారు. వాళ్ళు మళ్ళీ ధృతరాష్ట్రుని దగ్గరకెళ్ళి వాళ్ళను అనుద్యూతానికి పిలవాల్సింది వాళ్ళు ఈ దేశం వదలి బయటకు పోవాలనే పంచెంపెట్టి గెల్చిపంపిచేద్దాం అని శకుని మంతనం చేస్తాడు. ధృతరాష్ట్రుడు సరేనని పాండవుల్ని అనుద్యూత మాడటానికి పిలుచుకు రావలసిందని ప్రాతిగామిద్వారా కబురుచేస్తాడు.

ధర్మరాజు ప్రకృతి ఇప్పటి మనకు అర్థమేకాదు. ''మీరు మాయాద్యూతమాడేవారు కనక రా"ననచ్చు. ''ద్యూతం కోరదగిందికాదు రా"ననచ్చు. ''క్రిందటిసారి ఓడిపోయినాము మళ్ళీ ఎందుకు వద్ద"నచ్చు. అలా అనలేదు. పైగా పితృసమానుడైన ధృతరాష్ట్రుడు పిలుపనంపాడు గనక వెళ్దామని బయలుదేరి వచ్చాడు. కనీసం శకునికి అక్షవిద్య వచ్చును గనక వానితో ఇంకొకరు ఆడి గెలవడమనేది ఉండదనీ అందువల్ల అది ద్యూతమె అనబడదనీకూడ తెలిసికొనలేకపోయినాడు. అందుకు కారణం తెలీదు.

అంతేగాక, శ్రీకృష్ణుడికి కబురంపి ఇలా అయింది నీ సలహా ఏమిటనీ కనుక్కోకపోయినాడు. అలాచేసినట్లుంటె ఆ శ్రీకృష్ణునకైనా ఈ మాయాద్యూతం సంగతి తెలిసి ఉండేవి గనక ఏం చెప్పేవాడో! బహుశ తనుకూడ వచ్చి శకునికి అక్షవిద్య వచ్చని అందరికి చెప్పి అందుచేత ఇది మాయదురోదరమని రుజువుచేసి, అసలు ఆ కాంట్రాక్టుకు చెల్లదంటూ యుద్ధం లేవదీసేవాడేమో. మొత్తంమీద అలాజరగలేదు. భారతకథ ఇలా జరగవలసి ఉండగా అలా ఎందుకు జరుగుతుంది అనేది అసలయిన కారణం అనిపిస్తుంది. పాండవులు మళ్ళీ వెళ్ళారు అనుద్యూతానికి.

మళ్ళీ అంతా కూర్చొని ఉండగా ధర్మరాజాదులు అక్కడకు చేరుతారు. ద్యూతానికి అంతా సిద్ధంగా కూర్చొని ఉన్నారు. శకుని అంటాడు ధర్మరాజుతో — "మీ సంపదంతా మహారాజుగారిచ్చిందె గనక అది పణంగా మీరు పెట్టటం న్యాయమేనంటి ప్రస్తుతం, ఇప్పుడు పందెం విచిత్రమైనది. ఎవరు ఓడిపోతెవారు అజినవల్కలాలు ధరించి వన్యమూల ఫలాశనులై బ్రహ్మచర్యంతో పంన్రెండేళ్ళు వనవాసమూ పదమూడవ ఏడు జనపదంలో అజ్ఞాతవాసమూ చేయాలి ఆ అజ్ఞాతవాసకాలంలో యెఱుగబడినవారైతే తిరిగి పన్నెండేండ్లు వనవాసము ఒకయేడు అజ్ఞాతవాసమూ ఇలాచేసిరావాలనేకోరారు అందుకు ఇష్టమయితె ద్యూతమాడాల్సింది అంటాడు ధర్మరాజు సరేనని పందెంవేసి ఓడిపోతాడు.

పాండవులు కాంట్రాక్టు ప్రకారం వనాలకు బయలుదేరుతారు. విదురుడు పాండవులతో "మీయమ్మను వనాలకు తీసికొనపోవద్దు మాయింట నుంచి వెళ్ళవలసింది. మీరు సమర్థులు బలవంతులు సంయమనులు మీకు ఎక్కడున్నా మిమ్మల్ని కీడ్పరచేవారుండరుగాక వెళ్ళిరండి. మీతోబాటు మీ పురోహితుడయిన ధౌమ్యుడుకూడ ఉంటాడు కనక మీకు సుఖం అవుతుంది వెళ్ళి రమ్మంటాడు. పాండవులు కుంతికి నమస్కరించి పెద్దలందరకు నమస్కరించి బయలుదేరుతారు.

వెళ్ళవలసినవారు ఏడుగురు. పంచపాండవులు, పాంచాలి, ధౌమ్యుడు వాళ్లు వెళ్తూ దుర్యోధనాదుల్ని తిట్టుకొంటూ వెళ్ళిపోతారు. వీళ్ళనందర్నీ

యుద్ధంలో చంపేస్తాను అంటున్నాడు భీముడు. కర్ణాదిదుర్జనుల్ని నా బాణాల సమూహాల్తో ప్రాణాలు తీసేస్తా నంటున్నాడు అర్జునుడు. శకుని దీనికంతకీ కారణంకనక వాడి ప్రాణాలు తీస్తామంటున్నారు నకుల సహదేవులు.

వీళ్ళంతా వెళ్ళిపోయారని విని ధృతరాష్ట్రుడు ఎలా ఎలా వెళ్లారు నేను చూడలేను కదా: వర్ణించి చెప్పమంటాడు. విదురుడు అప్పుడు చెప్తాడు. ధర్మరాజు ముఖాన గుడ్డవేసికొని వెళ్ళాడు. ఎందుకనంటె నీ కొడుకు చేసిన అధర్మానికి రాజ్యంపోయినందుకు కోపం తన చూపులో ఉన్నదైతె ఆ చూపు దేశస్థులమీదపడితె వాళ్ళు నాశనమై పోతారేమోననే భయంతో కంటిమీద గుడ్డను కప్పుకొని వెళ్ళాడు. భీముడు చేతులు బారులు చాచుకొంటూ వెళ్లాడు "యుద్ధం యుద్ధం వస్తోంది వస్తోంది దగ్గరకు అదె కావలసింది" అనే దృష్టితో వెళ్ళిపోయాడు. అర్జునుడు యిసుకను రెండు గుప్పిళ్ళతో చల్లుతూ "యుద్ధంలో నా బాణాలు ఇంతకంటె దట్టంగా వెళ్ళేట్లు వేస్తాను వీళ్ళమీద అనుకుంటూ పోయాడు. నకులుడు ఎంతో అందమైనవాడు. తన మొఖం దుఃఖాశ్రయమైనట్లయితె జనులు దుఃఖిస్తారని తన అందాన్ని తగ్గించుకోడానికి దుమ్మును వంటికి రాచుకొని వెళ్ళాడు. సహదేవుడు కూడ ముఖం దాచుకొని అందుకేవెళ్ళాడు. ద్రౌపది దుఃఖంతోవెళ్తూ ఇంతటి దుఃఖం యీకౌరవ కాంతలకుకూడ పట్టాలెననుకొంటున్నది. ఇక ధౌమ్యుడు భారత రణంలో చచ్చే కురుశూరుల పరలోకవిధులకు గాను అన్నట్లుగా రౌద్రయామ్యం సామవేదంలోది పాడుకొంటూ వెళ్లాడు" అని చెప్పాడు విదురుడు. అప్పుడు ధృతరాష్ట్రుడు దుఃఖిస్తాడు. "అయ్యో ఆ పాండవులు మంచివాళ్ళు. నా పిల్లలతో యుద్ధం వస్తుందో ఏమో వాళ్ళకు. ఆ యుద్ధం ప్రజాక్షయ కారణమయే సూచన ఉంది. పిల్లలంతా ఏమయిపోతారోనని "హా" అని వాలి పోతాడు. ఇది అంతరాంతరాల్లోంచి వచ్చిన పశ్చాత్తాపమయితె బాగుండేది. నాటకమేమో తెలీదు. అందుకని సంజయుడు అప్పుడు అంటాడు. "ఎందుకయ్యా ఏడవడం వాళ్ళు పరమ ధార్మికులు గనకనె రాజ్యంలోనుంచి బయటకు పంపి వారి రాజ్యం కూడ కొన్నాళ్లపాటు నీ అధీనంలో ఉంచుకోబోతున్నావు. ఇంకా నీకీ వగలెందుకు? భీష్మద్రోణ విదురులు చెప్పినమాట

వు. కర్ణుడు శకుని చెప్పిన మంతనాలు నచ్చి అలా ప్రవర్తించావు
ాతుర్మలయినవారితో విరోధం తెచ్చుకొన్నావు. దానికి ప్రత్యుపాయం
లే చెప్పాలి నీకు— ఇతర్లేం చేస్తారుగాక అన్నారు.

దురుడు "ఇప్పుడు మాత్రమేమయింది. నేను ప్రత్యుపాయం
ఆ పాండవుల్ని ఇప్పుడు పిలిపించి వారు అరణ్యాలకు వెళ్ళ
నీ వెళ్ళి తమ రాజ్యం తామే ఏలుకొనవలసిందనీ చెప్పరాదా!"
. ధృతరాష్ట్రుడు ఆ మాటలు విననట్టుగా ఊరుకొంటాడు. పాండ
అరణ్యవాసులవుతారు.

సభాపర్వంలో పాండవులు మహోన్నతినీ అందుకొంటారు. మహో
న్ని పొందినవారవుతారు. శ్రీ కృష్ణుడు తమతో ఉన్నంతకాలం
న్నతినే అందుకొంటూ ఉంటారు. ఆయన వెళ్లిం తరువాత జూదం
ండ మాస గలిగినంత స్థైర్యం ధర్మరాజుకు లేకపోయిందనాలా?
తమ్ముళ్లకూ ద్రౌపదికీకూడ ఆ మాత్రం సలహా ఇవ్వాలని తెలీ
. ఇది భగవచ్ఛైదమని సరిపెట్టుకోవాలా? భగవచ్ఛ్రేయిదమనేది
తావచ్చు. కాని దానికి కూడ లౌకికంలో కార్యకారణ సంబంధం
ద్దా? నిన్నటివరకూ ధర్మరాజుకు కలిగింది కేవలం అదృష్టమే తప్ప
తేటలు కాదా? అయితే అవి ఇప్పుడెలా పశించినయి అని సందేహాలుద
స్తవి.

అది ద్యూతం కనుక ఒకసారి ఒకరు గెల్చినా ఈసారి నేనే గెలుప
్చననే ఊహ రావటం సహజం. శకునికి అక్షవిద్య తెలుసునన్న సంగతి
రాజుకు తెలీదు. రెండవసారి ద్యూతానికి పిలుచునప్పుడైనా పాండ
ఆ సంగతిని తెలిసికొని యుండవలపింది. ఒకప్పుడు అంగార పర్ణు
గంధర్వునితో అర్జునుడు యుద్ధంచేసి గెల్చినపుడు అంగారపర్ణుడు
కు చాక్షుసి విద్య వచ్చునని దానిని ఉపదేశిస్తాననీ అన్నాడు. అప్పుడు
నుడు దానిని పొందనన్నాడు. అది తెలిసి యున్నట్లయితే ఈ ఓటమి
పోయేదేమొ,